பாராட்டு மழையில்!

"வாழ்க்கையை அதன் அத்தியாவசியமான அம்சங்களோடு முடிச்சுப் போடுவதன் மூலம் மட்டுமே அதிகமாகச் சாதிக்க முடியும் என்று கிரெக் மெக்யூன் உறுதியாக நம்புகிறார். ஒவ்வொருவருடைய வாழ்க்கையிலும் எவையெவை அத்தியாவசியமானவை என்று அவரால் கூற முடியாது என்றாலும், அதைக் கண்டுபிடிப்பதற்குத் தேவையானவற்றை அவர் இந்நூலில் கொடுத்துள்ளார்."

- **டேனியல் பிங்க்,** *பிரபல நூலாசிரியர்*

"நம் எல்லோரையும் பீடித்திருக்கின்ற மன அழுத்தம், அதீத வேலையால் ஏற்படுகின்ற மனச்சோர்வு, எல்லாவற்றையும் செய்து முடித்தே ஆக வேண்டும் என்ற கட்டாய உணர்வு போன்றவற்றுக்கான ஒரு மாற்று மருந்து இது."

- **அரியானா ஹஃபிங்டன்,** *பிரபல நூலாசிரியர்*

"நீங்கள் உங்களுடைய வாழ்க்கையில் எவற்றின்மீது பெரும் அக்கறை கொண்டுள்ளீர்கள் என்பதைக் கண்டுபிடிக்கவும், உங்களுக்கு அதிகமான வெகுமதிகள் கிடைக்கக்கூடிய விதத்தில் உங்களுடைய ஆற்றலைப் பயன்படுத்தவும் தேவையான துல்லியமான அறிவுறுத்தல்களை இந்நூல் உங்களுக்கு வழங்குகிறது."

- **ரீட் ஹாஃப்மேன்,** *பிரபல நூலாசிரியர்*

"அதிகமான விஷயங்களைச் செய்து முடிக்க வேண்டும் என்று விரும்புகின்ற ஒரு நபராக இருந்து வந்த எனக்கு இப்புத்தகம் சவால்விட்டு, என் வாழ்க்கையை மேம்படுத்தியது. நீங்கள் உங்களுடைய வேலைகளைச் சிறப்பாகச் செய்ய விரும்பினால், நீங்கள் இப்புத்தகத்தை அவசியம் படிக்க வேண்டும்."

- **கிறிஸ் கில்லெபோ,** *பிரபல நூலாசிரியர்*

"குறைவாகச் செய்வதன் மூலம் அதிகமானவற்றைச் சாதிக்க முடியும் என்பதை கிரெக் இந்நூலில் ஆணித்தரமாக எடுத்துரைக்கிறார்."

- **ஜெஃப் வெய்னர்,** *முதன்மை நிர்வாகி, லிங்க்ட்இன்*

"இந்நூலை நிதானமாகப் படியுங்கள். இதில் கூறப்பட்டுள்ளவற்றை உங்கள் வாழ்க்கையில் எப்படிச் செயல்படுத்த முடியும் என்று யோசியுங்கள். அதற்குப் பிறகு, நீங்கள் குறைவானவற்றை மேம்பட்ட விதத்தில் செய்வீர்கள், உங்களுடைய திக்குமுக்காடல் உணர்வு மறைந்து போவதைக் காண்பீர்கள்."

- **ராபர்ட் சட்டன்,** *பேராசிரியர், ஸ்டான்ஃபோர்டு பல்கலைக்கழகம்*

"கிரெக் இந்நூலில் குறிப்பிட்டுள்ள விஷயங்கள் புத்துணர்ச்சியளிப்பவையாகவும், அவர் பரிந்துரைத்துள்ள தீர்வுகள் நடைமுறைக்கு உகந்தவையாகவும் இருக்கின்றன."

- **'சக்சஸ்'** பத்திரிகை

அத்தியாவசியவாதம்

குறைவே நிறைவு

கிரெக் மெக்யூன்

தமிழில்:

PSV குமாரசாமி

MANJUL

மஞ்சுள் பப்ளிஷிங் ஹவுஸ்

First published in India by

MANJUL

Manjul Publishing House
Corporate and Editorial Office
•2nd Floor, Usha Preet Complex, 42 Malviya Nagar, Bhopal 462 003 – India
Sales and Marketing Office
•C-16, Sector 3, Noida, Uttar Pradesh 201301 – India
Website: www.manjulindia.com
Distribution Centres
Ahmedabad, Bengaluru, Bhopal, Kolkata, Chennai,
Hyderabad, Mumbai, New Delhi, Pune

Tamil translation of *The Essentialism: The Disciplined Pursuit of Less*
by *Greg McKeown*

This edition published by arrangement with Currency, an imprint of the Crown Publishing Group, a division of Penguin Random House LLC

Book art design, illustrations, and jacket design by Amy Hayes Stellhorn and her team at Big Monacle in collaboration with Maria Elias

This Tamil edition first published in 2023

ISBN 978-93-5543-334-3

Translated by: PSV Kumarasamy
Edited by: Nagalakshmi Shanmugam
Layout by: Manoranjan Kumar

Printed and bound in India by Parksons Graphics Pvt. Ltd.

அன்னா
கிரேஸ்
ஈவ்
ஜாக்
மற்றும்
எஸ்தருக்குக்
காணிக்கை.

என்னுடைய
அத்தியாவசியங்களின்
காட்சிரூபமாக
நீங்கள் இருக்கிறீர்கள்.

உள்ளடக்கம்

பகுதி 4: செயலாக்கம்: முக்கியமானவற்றைச் சிரமமின்றிச் செய்தல்

அத்தியாயம் 1

அத்தியாவசியவாதி

"அத்தியாவசியமற்றதை நீக்குவதில்தான்
வாழ்க்கையின் ஞானம் அடங்கியிருக்கிறது."

- லின் யூடாங்

சாம் எலியட், அமெரிக்காவிலுள்ள சிலிக்கான் வேல்லியில் ஒரு நிறுவனத்தின் மேலாளராகத் திறம்படப் பணியாற்றி வந்தார். அவருடைய நிறுவனத்தை ஒரு பெருநிறுவனம் விலைக்கு வாங்கிய பிறகு, அவருடைய வேலை கடுமையாக அதிகரித்துவிட்டது. அதனால் அவர் ஓய்வின்றி வேலை செய்ய வேண்டிய கட்டாயத்திற்கு ஆளானார்.

தன் புதிய முதலாளிகளிடம் நல்ல பெயர் வாங்க வேண்டும் என்பதற்காக, எந்த யோசனையும் இல்லாமல், தனக்குக் கொடுக்கப்பட்ட அனைத்து வேலைகளையும் மறுப்பேதுமின்றி அவர் ஏற்றுக் கொண்டார். அதன் விளைவாக அவர் தினந்தோறும், அடுத்தடுத்து ஒரு சந்திப்புக்கூட்டத்திலிருந்து இன்னொரு சந்திப்புக்கூட்டத்திற்கு ஓடிக் கொண்டேயிருந்தார். இடையில் ஏகப்பட்டக் கூட்டுத் தொலைபேசி அழைப்புகளிலும் அவர் கலந்து கொண்டார். மொத்தத்தில், எல்லோரையும் திருப்திப்படுத்தவும் எல்லா வேலைகளையும் செய்து முடிக்கவும் அவர் ஆசைப்பட்டார். அவருடைய மன அழுத்தத்தின் அளவு அதிகரித்துக் கொண்டிருந்த அதே நேரத்தில், அவருடைய வேலையின் தரம் கீழ்நோக்கிப் போய்க் கொண்டிருந்தது. அதன் விளைவாக, அவருக்குத் தன் வேலையில் அதிருப்தி ஏற்பட்டது. அவர் யாரையெல்லாம் திருப்திப்படுத்த முயன்று கொண்டிருந்தாரோ, அவர்களும் விரக்தி அடைந்தனர்.

இறுதியில், அவர் தன் வேலையை இராஜினாமா செய்துவிடுவது நல்லது என்று அவருடைய நிறுவனம் அவரிடம் கூறியது. அவர் அப்போது தன்னுடைய ஐம்பதுகளின் தொடக்கத்தில் இருந்தார். அதனால், வேலைச் சூழலிலிருந்து விலக அவர் விரும்பவில்லை. சொந்தமாக ஓர் ஆலோசனை நிறுவனத்தை நிறுவலாமா என்றுகூட அவர் யோசித்தார். அல்லது தான் வேலை பார்த்துக் கொண்டிருந்த நிறுவனத்திற்கே ஓர் ஆலோசகராக மாறிவிடலாமா என்றும் அவர் சிந்தித்தார். இது எதுவுமே அவருக்கு வசீகரமானதாக இருக்கவில்லை. அதனால், அவர் தன்னுடைய வழிகாட்டி ஒருவரைப் பார்க்கச் சென்றார். அந்த வழிகாட்டி, சாம் சிறிதும் எதிர்பார்த்திராத ஓர் அறிவுரையை அவருக்கு வழங்கினார்: "நீங்கள் இதே நிறுவனத்தில் தொடருங்கள். ஆனால், நீங்கள் அந்நிறுவனத்தின் ஆலோசகராக இருந்தால் எதைச் செய்வீர்களோ அதை மட்டும் செய்யுங்கள். வேறு எதையும் செய்யாதீர்கள். ஆனால், இதைப் பற்றி எவரிடமும் கூறாதீர்கள்." வேறு வார்த்தைகளில் கூற வேண்டுமென்றால், சாமுக்கு எந்த வேலைகளெல்லாம் அத்தியாவசியமாகப் பட்டனவோ அவற்றை மட்டுமே செய்யுமாறும், அவரிடம் கூறப்பட்ட மற்ற அனைத்தையும் புறந்தள்ளிவிடுமாறும் அந்த வழிகாட்டி அவருக்கு அறிவுரை வழங்கியிருந்தார்.

சாம் அந்த அறிவுரையை அப்படியே பின்பற்றினார். சில வேலைகளை அவர் முடியாது என்று மறுக்கத் துவங்கினார்.

முதலில் அவர் அதைப் பதமாகக் கையாண்டார். அவருக்கு வேண்டுகோள்கள் வந்தபோது, 'என் கைவசம் இப்போது இருக்கின்ற நேரம் மற்றும் வளங்களை வைத்துப் பார்க்கின்றபோது, இந்த வேண்டுகோளை என்னால் உண்மையிலேயே நிறைவேற்ற முடியுமா?' என்ற கேள்வியை அவர் தன்னைத் தானே கேட்டுக் கொண்டார். அதற்கான பதில் 'முடியாது' என்று இருந்தால், அவர் அந்த வேண்டுகோளை நிராகரித்துவிடுவார். அப்படி அவர் மறுத்தபோது, சம்பந்தப்பட்ட நபர்கள் முதலில் ஏமாற்றமடைந்ததுபோலத் தோன்றினாலும், அவர்கள் தன்னுடைய நேர்மையை மதித்ததைக் கண்டு சாம் வியந்தார்.

இந்தச் சிறு வெற்றிகளால் ஊக்கமடைந்த சாம், மேலும் அதிகமான விஷயங்களுக்கு 'முடியாது' என்று கூறத் துவங்கினார். இப்போது தனக்கு வேண்டுகோள்கள் வருகின்றபோது, 'இப்போது என் வசமிருக்கின்ற நேரத்தையும் வளங்களையும் வைத்துப் பார்க்கின்றபோது, இது நான் செய்யக்கூடிய மிக முக்கியமானதொரு வேலையாக

இருக்குமா?' என்ற கேள்வியைத் தனக்குள் கேட்கத் தொடங்கியுள்ளார்.

அக்கேள்விக்கு, 'இருக்கும்' என்ற உறுதியான பதில் அவருக்குக் கிடைக்கவில்லை என்றால், அவர் அந்த வேண்டுகோளை நிராகரித்துவிடுவார். இப்போதும் தன்னிடம் வேண்டுகோள் விடுத்தவர்கள் தன்னுடைய மறுப்பினால் சிறிது ஏமாற்றம் அடைந்தாலும், முன்பைவிடக் கூடுதலாக அவர்கள் தன்னை மதித்தனர் என்பதை அறிந்து சாம் மேலும் உச்சி குளிர்ந்தார்.

மேலும் துணிச்சலடைந்த சாம், இந்த உத்தியை, தன்னிடம் வைக்கப்பட்ட வேண்டுகோள்களுக்கு மட்டுமல்லாமல், அனைத்து விஷயங்களுக்கும் பயன்படுத்தத் துவங்கினார். முன்பெல்லாம், கடைசி நிமிடத்தில் முன்வைக்கப்பட்ட, விளக்கவுரை நிகழ்த்துதல் மற்றும் பிற திட்டங்களைச் செய்வதற்குத் தானாகவே அவர் முன்வந்தார். இப்போது சாம் அப்படிச் செய்வதில்லை. மின்னஞ்சல்களைப் பொறுத்தவரை, முன்பு, பல பேருக்கு ஒன்றாக அனுப்பி வைக்கப்படுகின்ற மின்னஞ்சல்களில் அவர் முதல் ஆளாகத் தன் கருத்தைப் பதிவு செய்வார். இப்போது அப்படிச் செய்யாமல், மற்றவர்கள் பதிலளித்தப் பிறகு, தேவையெனில் அவர் அதில் கலந்து கொள்கிறார். பலர் கலந்து கொள்கின்ற தொலைபேசி அல்லது காணொளி உரையாடல்களில் விவாதிக்கப்படவிருக்கின்ற விஷயங்களில் அவருடைய ஈடுபாடு மிகக் குறைவாக இருக்கின்றபோது, அவற்றில் அவர் கலந்து கொள்வதில்லை. நடைமுறையில் இருக்கும் திட்டங்கள் குறித்த வாராந்திரப் பின்னூட்டக்கருத்துக் கூட்டுத் தொலைபேசி அழைப்புகளில் கலந்து கொள்வதையும் அவர் நிறுத்திவிட்டார். தான் நேரடியாகப் பங்களிப்பு எதையும் அளிக்கவிருக்காத சந்திப்புக்கூட்டங்களில் பங்கேற்பதையும் அவர் நிறுத்திவிட்டார். அவர் என்னிடம் பேசியபோது, இவ்வாறு கூறினார்: "ஒரு கூட்டத்திற்கு வரும்படி எனக்கு அழைப்பு விடுக்கப்பட்டிருக்கின்ற ஒரே காரணத்திற்காக நான் அதில் கலந்து கொள்ள வேண்டும் என்று அர்த்தமில்லை."

முதலில் அது, தான் தன் காரியத்தில் மட்டுமே குறியாக இருந்தோமோ என்ற ஒரு குற்றவுணர்வை அவருக்குள் தோற்றுவித்தது. தேர்ந்தெடுத்தச் சில காரியங்களில் மட்டுமே ஈடுபடுவது என்ற அவருடைய முடிவு அவருடைய செயல்திறனை மேம்படுத்தியது. அவரால் ஒரு நேரத்தில் ஒரே ஒரு திட்டத்தில் மட்டும் தன் கவனத்தைக் குவிக்க முடிந்தது. அவரால் முழுத் திட்டத்தையும் முறையாகத்

திட்டமிட முடிந்தது. தான் எதிர்கொள்ளவிருந்த தடைகளை முன்கூட்டியே அவரால் ஊகிக்க முடிந்ததால், அவற்றை அவரால் எளிதாகக் களைய முடிந்தது. அது அவருடைய வேலையின் தரத்தை மேம்படுத்தியது. பல திசைகளில் சிறிது சிறிதாக முன்னேறுவதற்குப் பதிலாக, அவர் தேர்தெடுத்தத் திசையில் அவருடைய பாய்ச்சல் அதிகமாக இருந்தது.

இந்த அணுகுமுறையை அவர் பல மாதங்கள் தொடர்ந்தார். இதன் காரணமாக, அவரால் தன்னுடைய குடும்பத்தாரோடும் அதிக நேரம் செலவிட முடிந்தது. எப்போதும் அலைபேசியே கதியென்று கிடந்த அவர், இப்போது மாலை நேரத்தில் அதை அணைத்து வைத்துவிடுகிறார். அவர் தினமும் உடற்பயிற்சி மையத்திற்குப் போகிறார். அவர் தன் மனைவியுடன் வெளியே உணவருந்தவும் போகிறார்.

எல்லாவற்றையும்விட முக்கியமாக, தன்னுடைய பரிசோதனை குறித்து எந்தவிதமான எதிர்மறைக் கருத்துகளும் தனக்கு வரவில்லை என்பதைக் கண்டு அவர் வியந்தார். அவருடைய மேலதிகாரிகள் அவரை இனியும் கடிந்து கொள்ளவில்லை. அவருடைய சகாக்கள் அவரை வெறுக்கவில்லை. இன்னும் சொல்லப் போனால், சாமின்மீது அவர்களுக்கு மரியாதை அதிகரிக்கவே செய்தது. அவருடைய வேலை அவருக்கு மீண்டும் திருப்தியளிக்கத் துவங்கியது. அவர் அதுவரை பெற்றிராத ஊக்கத்தொகையையும் பெற்றார்.

மேற்குறிப்பிடப்பட்ட எடுத்துக்காட்டில் இடம் பெற்றிருந்த அடிப்படை அம்சம் அத்தியாவசியவாதம். எல்லாவற்றையும் தன் தலையில் இழுத்துப் போட்டுக் கொண்டு செய்ய முயற்சிப்பதையும், எல்லாவற்றுக்கும் ‘சரி’ என்று கூறுவதையும் நீங்கள் நிறுத்தும்போது, உங்களுக்கு அர்த்தமிக்கதாகத் தெரிகின்ற விஷயங்களில் மட்டுமே நீங்கள் உங்களுடைய கவனத்தைக் குவிப்பீர்கள், அவற்றுக்கு மொத்தப் பங்களிப்பையும் அளிப்பீர்கள்.

ஆமாம், நீங்கள் எப்படி? ஓர் ‘ஆமாம்’ சாமியா? உங்களுக்கு ஒரு வேண்டுகோள் விடுக்கப்படுகின்றபோது, அதைப் பற்றிச் சிறிதும் யோசிக்காமல் அதை உடனடியாக ஒப்புக் கொள்கின்ற இரகத்தைச் சேர்ந்தவரா நீங்கள்? “நான் ஏன்தான் இதை ஒப்புக் கொண்டு தொலைத்தேனோ?” என்று நீங்கள் எத்தனை முறை அங்கலாய்த்திருக்கிறீர்கள்? பிறரைத் திருப்திப்படுத்துவதற்காகவோ அல்லது பிரச்சனையிலிருந்து தப்பிப்பதற்காகவோ, சரி என்று தலையாட்டுவது உங்களுக்குப் பழகிப் போயுள்ள காரணத்தால் எத்தனை முறை நீங்கள் பிறருடைய வேண்டுகோள்களை ஏற்றுக் கொண்டுள்ளீர்கள்?

வீட்டில் அல்லது அலுவலகத்தில், 'இதற்கு மேல் என்னால் முடியாது' என்ற நிலையை நீங்கள் எப்போதாவது அடைந்ததுண்டா? அதிகமாக வேலை செய்தும் குறைவானவற்றையே சாதித்துள்ளதுபோல நீங்கள் எப்போதாவது உணர்ந்ததுண்டா? படுசுறுசுறுப்பாக இருந்திருந்தும் ஆக்கபூர்வமாக எதையும் செய்திருக்கவில்லை என்ற உணர்வு உங்களுக்கு எப்போதாவது ஏற்பட்டதுண்டா? எப்போதும் இயங்கிக் கொண்டே இருந்து வந்துள்ளபோதிலும் எங்கும் போய்ச் சேர்ந்திருக்காததைப்போல நீங்கள் எப்போதாவது உணர்ந்ததுண்டா?

இக்கேள்விகளில் எவற்றுக்கேனும் 'ஆமாம்' என்று நீங்கள் பதிலளித்திருந்தால், நீங்கள் ஓர் அத்தியாவசியவாதியாக மாறுவதே உங்களுக்கான ஒரே தீர்வு.

அத்தியாவசியவாதியின் வழி

டயட்டர் ரேம்ஸ், பிரவுன் என்ற ஜெர்மானிய நிறுவனத்தின் தலைமை வடிவமைப்பாளராகப் பல ஆண்டுகள் பணியாற்றி வந்தார். அவருக்கு இருபத்து நான்கு வயதாக இருந்தபோது, ஒரு குழுவோடு சேர்ந்து அந்நிறுவனத்தின் ரெக்கார்டு பிளேயருக்குப் புதிய வடிவமைப்பு ஒன்றை மேற்கொள்ளுமாறு அவர் பணிக்கப்பட்டார். அப்போது பொதுவாக, ரெக்கார்டு பிளேயரின் மூடிகள், வேலைப்பாடுகளுடன்கூடிய மரத்தால் செய்யப்பட்டவையாக இருக்கும். அவரும் அவருடைய குழுவினரும் இந்த வழமையைப் புறக்கணித்துவிட்டு, அலங்கார வேலைப்பாடுகள் எதுவுமின்றி, உள்ளே இருப்பவற்றைத் தெளிவாகக் காட்டக்கூடிய, பிளாஸ்டிக்கால் ஆன மூடி ஒன்றை வடிவமைத்தனர். அத்துறையிலேயே அது போன்றதொரு மூடி அதற்கு முன்பு ஒருபோதும் வடிவமைக்கப்பட்டிருக்கவில்லை. அது ஒரு புரட்சிகரமான வடிவமைப்பாகக் கருதப்பட்டதால், அதை மக்கள் ஏற்றுக் கொள்வார்களா என்று அந்நிறுவனம் பயந்தது. எப்போதுமே தேவையற்றவற்றைக் களைவதற்குத் துணிச்சல் தேவைப்படும். இறுதியில், அந்நிறுவனம் அதைத் துணிச்சலுடன் அறிமுகப்படுத்தியது. மக்களும் அதை ஏற்றுக் கொண்டனர். விரைவில் மற்ற நிறுவனங்களும் அதே வடிவமைப்பைப் பின்பற்றத் துவங்கின.

டயட்டரின் வடிவமைப்பை, 'குறைவே நிறைவு' என்று சுருக்கமாக அழைக்கலாம். அத்தியாவசியவாதத்தை இதைவிடச் சிறப்பாக விவரிக்க முடியாது.

தேவையில்லாதவற்றை அகற்றி, எவ்வளவு குறைக்க முடியுமோ அவ்வளவு குறைத்து, அதே நேரத்தில், காரியங்களை முன்பைவிட மேம்பட்ட விதத்தில் செய்வதற்குத் தொடர்ந்து முயன்று கொண்டிருப்பதுதான் ஓர் அத்தியாவசியவாதியின் வழிமுறையாகும். எப்போதாவது அத்தி பூத்தாற்போல அதில் ஈடுபடுவது அல்ல அது. அதை ஓர் ஒழுங்கமைவுடன்கூடிய முறையில் தொடர்ந்து செய்து வருவதுதான் அது.

அதிக எண்ணிக்கையில் 'முடியாது' என்று கூறுவதென்ற ஒரு புத்தாண்டுத் தீர்மானமோ, தேவையற்ற மின்னஞ்சல்களுக்குப் பதிலளிப்பதில்லை என்ற ஒரு முடிவோ, அல்லது நேர நிர்வாகம் தொடர்பான ஒரு புதிய உத்தியோ அத்தியாவசியவாதியின் வழிமுறையல்ல. "சரியான நடவடிக்கைகளில் நான் முதலீடு செய்து கொண்டிருக்கிறேனா?" என்ற கேள்வியைத் தொடர்ந்து கேட்டுக் கொண்டிருப்பது தொடர்பானது இது. இந்த உலகில் ஏகப்பட்ட நடவடிக்கைகளும் வாய்ப்புகளும் இருக்கின்றன. அவற்றில் சில சிறப்பாக இருக்கக்கூடும் என்றாலும், பெரும்பாலானவை அற்பமானவையே. அத்தியாவசியவாதியின் வழிமுறை, அவற்றுக்கு இடையேயான வேறுபாடுகளையும், அவற்றில் உண்மையிலேயே அத்தியாவசியமானவை எவையெவை என்பதையும் கண்டறியக் கற்றுக் கொள்வதை உள்ளடக்கியிருக்கிறது.

அத்தியாவசியவாதம் என்பது அதிகமானவற்றைச் செய்து முடிப்பதைப் பற்றியது அல்ல. சரியான விஷயங்களை எப்படிச் செய்து முடிப்பது என்பதைப் பற்றியது அது. குறைவானவற்றைச் செய்ய வேண்டும் என்பதற்காகத் தடாலடியாகப் பலவற்றைச் செய்யாமல் விட்டுவிடுவதும் அல்ல இது. நமக்கு உண்மையிலேயே எவை அத்தியாவசியமானவையோ அவற்றின்மீது நம் முழுக் கவனத்தையும் செலுத்துவதற்காக, நம்முடைய நேரத்தையும் ஆற்றலையும் செம்மையான முறையில் பயன்படுத்துவதைப் பற்றியது இது.

ஓர் அத்தியாவசியவாதியின் வழிக்கும் அத்தியாவசியவாதியாக இல்லாத ஒருவரின் வழிக்கும் இடையேயுள்ள வேறுபாடுகளை, எதிரே கொடுக்கப்பட்டுள்ள படத்திலிருந்து நீங்கள் தெரிந்து கொள்ளலாம். இரண்டிலுமே ஒரே விதமான ஆற்றல்தான் செலவிடப்படுகிறது. ஆனால், இடது புறமிருக்கும் படத்தில் ஆற்றல் பல நடவடிக்கைகளில் சிதறுகிறது. அதனால் பல திசைகளில் சிறு சிறு முன்னேற்றம் மட்டுமே ஏற்படுகிறது. ஆனால், வலது பக்கம் இருக்கின்ற

படத்தில் முக்கியமான விஷயத்தில் ஆற்றல் குவிக்கப்படுகிறது. அதனால் ஒரே திசையில் பாய்ச்சல் அதிகமாக இருக்கிறது. நம்மால் ஏகப்பட்ட விஷயங்களைச் செய்ய முடியும் என்ற கருத்தை அத்தியாவசியவாதிகள் ஏற்றுக் கொள்வதில்லை.

அத்தியாவசியவாதிகள் கண்மூடித்தனமான வாழ்க்கையை வாழ்வதில்லை. மாறாக, ஒழுங்கமைவுடன் வடிவமைக்கப்பட்ட ஒரு வாழ்க்கையை அவர்கள் வாழ்கின்றனர். அவர்கள் தங்களுக்கு முக்கியமாகப் படுகின்ற விஷயங்களைத் தேர்ந்தெடுத்து, அவற்றில் மட்டும் தங்களுடைய கவனத்தைக் குவிக்கின்றனர்.

மாதிரி

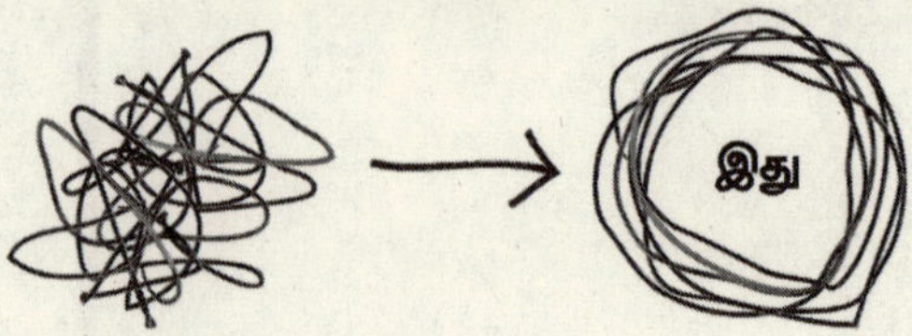

	அத்தியாவசியவாதி அல்லாதவர்	அத்தியாவசியவாதி
சிந்திக்கிறார்	**எல்லோருக்கும் எல்லாமும்** "நான் செய்தாக வேண்டும்." "இவை அனைத்துமே முக்கியம்." "இவை அனைத்தையும் நான் எப்படி என் வேலைத்திட்டத்திற்குள் கொண்டு வருவது?"	**குறைவே நிறைவு** "நான் இவற்றை மட்டும் தேர்ந்தெடுக்கிறேன்." "சில விஷயங்கள் மட்டுமே முக்கியமானவை." "பலவற்றின் இடத்தைச் சிலவற்றால் இட்டு நிரப்புவதால் என்ன விளையும்?"
செய்கிறார்	**அதிகமானவற்றைச் செய்வதற்கான தேடல்** அதிக அழுத்தமான விஷயங்களுக்கு அடிபணிகிறார். யோசனையின்றி எல்லா வேண்டுகோள்களுக்கும் சரி என்று சொல்கிறார். கடைசி நிமிடத்தில் செயல்நடவடிக்கையில் இறங்குகிறார்.	**குறைவானவற்றுக்கான ஒழுங்கமைவுடன்கூடிய தேடல்** எவை முக்கியம் என்பதை அலசுவதற்காக நிதானிக்கிறார். அத்தியாவசியமானவற்றைத் தவிர அனைத்திற்கும் முடியாது என்று சொல்கிறார். செயல்நடவடிக்கையை எளிதாக்குவதற்காகத் தடைகளை அகற்றுகிறார்.
பெறுகிறார்	**திருப்தியற்ற வாழ்க்கை** அதிகமானவற்றை எடுத்துக் கொள்வதால் வேலை பாதிப்படைகிறது. கட்டுப்பாட்டை இழக்கிறோமோ என்ற உணர்வு ஏற்படுகிறது. சரியான காரியங்கள் செய்து முடிக்கப்பட்டுள்ளனவா என்ற சந்தேகம் ஏற்படுகிறது. திக்குமுக்காடல் உணர்வும் அதீதக் களைப்பும் ஏற்படுகின்றன.	**அர்த்தமுள்ள வாழ்க்கை** செம்மையாகச் செய்வதற்காகக் காரியங்களைத் தேர்ந்தெடுக்கிறார். எல்லாம் தன் கட்டுப்பாட்டில் இருப்பதாக உணர்கிறார். சரியான காரியங்களைச் செய்கிறார். பயணத்தில் மகிழ்ச்சியை அனுபவிக்கிறார்.

அத்தியாவசியவாதியின் பாதை புதிய வெற்றிகளையும் அர்த்தத்தையும் உள்ளடக்கியிருக்கிறது. இதில் அவர் வெறுமனே தன் இலக்கை அடைவதில்லை. கூடவே, அவர் தன்னுடைய பயணத்தையும் முழுமையாக இரசித்து மகிழ்கிறார். ஆனால், அவர் தன் பாதையில் பல தடைகளை எதிர்கொள்ள வேண்டி வரும். அது பலரையும் தடுமாற வைத்துவிடுகிறது.

அத்தியாவசியவாதியாக இல்லாதவரின் பாதை

கலிபோர்னியாவில் ஒரு குளிர்கால தினத்தில் நான் என் மனைவி அன்னாவைப் பார்ப்பதற்காக மருத்துவமனைக்குச் சென்றேன். மருத்துவமனையின் படுக்கையில்கூட அன்னா மிகவும் மலர்ச்சியுடன் இருந்தார். ஆனால் அவர் கடுமையான களைப்பில் இருக்க வேண்டும் என்பதை நான் அறிந்திருந்தேன். ஏனெனில், முந்தைய நாளன்றுதான் அவர் எங்களுடைய மகளைப் பெற்றெடுத்திருந்தார்.

என் வாழ்வின் மகிழ்ச்சியான நாட்களில் ஒன்றாக இருந்திருக்க வேண்டிய அந்த நாள் உண்மையில் பெரும் பதற்றத்தில் கழிந்தது. என்னுடைய அழகான, புத்தம்புதிய வரவு என் மனைவியின் கரங்களில் தவழ்ந்து கொண்டிருந்த அந்த வேளையில், நான் என்னுடைய அலைபேசியில் அலுவலக மின்னஞ்சல்களுக்கு உடனடியாகப் பதிலனுப்புவதில் மும்முரமாக இருந்தேன். ஒரு வாடிக்கையாளரைச் சந்தித்தே ஆக வேண்டிய ஓர் இக்கட்டான நிலை எனக்கு ஏற்பட்டிருந்தது. என் அலுவலக சகா எனக்கு அனுப்பியிருந்த மின்னஞ்சலில் இவ்வாறு குறிப்பிட்டிருந்தார்: "வெள்ளிக்கிழமை மதியம் 1-2 மணி, குழந்தை பெற்றுக் கொள்வதற்கு உகந்த நேரம் அல்ல. ஏனெனில், நம்முடைய வாடிக்கையாளர் ஒருவரை நீங்கள் அவசரமாகச் சந்தித்தாக வேண்டும். அதனால் உடனே புறப்பட்டு வாருங்கள்." அவர் அந்த மின்னஞ்சலை வேடிக்கையாக எழுதியிருந்தாலும் எனக்கு அழுத்தம் ஏற்பட்டிருந்ததை நான் உணர்ந்தேன்.

அப்போது என்ன செய்ய வேண்டும் என்பதை உள்ளுணர்வுரீதியாக நான் உணர்ந்திருந்தேன். அப்போது நான் இருந்தாக வேண்டிய இடம் என் மனைவி மற்றும் குழந்தைக்கு அருகே என்பது எனக்குத் தெளிவாகப் புலப்பட்டது. ஆனாலும், அலைபேசியில் என் சகா என்னிடம், "அந்த வாடிக்கையாளரைச் சந்திக்க நீங்கள் வருகிறீர்களா, இல்லையா?" என்று கேட்டபோது, நான் என் துணிச்சல்

அனைத்தையும் திரட்டிக் கொண்டு அவருக்கு இவ்வாறு பதிலளித்தேன்:

“சரி, வருகிறேன்.”

பிறந்து சில மணிநேரமே ஆகியிருந்த என் குழந்தையையும் என் மனைவியையும் பார்க்கச் செல்லாமல், நான் அந்தச் சந்திப்புக்கூட்டத்திற்குச் சென்றேன் என்பதை நான் அவமான உணர்வோடு சொல்லிக் கொள்கிறேன். “இப்படிப்பட்ட நேரத்தில்கூடத் தன்னைப் பார்க்க வந்ததற்கு அந்த வாடிக்கையாளர் உன்னைப் பெரிதாக மதிப்பார்,” என்று என் சகா என்னிடம் கூறினார். ஆனால், அந்த வாடிக்கையாளர் என்னைப் பார்த்தப் பார்வையில் மரியாதை எதுவும் வெளிப்படவில்லை. நான் என் சகாவைத் திருப்திப்படுத்துவதற்காக மட்டுமே ‘சரி’ என்று கூறியிருந்தேன். ஆனால், அதன் மூலம் நான் என் குடும்பத்தைக் காயப்படுத்தியிருந்தேன்.

இறுதியில் அந்தச் சந்திப்புக்கூட்டத்தினால் பெரிய விளைவு எதுவும் ஏற்படவில்லை. அதில் ஏதாவது உருப்படியாக நிகழ்ந்திருந்தால்கூட, அது ஒரு முட்டாளின் பேரமாகத்தான் இருந்திருக்கும். எல்லோரையும் திருப்திப்படுத்த முனைந்த காரணத்தால், எனக்கு எது முக்கியமோ அதை நான் கோட்டைவிட்டிருந்தேன்.

அந்நிகழ்வை நான் பின்னர் திரும்பிப் பார்த்தபோது, ஒரு முக்கியமான படிப்பினையை நான் கற்றுக் கொண்டேன். அது இதுதான்:

உங்கள் வாழ்க்கையில் உங்களுக்கு எவையெவை முக்கியம் என்று நீங்கள் முன்னுரிமைப்படுத்தவில்லை என்றால், வேறு யாரேனும் அதை உங்களுக்காகச் செய்துவிடுவார்.

பொதுவாக அறிவார்ந்தவர்களாக இருக்கின்ற நபர்கள், தங்களுடைய தனிப்பட்ட வாழ்க்கையிலும் சரி, தொழில்வாழ்க்கையிலும் சரி, தாங்கள் எடுக்கின்ற தீர்மானங்களை ஏன் எடுக்கிறார்கள் என்பது குறித்த என்னுடைய ஆர்வத்தை அந்த அனுபவம் மீண்டும் கிளறிவிட்டது. “நமக்குள் பொதிந்திருக்கின்ற உள்ளார்ந்த ஆற்றல்களை நாம் ஏன் முழுமையாகப் பயன்படுத்திக்

கொள்வதில்லை?", "அப்படிப் பயன்படுத்திக் கொள்வதற்கு நாம் எத்தகைய தேர்ந்தெடுப்புகளை மேற்கொள்ள வேண்டும்?" போன்ற கேள்விகள் என்னுள் எழுந்தன.

இக்கேள்விகளுக்கான விடைகளைத் தேடும் முயற்சியில் தீவிரமாகக் குதித்த நான், இங்கிலாந்தில் நான் படித்துக் கொண்டிருந்த சட்டப் படிப்பைப் பாதியில் நிறுத்தினேன். பின்னர் அங்குமிங்கும் அலைந்து திரிந்துவிட்டு, இறுதியில், கலிபோர்னியாவிலுள்ள ஸ்டான்ஃபோர்டு பல்கலைக்கழகத்தில் நான் என் பட்டப்படிப்பை முடித்தேன். அக்கேள்விகள், இரண்டு ஆண்டுகள் செலவழித்து என்னை ஒரு புத்தகத்தை எழுத வைத்தன. அதன் தலைப்பு: 'மல்டிபிளையர்ஸ்: தலைசிறந்த தலைவர்கள் மற்றவர்களை எப்படிப் புத்திசாலிகளாக ஆக்குகின்றனர்?' அக்கேள்விகள், சிலிக்கான் வேல்லியில் உத்தி மற்றும் தலைமைத்துவ நிறுவனம் ஒன்றைத் துவக்க என்னைத் தூண்டின. அந்நிறுவனத்தின் மூலமாக, பல பெருநிறுவனங்களின் உயரதிகாரிகள் அத்தியாவசியவாதப் பாதையில் அடியெடுத்து வைக்க நான் அவர்களுக்கு உதவிக் கொண்டிருக்கிறேன்.

என் வேலையின் ஊடாக, உலகெங்கும் எண்ணற்ற மக்கள் தங்களைச் சுற்றியுள்ள அழுத்தங்களால் திக்குமுக்காடிக் கொண்டிருப்பதை நான் கண்டிருக்கிறேன். வெற்றியாளர்களாக இருந்தும்கூட எண்ணற்ற வேலைகளைத் தங்கள் தலைகள்மீது இழுத்துப் போட்டுக் கொண்டு அவதிப்பட்டுக் கொண்டிருந்த பலர் அதிலிருந்து மீள்வதற்கு நான் வழிகாட்டியுள்ளேன். தங்களுடைய மேலாளர்களால் தங்களுடைய தலைகளில் கட்டப்படுகின்ற அனைத்து வேலைகளையும் செய்து கொண்டிருப்பவர்கள், அப்படிச் செய்ய வேண்டியதில்லை என்பதை நான் அவர்களுக்குப் புரிய வைத்துள்ளேன். புத்திசாலிகளாகவும் திறமைசாலிகளாகவும் விளங்குகின்ற எண்ணற்ற நபர்கள் ஏன் அத்தியாவசியமற்ற வேலைகளில் தங்களைத் தொலைத்துக் கொண்டிருக்கின்றனர் என்பதைப் புரிந்து கொள்ள நான் தீவிரமாக முயன்றேன்.

என் கண்டுபிடிப்புகள் எனக்குப் பெரும் வியப்பைக் கொடுத்தன.

ஒரு முறை நான் ஒரு நிர்வாக அதிகாரிக்கு வழிகாட்டும் பணியில் இறங்கினேன். அவர் தன் இளம் வயதிலேயே தொழில்நுட்பத் துறையில் சேர்ந்திருந்தார். அது அவருக்கு மிகவும் பிடித்துப் போயிற்று. அவருடைய ஆர்வம் மற்றும் துறைசார் அறிவின் காரணமாக அவருக்கு மேன்மேலும் அதிக வாய்ப்புகள் வந்து குவிந்தன. தன் வெற்றியை

அடுத்தடுத்த நிலைகளுக்கு எடுத்துச் செல்லும் ஆர்வத்தில் இருந்த அவர், அத்துறை சார்பான விஷயங்களைத் தொடர்ந்து கற்றார். அவர் தன் வேலையைப் பெரும் உற்சாகத்துடன் செய்து வந்தார். நான் அவரைச் சந்தித்திருந்த சமயத்தில், அனைத்தையும் கற்றுக் கொள்ள முனைந்த, எண்ணற்ற விஷயங்களைச் செய்து கொண்டிருந்த ஒரு நபராக அவர் ஆகியிருந்தார். அதன் விளைவாக, தனக்கு எவை முக்கியமானவை என்பதைப் பகுத்தறியும் ஆற்றலை அவர் இழந்திருந்தார். அவருக்கு எல்லாமே முக்கியமானவையாக இருந்தன. அவருடைய கவனம் பல திசைகளில் சிதறிக் கிடந்தது. அப்போதுதான், இந்நூலின் 15-வது பக்கத்தில் இருக்கும் படத்தில் இடப்பக்கத்தில் இடம் பெற்றுள்ளதை நான் அவருக்குக் காட்டினேன்.

அவர் அப்புகைப்படத்தை நீண்ட நேரம் மௌனமாகப் பார்த்துக் கொண்டிருந்தார். பின் அவர் என்னிடம், "இதுதான் என் வாழ்க்கைக் கதை!" என்று கூறினார். பிறகு நான் அவரிடம், வலப்பக்கத்தில் இருப்பதைக் காட்டி, "உங்களுடைய வேலையில் உச்சகட்டப் பங்களிப்பை அளிக்கக்கூடிய ஒரு விஷயத்தை உங்களால் கண்டுபிடிக்க முடிந்தால் என்ன நடக்கும்?" என்று கேட்டேன். அதற்கு அவர், "அதைக் கண்டுபிடிப்பதுதான் பிரச்சனையே!" என்று பதிலளித்தார்.

தங்களுடைய வேலையில் உச்சங்களை அடைய ஆசைப்படுகின்ற அறிவார்ந்த நபர்களுக்குக்கூட மேற்கண்ட கேள்விக்குப் பதிலளிப்பதில் சிரமம் இருக்கிறது. அதற்கு ஒரு காரணம், நம்முடைய சமுதாயத்தில், நாம் நல்ல நடத்தைக்காகத் (முடியாது என்று சொல்வது) தண்டிக்கப்படுவதும், அதே நேரத்தில், மோசமான நடத்தைக்காகப் (சரி என்று சொல்வது) பாராட்டப்படுவதும்தான். முதலிலுள்ள நடத்தை அக்கணத்தில் அசௌகரியமாக இருக்கும். இரண்டாவது நடவடிக்கை அக்கணத்தில் கொண்டாடப்படுவதாக இருக்கும். இது 'வெற்றியின் முரண்பாடு' என்று நான் அழைக்கின்ற ஒன்றுக்கு இட்டுச் செல்கிறது. அது கீழ்க்கண்ட நான்கு கட்டங்களை உள்ளடக்கியிருக்கிறது:

கட்டம் 1

நம் நோக்கம் குறித்தத் தெளிவு நம்மிடம் இருக்கின்றபோது, நாம் எடுத்துக் கொண்ட காரியத்தில் நாம் வெற்றியைப் பெற அது நமக்கு உதவுகிறது.

கட்டம் 2

நாம் வெற்றி பெறுகின்றபோது, ‘அவரிடம் சென்றால் அவர் நமக்கு வழிகாட்டுவார்’ என்ற பிம்பம் நமக்குக் கிடைக்கிறது. இது நமக்கு மேலும் அதிகமான வாய்ப்புகளை வழங்குகிறது.

கட்டம் 3

நமக்கு அதிகமான வாய்ப்புகள் கிடைக்கின்றபோது, அது நம்முடைய ஆற்றலையும் நேரத்தையும் வாரிச் சுருட்டிக் கொள்கிறது. நம்முடைய முயற்சிகள் சிதறடிக்கப்படுவதால் அவை மழுங்கடிக்கப்படுகின்றன.

கட்டம் 4

உச்சகட்டப் பங்களிப்பை அளிக்க வேண்டிய நிலையில் இருந்தாலும் நாம் பெரும் கவனச்சிதறலுக்கு ஆளாகிறோம். அதாவது, நம் வெற்றியின் விளைவு, முதலில் நம் வெற்றிக்கு வழிவகுத்திருந்த தெளிவையே மங்கலாக்குகிறது.

விநோதமாக, வெற்றிக்கான தீவிர முனைப்பு, தோல்விக்கான கிரியாவூக்கியாக மாறக்கூடும். வேறு வார்த்தைகளில் கூற வேண்டுமென்றால், வெற்றிக்கு எவை அத்தியாவசியமானவையாக விளங்கினவோ அவற்றின்மீதான நம்முடைய கவனக்குவிப்பு அந்த வெற்றியையே களவாடிவிடக்கூடும்.

நம்மைச் சுற்றி எல்லா இடங்களிலும் இதை நாம் பார்க்கிறோம். ஜிம் காலின்ஸ், ‘ஹௌ த மைட்டி ஃபால்’ என்ற நூலில், வெற்றி மேல் வெற்றியாகக் குவித்துக் கொண்டிருந்த பெருநிறுவனங்கள் வீழ்ந்தமைக்கான காரணங்கள் குறித்து அலசுகிறார். அவற்றில் பெரும்பாலானவற்றின் தோல்விக்குக் காரணம், அவை கட்டுப்பாடற்ற முறையில் மேலும் மேலும் அதிகமான விஷயங்களைச் செய்ய முயன்றதுதான் என்று ஜிம் கூறுகிறார். அது அந்த நிறுவனங்களுக்கும் பொருந்தும், அங்கு வேலை பார்த்துக் கொண்டிருப்பவர்களுக்கும் பொருந்தும். ஆனால் அவர்கள் ஏன் அப்படிச் செய்கின்றனர்?

அத்தியாவசியவாதிகளாக இல்லாதவர்கள் ஏன் எல்லா இடங்களிலும் பரவலாக இருக்கின்றனர்

அத்தியாவசியவாதியாக இல்லாத ஒருவரைப் பல காரணிகள் சேர்ந்து உருவாக்குகின்றன. அவற்றில் கீழ்க்கண்டவையும் அடங்கும்:

தேர்ந்தெடுப்பதற்கு அளவுக்கதிகமான வாய்ப்புகள்

கடந்த பத்தாண்டுகளில் நமக்குத் தேர்ந்தெடுப்பதற்கு இருக்கின்ற வாய்ப்புகளின் அளவு பிரம்மாண்டமாக அதிகரித்துள்ளது. அவற்றால், மிக மிக முக்கியமான விஷயங்கள்மீதான கவனத்தை நாம் இழந்துவிடுகிறோம்.

பீட்டர் டிரக்கர் இவ்வாறு கூறியிருக்கிறார்: "சில நூறு ஆண்டுகள் கழித்து, நம்முடைய காலத்திய வரலாறு ஒரு நீண்டகாலக் கண்ணோட்டத்திலிருந்து எழுதப்படும்போது, வரலாற்றியலாளர்களின் கண்களுக்கு, தொழில்நுட்பங்களோ, இணையமோ, அல்லது இணைய வர்த்தகமோ முக்கியமானவையாகத் தென்படப் போவதில்லை. மனிதர்களின் வாழ்க்கைச் சூழலில் முன்னெப்போதும் இருந்திராத அளவில் ஏற்பட்டுள்ள மாற்றங்கள்தாம் அவர்களுக்கு முக்கியமானவையாகப்படும். வரலாற்றில் முதன்முறையாக, எண்ணற்ற மக்களுக்கு, தேர்ந்தெடுப்பதற்கு ஏராளமான வாய்ப்புகள் இருக்கின்றன. அவற்றை அவர்கள் சீராகக் கையாண்டாக வேண்டும். ஆனால், சமுதாயம் அதற்குத் தன்னை இன்னும் தயார்படுத்திக் கொள்ளவில்லை."

தேர்ந்தெடுப்பதற்கான வாய்ப்புகள் நம்மால் சமாளிக்க முடிவதைவிட அதிக எண்ணிக்கையில் இருப்பதுதான் நாம் நம்மை இதற்குத் தயார்படுத்திக் கொள்ள முடியாமல் இருப்பதற்கான காரணம். நமக்கு எவை முக்கியம், எவை முக்கியமற்றவை என்பதை வடிகட்டுவதற்கான திறனை நாம் இழந்துவிட்டோம். உளவியலாளர்கள் இதைத் 'தீர்மானக் களைப்பு' என்று அழைக்கின்றனர். எவ்வளவு அதிகமான தேர்ந்தெடுப்புகளை மேற்கொள்ளும் கட்டாயத்திற்கு நாம் ஆளாகிறோமோ, தரமான தீர்மானங்களை எடுப்பதற்கான நம்முடைய திறன் அவ்வளவு அதிகமாக நலிவடைகிறது.

அதிகமானவற்றுக்கான கட்டுப்பாடற்றத் தேடல்

அளவுக்கதிகமான சமுதாய அழுத்தங்கள்

நாம் தேர்ந்தெடுப்பதற்கு இருக்கும் வாய்ப்புகளின் எண்ணிக்கை மட்டும் அதிகரித்திருக்கவில்லை. நம் தீர்மானங்கள்மீது தாக்கம் விளைவிக்கின்ற புற அம்சங்களின் எண்ணிக்கையும் வலுவும்கூட அதிகரித்திருக்கின்றன. நம்முடைய அதீதத் தொடர்பும் அளவுக்கதிகமான தகவல்களும் எந்த அளவுக்கு நம்மை பாதிக்கின்றன என்பதைப் பற்றி நிறையவே சொல்லப்பட்டும் எழுதப்பட்டும் இருக்கின்றன. ஆனால் இதில் பொதிந்துள்ள ஒரு பெரிய பிரச்சனை, நம்முடைய இந்த அதீதத் தொடர்பு வட்டம் சமுதாய அழுத்தத்தை வலுப்படுத்தியிருப்பதுதான். நாம் அளவுக்கதிகமான தகவல்களால் மட்டும் திணறிக் கொண்டிருக்கவில்லை, பிறர் நமக்கு அள்ளி வழங்குகின்ற அளவுக்கதிகமான அபிப்பிராயங்களாலும் நாம் திக்குமுக்காடிக் கொண்டிருக்கிறோம்.

'உங்களால் எண்ணற்றவற்றைச் செய்ய முடியும்' என்ற யோசனை

நம்மால் பலவற்றை நம் தலையில் இழுத்துப் போட்டுக் கொண்டு சமாளிக்க முடியும் என்ற யோசனை புதிதானது அல்ல. இந்தக் கட்டுக்கதை காலங்காலமாகவே நிலவி வந்துள்ளது. உலகில் இன்று கிட்டத்தட்ட அனைவருமே இதன் தாக்கத்திற்கு ஆளாகியுள்ளனர். அது விளம்பரங்கள் மூலமாக நம் மண்டைக்குள் திணிக்கப்படுகிறது. பெருநிறுவனங்களில் அது ஒரு மந்திரமாக ஓதப்படுகிறது. வேலை தேடுபவர்களிடம் அவசியம் இருக்க வேண்டிய திறனாக அது பிரகடனப்படுத்தப்படுகிறது. பல்கலைக்கழகங்களில் சேர்வதற்கான விண்ணப்பங்களில், மாணவர்களிடமிருந்து எதிர்பார்க்கப்படுகின்ற எக்கச்சக்கமான கல்விசாரா நடவடிக்கைகளின் வடிவில் அது இடம் பெற்றுள்ளது.

தெரிவுகளும் எதிர்பார்ப்புகளும் மலையென அதிகரித்துள்ள இந்தக் காலகட்டத்தில், இந்தக் கட்டுக்கதை எந்த அளவுக்குச் சேதம் விளைவிக்கவல்லது என்பதுதான் இங்குப் புதிது. ஏற்கனவே அதீத வேலையால் உழன்று கொண்டிருக்கின்ற, மன அழுத்தமிக்க நபர்கள் மேலும் மேலும் அதிகமான நடவடிக்கைகளைத் தங்களுடைய அன்றாட நடவடிக்கைகளோடு சேர்த்துக் கொள்ள இது

அவர்களைக் கட்டாயப்படுத்துகிறது. பெருநிறுவனங்கள் தம்முடைய ஊழியர்களிடம் வேலை/குடும்பச் சமநிலையின் முக்கியத்துவத்தைப் பற்றிப் பேசிக் கொண்டே, அவர்கள் ஆண்டு முழுவதும் தினமும் இருபத்து நான்கு மணிநேரமும் அலைபேசியில் தொடர்பு கொள்ளத்தக்கவர்களாக இருக்க வேண்டும் என்று எதிர்பார்க்கவும் செய்கின்றன. பத்து முன்னுரிமைகள்வரைகூட விவாதிப்பதற்கான சந்திப்புக்கூட்டங்களை ஏற்பாடு செய்கின்ற அளவுக்கு நிறுவனங்கள் செயல்பட்டுக் கொண்டிருக்கின்றன.

முன்னுரிமை என்ற வார்த்தை முதன்முதலாக 1400 ஆம் ஆண்டுவாக்கில் ஆங்கில மொழியில் அறிமுகப்படுத்தப்பட்டது. அப்போது அது ஓர் ஒருமை வார்த்தையாக இருந்தது. அதாவது, நீங்கள் செய்ய வேண்டிய முதல் செயல் என்ற பொருளில் அது பயன்படுத்தப்பட்டது. 1900 ஆம் ஆண்டுவாக்கில்தான் அந்த வார்த்தை பன்மையானதாக மாறி, முன்னுரிமைகள் என்ற சொல் புழக்கத்திற்கு வந்தது. இது அபத்தமானது. இப்போது நம்மிடம் முதலில் செய்யப்பட வேண்டிய பல முன்னுரிமைகள் இருக்கின்றன. மக்களும் நிறுவனங்களும் இதைத் தொடர்ந்து செய்து வருகின்றன. சில நிறுவனங்கள் தம்முடைய ஊழியர்களுக்கு முன்னுரிமை 1, முன்னுரிமை 2, முன்னுரிமை 3 என்று நிர்ணயிக்கின்றன. பல விஷயங்களுக்கு முன்னுரிமை கொடுக்கப்படுவதாக ஒரு பிம்பத்தை இது உருவாக்கினாலும், நடைமுறையில் இதற்கு அர்த்தம் எதுவுமில்லை.

நாம் நம்முடைய நேரத்தையும் ஆற்றலையும் எவற்றில் குவிக்க வேண்டும் என்பது குறித்துத் திட்டவட்டமாகத் தீர்மானிக்காவிட்டால், அதை நம்முடைய மேலதிகாரிகள், சகாக்கள், வாடிக்கையாளர்கள், இவ்வளவு ஏன், நம்முடைய குடும்ப உறுப்பினர்கள்கூடத் தீர்மானிப்பர். வெகுவிரைவில், நம் வாழ்வில் எவை அர்த்தமுள்ளவை, எவை முக்கியமானவை என்பது குறித்தப் பிரக்ஞையையே நாம் இழந்துவிடுவோம். ஒன்று, நாம் நம்முடைய தெரிவுகளைத் திட்டவட்டமான முறையில் தேர்ந்தெடுக்க வேண்டும். இல்லையெனில், பிறருடைய தாளத்திற்கு ஏற்ப நாம் ஆட வேண்டி வரும்.

ஆஸ்திரேலியாவில் புரோனி வேர் என்ற செவிலிப் பெண், இறக்கும் தருவாயில் இருந்த நபர்களுடன் அவர்களுடைய கடைசிப் பன்னிரண்டு வாரங்களைச் செலவிட்டு வந்தார். அவர்களுக்குத் தங்களுடைய வாழ்க்கையில் இருந்த மிகப் பெரிய பின்வருத்தம் எது என்று அவர்களிடம் புரோனி கேட்டார். பலரிடம் இருந்த முக்கியமான பின்வருத்தம்

இதுதான்: “பிறர் என்னிடம் எதிர்பார்த்த வாழ்க்கையை விடுத்து, எனக்கு நான் உண்மையாக நடந்து கொண்ட ஒரு வாழ்க்கையை வாழ்வதற்கான துணிச்சல் எனக்கு இருந்திருந்தால் நன்றாக இருந்திருக்கும்.”

இதை, சகட்டுமேனிக்கு எல்லாவற்றுக்கும் ‘முடியாது’ என்று சொல்வதன் மூலம் உங்களால் சாதிக்க முடியாது. அத்தியாவசியமற்ற விஷயங்களைத் திட்டமிட்ட முறையில் களைந்தெறிவதன் மூலமும், வெளிப்படையாகத் தெரிகின்ற நேர விரய நடவடிக்கைகளை ஒதுக்கித் தள்ளுவதன் மூலமும், நல்ல வாய்ப்புகள் சிலவற்றை உதறித் தள்ளுவதன் மூலமும் மட்டுமே அதை உங்களால் சாதிக்க முடியும்.

நீங்கள் உங்களுடைய ஆடை அலமாரியை ஒழுங்குபடுத்துவதைப் போன்ற விளைவை இப்புத்தகம் உங்களுடைய வாழ்க்கைக்குக் கொடுக்கும். நீங்கள் உங்களுடைய அலமாரியிலுள்ள ஆடைகளைச் சீராக ஒழுங்குபடுத்தி வைத்திருக்காவிட்டால், உங்களுக்குப் பிடித்த ஒரு சில உடைகளை மட்டுமே நீங்கள் திரும்பத் திரும்ப அணிந்து கொண்டிருப்பீர்கள். நீங்கள் அபூர்வமாக அணிகின்ற ஆடைகளால் உங்கள் அலமாரி நிரம்பி வழியும். அதனால், தேவையற்றவற்றை ஒழிக்க முடியாத நிலையிலும் நீங்கள் இருப்பீர்கள்.

அது நம்முடைய வாழ்க்கைக்கும் பொருந்தும். நாம் பல வேலைகளை ஒப்புக் கொள்கின்றபோதும் இதுதான் நிகழ்கிறது. இவற்றை ஒழுங்குமுறைப்படுத்துவதற்கு நாம் திட்டவட்டமான ஓர் அமைப்புமுறையை உருவாக்கிக் கொள்ளாவிட்டால், அவை என்றென்றும் நம் காலைச் சுற்றிக் கொண்டிருக்கும்.

ஓர் அத்தியாவசியவாதி தன்னுடைய ஆடைகள் வைக்கும் அலமாரியை எவ்வாறு அணுகுவார் என்று இப்போது பார்க்கலாம்:

1. ஆய்ந்தறிதல்

“இந்த உடையை நான் வருங்காலத்தில் என்றாவது ஒரு நாள் அணிவேனா?” என்ற கேள்வியைக் கேட்பதற்குப் பதிலாக, “எனக்கு இந்த உடை பிடித்திருக்கிறதா?”, “இதில் நான் நன்றாகத் தோற்றமளிக்கிறேனா?”, “இதை நான் அடிக்கடி அணிகிறேனா?” போன்ற கேள்விகளைக் கேட்க வேண்டும். ‘இல்லை’ என்பது அவற்றுக்கான பதிலாக வந்தால், அந்த ஆடையை நீங்கள் தூக்கி எறிந்துவிடலாம்.

வாழ்க்கை அல்லது வேலை என்று வருகின்றபோது, “இந்த நடவடிக்கை, நான் என்னுடைய இலக்கை அடைவதற்குப் பங்களிக்குமா?” என்ற கேள்வியை நீங்கள் கேட்க வேண்டும். அந்த நடவடிக்கைகள் எவை என்பதைக் கண்டறிய இந்நூலின் முதலாவது பகுதி உங்களுக்கு உதவும்.

2. களையெடுத்தல்

நீங்கள் உங்களுடைய ஆடைகளை ஆய்ந்தறிந்த பிறகு அவற்றை இரண்டு பகுதிகளாகப் பிரித்து வைத்திருக்கிறீர்கள் என்று வைத்துக் கொள்வோம். ஒன்று, நீங்கள் அணிவதற்கானவை. மற்றொன்று, பிறருக்குக் கொடுக்கப்பட வேண்டியவை அல்லது தூக்கியெறியப்பட வேண்டியவை. ஆனால், அவற்றைத் தூக்கியெறியவோ அல்லது பிறருக்குக் கொடுக்கவோ நீங்கள் உண்மையிலேயே தயாராக இருக்கிறீர்களா? அவற்றில் நாம் செய்துள்ள முதலீடு காரணமாக, அவை குறித்து நாம் கொண்டிருக்கின்ற மதிப்பீடு எப்போதும் பாரபட்சமானதாகவே இருக்கும் என்று ஆய்வுகள் தெரிவிக்கின்றன. நாம் சொந்தம் கொண்டாடுகின்ற பொருட்களின் உண்மையான விலைமதிப்பைவிட நாம் அவற்றை அதிகமாக மதிப்பிடுகிறோம். எனவே, அவற்றைத் தூக்கியெறிவது நமக்குக் கடினமாக இருக்கிறது. அப்படிப்பட்டச் சூழ்நிலைகளில், பின்வரும் கேள்வியை உங்களிடம் கேளுங்கள்: “இது ஏற்கனவே எனக்குச் சொந்தமாக இல்லையென்றால், இதை வாங்குவதற்கு இன்று நான் எவ்வளவு பணம் செலவழிக்கத் தயாராக இருப்பேன்?” இதற்கான பதில் உங்களுடைய தீர்மானத்தை எளிதாக்கிவிடும்.

அதாவது, எந்த நடவடிக்கைகள் நீங்கள் உங்களுடைய இலக்கை அடைவதற்குப் போதுமான பங்களிப்பை வழங்கவில்லை என்பதைத் தீர்மானிப்பதோடு நிறுத்திக் கொள்வதில் அர்த்தமில்லை. அவற்றை நீங்கள் உண்மையிலேயே நீக்கியாக வேண்டும். அவற்றை எவ்வாறு நீக்க வேண்டும் என்பதை இந்நூலின் இரண்டாம் பகுதி உங்களுக்குக் காட்டும்.

3. செயலாக்கம்

நீங்கள் இப்போது சீரமைத்துள்ள ஆடை அலமாரி எப்போதுமே நேர்த்தியாக இருக்க வேண்டும் என்றால், அதற்கு நீங்கள் ஓர் அமைப்புமுறையை உருவாக்க

வேண்டும். வேண்டாத ஆடைகளைப் போட்டு வைப்பதற்கு நீங்கள் ஒரு பையை வைத்திருக்க வேண்டும். ஆடைகளை நன்கொடையாகப் பெற்று, தேவைப்படுவோருக்கு அவற்றை இலவசமாக விநியோகிக்கின்ற அமைப்புகள் எங்கு இருக்கின்றன, அவை எப்போது திறந்திருக்கும் என்பன போன்ற விபரங்களை நீங்கள் அறிந்து வைத்திருக்க வேண்டும். அங்கே போவதற்கு நீங்கள் ஒரு குறிப்பிட்ட நேரத்தை ஒதுக்கிக் கொள்ள வேண்டும்.

இது உங்களுடைய அலுவலக நடவடிக்கைகளுக்கும் பொருந்தும். அப்படிப்பட்ட ஓர் அமைப்புமுறையை உருவாக்கிக் கொள்வது எப்படி என்பதை நீங்கள் இப்புத்தகத்திலிருந்து அறிந்து கொள்ளலாம்.

ஆனால், ஆடை அலமாரிக்கும் நம்முடைய அன்றாட வாழ்க்கைக்கும் ஏகப்பட்ட வித்தியாசங்கள் இருக்கின்றன. காலையில் நாம் அந்த அலமாரியில் போட்டு வைக்கின்ற ஆடைகள் அப்படியே இருக்கும். ஆனால், நடைமுறை வாழ்க்கையில், நம் நேரத்தை வேண்டுகின்ற நடவடிக்கைகள் புதிது புதிதாக முளைத்துக் கொண்டே இருக்கும். இப்படிக் கற்பனை செய்யுங்கள்: நீங்கள் தினந்தோறும் காலையில் உங்களுடைய ஆடை அலமாரியை நேர்த்தியாக அடுக்கி வைத்துவிடுகிறீர்கள். ஆனால், மதியம் அதைத் திறந்து பார்க்கின்றபோது, அது முழுக்க முழுக்க ஆடைகளால் நிரம்பியுள்ளதை நீங்கள் காண்கிறீர்கள். அப்போது உங்களுடைய மனநிலை எப்படி இருக்கும் என்று யோசித்துப் பாருங்கள். ஆனால், துரதிர்ஷ்டவசமாக, நம்மில் பெரும்பாலானோரின் வாழ்க்கை இப்படித்தான் இருக்கிறது. காலையில் நீங்கள் உங்கள் வேலையை, நீங்கள் ஏற்கனவே திட்டமிட்டுள்ள விதத்தில் துவக்குகிறீர்கள். ஆனால், நண்பகலுக்குள் ஏகப்பட்டப் புதிய வேலைகள் முளைத்து, நீங்கள் திட்டமிட்டிருந்தபடி எதையும் செய்ய முடியாமல் செய்துவிடுகின்றன. அல்லது, ஒரு நாளில் செய்து முடிக்கப்பட வேண்டிய வேலைகளின் பட்டியலில் இடம் பெற்றுள்ள முதல் வேலையோடு நீங்கள் உங்கள் நாளைத் துவக்குகிறீர்கள். ஆனால், மாலை ஐந்து மணி ஆகும்போது, அந்தப் பட்டியல் காலையில் இருந்ததைவிட நீளமாக ஆகிவிட்டிருப்பதைப் பார்த்து நீங்கள் வியக்கிறீர்கள். நீங்கள் உங்களுடைய வார இறுதியை உங்களுடைய குடும்பத்தாரோடு சேர்ந்து அமைதியாகக் கழிக்கத் திட்டமிட்டிருக்கிறீர்கள். ஆனால், சனிக்கிழமை காலையில் திடீரென்று பல புதிய வேலைகள் முளைப்பதையும், எதிர்பாராத பிரச்சனைகள்

உருவாகியிருப்பதையும் கண்டு நீங்கள் மலைக்கிறீர்கள். மனம் தளர வேண்டாம். இதிலிருந்து மீள்வதற்கு ஒரு வழி இருக்கிறது.

நம்முடைய வாழ்க்கையை நேர்த்தியாகக் கையாள்வதற்குத் தேவையான ஓர் அமைப்புமுறையை உருவாக்கிக் கொள்வதற்கு அத்தியாவசியவாதம் உங்களுக்கு உதவும். ஆண்டுக்கு ஒரு முறையோ, மாதத்திற்கு ஒரு முறையோ, அல்லது வாரத்திற்கு ஒரு முறையோ மேற்கொள்ளப்பட வேண்டிய ஒரு செயல்முறை அல்ல இது. ஒரு விஷயத்திற்குச் 'சரி' என்று சொல்ல வேண்டுமா அல்லது 'முடியாது' என்று சொல்ல வேண்டுமா என்ற தீர்மானத்தை நீங்கள் எடுக்க வேண்டியிருக்கின்ற ஒவ்வொரு முறையும் நீங்கள் பின்பற்ற வேண்டிய ஒரு செயல்முறை இது. ஏராளமான நல்ல விஷயங்களுக்கும் ஒரு சில சிறப்பான விஷயங்களுக்கும் இடையே எவற்றைத் தேர்ந்தெடுக்க வேண்டும் என்பது குறித்தக் கடினமான தீர்மானத்தை எடுப்பதற்கான ஓர் அமைப்புமுறை இது.

உங்களுடைய வாழ்க்கையைப் பிறருடைய எதிர்பார்ப்புகளின்படி வாழாமல், உங்களுக்கு உண்மையாக இருக்கின்ற விதத்தில் வாழ்வது எப்படி என்பதை இப்புத்தகம் உங்களுக்குக் காட்டும். தனிப்பட்ட வாழ்க்கையிலும் சரி, தொழில்வாழ்க்கையிலும் சரி, அதிக ஆற்றலுடனும் அதிகச் செயல்திறனுடனும் வாழ்வதற்கான ஒரு வழிமுறையை இது உங்களுக்கு வகுத்துக் கொடுக்கும். அது இப்படித்தான்:

நான்கு பகுதிகள்

இந்நூல் நான்கு பகுதிகளாகப் பிரிக்கப்பட்டுள்ளது. முதல் பகுதி, அத்தியாவசியவாதியின் அடிப்படை மனநிலையைப் பற்றி விவரிக்கிறது. மற்ற மூன்று பகுதிகளும் அந்த மனநிலையை ஒரு திட்டவட்டமான செயல்முறையாக மாற்றுவதற்கான வழிமுறைகளைக் கற்றுக் கொடுக்கின்றன. அப்பகுதிகள் பற்றிய சுருக்கமான விபரங்கள் இதோ:

1. சாரம்:

அத்தியாவசியவாதியின் அடிப்படைச் சிந்தனையைச் சாத்தியமாக்குகின்ற மூன்று அம்சங்கள் இதில் குறிப்பிடப்படுகின்றன. அவை ஒவ்வொன்றும் தனித்தனி அத்தியாயங்களில் விவரிக்கப்படுகின்றன.

2 தேர்ந்தெடுப்பு:

நாம் நம்முடைய நேரத்தையும் ஆற்றலையும் எப்படிச் செலவழிக்க விரும்புகிறோம் என்பதை நம்மால் தேர்ந்தெடுக்க முடியும். தேர்ந்தெடுப்பதற்கு வழியில்லாவிட்டால், சமரசப் பதிலீடு என்ற பேச்சுக்கே இடமிருக்காது.

3 தெளிந்தறிவு:

பெரும்பாலானவை வெறும் வெற்றுவேட்டுகளாக இருப்பதால், எது இருப்பதிலேயே மிகவும் முக்கியம் என்பதைக் கண்டறிய நேரம் செலவழிப்பதில் தவறில்லை.

4 சமரசப் பதிலீடு:

எல்லாவற்றையும் நம்மால் செய்ய முடியாது. இதை நாம் புரிந்து கொள்கின்றபோது, “இவற்றில் எந்தப் பிரச்சனையை நான் முதலில் தீர்க்க விரும்புகிறேன்?” என்ற கேள்வியை நாம் கேட்கத் தொடங்குகிறோம்.

இந்த அம்சங்களைப் புரிந்து கொள்கின்றபோதுதான் நம்மால் ஓர் அத்தியாவசியவாதியைப்போலச் சிந்திக்கத் தொடங்க முடியும். இவற்றைப் புரிந்து கொண்ட பிறகு, அதற்குப் பின் வரும் அத்தியாயங்களில் குறிப்பிடப்பட்டுள்ள செயல்முறைகளைப் பின்பற்றுவது எளிதாக இருக்கும். அந்த அமைப்புமுறை கீழ்க்கண்ட மூன்று படிகளை உள்ளடக்கியிருக்கிறது.

1. ஆய்ந்தறிதல்: முக்கியமானவற்றிலிருந்து அற்ப விஷயங்களைப் பகுத்துணர்தல்

ஓர் அத்தியாவசியவாதி, ஓர் அத்தியாவசியவாதியாக இல்லாதிருப்பவரைவிட அதிகமான வாய்ப்புகளை அலசுகிறார் என்பது ஒரு நகைமுரண்தான். அத்தியாவசியவாதியாக இல்லாதிருப்பவர் அலசல்கள் எதிலும் ஈடுபடாமல் எல்லாவற்றையும் ஏற்றுக் கொள்கிறார். ஆனால், அத்தியாவசியவாதிகள், ஏகப்பட்டச் சாத்தியக்கூறுகளை ஆராய்ந்து, அவற்றிலிருந்து சிலவற்றைத் தேர்ந்தெடுக்கின்றனர். அதற்குக் காரணம், தாங்கள் சரியானவற்றைத் தேர்ந்தெடுக்க வேண்டும் என்ற அவர்களுடைய நோக்கம்தான்.

விரக்தியின் உச்சகட்டம்

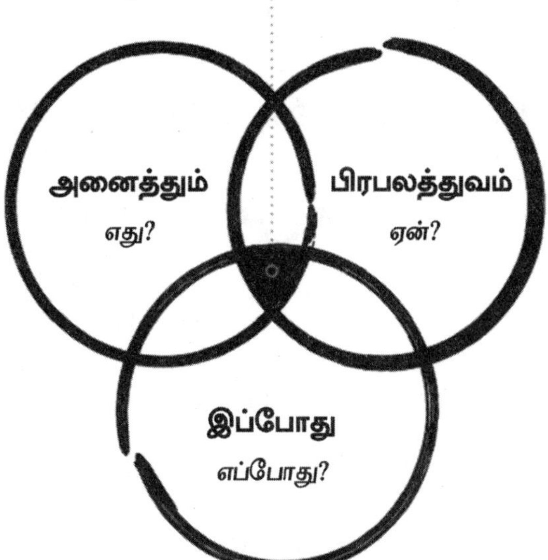

தேடுதலுக்கான நிபந்தனைகளை நாம் கடினமாக்கும்போது, நம்முடைய மூளை இன்னும் சிறப்பாக வேலை செய்யும். கூகுளில் நாம் 'ஒரு நல்ல வாய்ப்பு' என்று தேடினால், ஆயிரக்கணக்கான பக்கங்கள் வந்து விழும். இதற்குப் பதிலாக, இந்த மூன்று கேள்விகளை உள்ளடக்கிய ஒரு கூரிய தேர்ந்தெடுப்பை நம்மால் மேற்கொள்ள முடியும்: "எது எனக்கு ஆழமான உத்வேகத்தைக் கொடுக்கிறது?", "நான் குறிப்பாக எதில் திறமைசாலியாக இருக்கிறேன்?", மற்றும் "இந்த உலகின் முக்கியமான தேவையை ஈடுகட்டுகின்ற விஷயம் எது?" இப்போது நமக்கு அதிகமான பக்கங்கள் கிடைக்காது. ஆனால், இந்தச் சோதனையின் நோக்கமே அதுதானே? செய்வதற்கு ஏகப்பட்ட நல்ல விஷயங்களை நாம் தேடிக் கொண்டிருக்கவில்லை. மாறாக, சரியான நேரத்தில், சரியான விஷயங்களை, சரியான வழியில் செய்வது எப்படி என்பதைத்தான் நாம் தேடிக் கொண்டிருக்கிறோம்.

அத்தியாவசியவாதிகள், அலசுதல், கவனித்தல், விவாதித்தல், கேள்வி கேட்டல், சிந்தித்தல் போன்றவற்றில் அதிக நேரம் செலவிடுகின்றனர். ஆனால் அவர்கள் வெறுமனே

தேடுவதற்காகத் தேடிக் கொண்டிருப்பதில்லை. மாறாக, நிறைய விஷயங்களை வடிகட்டி, மிகக் குறைவானவற்றைத் தேர்ந்தெடுப்பதற்காகவே அவர்கள் தேடுகின்றனர்.

பங்களிப்பின் உச்சகட்டம்

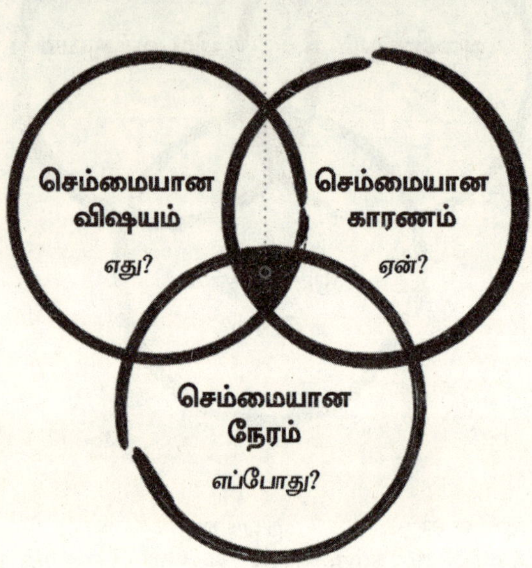

2. களையெடுப்பு: அற்ப விஷயங்களைக் கண்டறிந்து நீக்குதல்

அத்தியாவசியமற்றவற்றை நீக்குவதற்கு நீங்கள் யாரோ ஒருவரிடம் 'முடியாது' என்று சொல்ல வேண்டியிருக்கும். அதாவது, சமுதாய எதிர்பார்ப்புக்கு எதிராக நீங்கள் நடந்து கொள்ள வேண்டியிருக்கும். அதற்குத் துணிச்சலும் மனிதாபிமானமும் வேண்டும். ஆகவே, அத்தியாவசியமற்றவற்றை நீக்குவது என்பது வெறுமனே மனக்கட்டுப்பாட்டோடு மட்டும் தொடர்புடையது அல்ல. சமுதாய அழுத்தத்தை மீறுவதற்கு உணர்ச்சிரீதியான கட்டுப்பாடும் வேண்டும். இதை நாம் இப்புத்தகத்தின் இந்தப் பகுதியில் பார்க்கலாம்.

நம்மால் எல்லாவற்றையும் செய்ய முடியாது என்பதை நாம் புரிந்து கொண்டுள்ளோம். அப்படியானால், நம் முன் வைக்கப்படுகின்ற விஷயங்களில் சிலவற்றை நாம் தேர்ந்தெடுக்க வேண்டும். ஆனால், நாம் எதைச் செய்ய வேண்டும், எதைச் செய்யக்கூடாது என்பதை யார் தீர்மானிக்கிறார்கள் என்பதுதான் இங்கு முக்கியம். அதற்கான உரிமையை நாம் அடகு வைக்கின்றபோது, உங்களுக்காக வேறு யாரோ ஒருவர் அதைச் செய்வார். அதனால், ஒன்று, நாம் எதைச் செய்ய வேண்டும் என்பதை நாமே திட்டமிட்ட முறையில் தேர்ந்தெடுக்க வேண்டும். இல்லையெனில், மற்றவர்கள் இழுக்கின்ற இழுப்புக்கு ஏற்ப நாம் செல்ல வேண்டியிருக்கும்.

அத்தியாவசியமற்றவற்றை நீக்குவதற்கான வழிமுறைகளை இப்பகுதி விவரிக்கிறது. அத்தியாவசியமற்றவற்றை நாம் நீக்கும்போது, நமக்கு அத்தியாவசியமாகப் படுகின்ற விஷயங்களைச் செய்வதற்குப் போதுமான நேரம் நமக்குக் கிடைக்கும். அப்போதுதான் நம்மால் அதிக முயற்சியின்றிச் செயல்நடவடிக்கைகளில் இறங்க முடியும்.

(இதைத் தொடர்ந்து செய்து கொண்டிருங்கள்!)

3. செயலாக்கம்: முக்கியமானவற்றைச் சிரமப்படாமல் செய்தல்

நம்முடைய இலக்கு, அலுவலகத்தில் ஒரு வேலைத்திட்டத்தைச் செய்து முடிப்பது, ஒரு புதிய வேலை தேடுவது அல்லது ஒரு பதவி உயர்வு பெறுவது, வீட்டில் ஒரு பிறந்தநாள் விழா கொண்டாடுவது போன்ற எதுவாக வேண்டுமானாலும் இருக்கலாம். ஆனால், அவற்றை நிறைவேற்றுவது கடினம் என்றும், அதில் நிறைய உராய்வுகள் ஏற்படலாம் என்றும் நாம் நினைத்துக் கொள்கிறோம். ஆனால், அத்தியாவசியவாதிகளின் அணுகுமுறை வித்தியாசமானது. தாங்கள் தேர்ந்தெடுத்துள்ள சிலவற்றை மட்டுமே மேற்கொள்வதன் வாயிலாக மிச்சப்படுகின்ற நேரத்தை, தடைகளைத் தகர்த்தெறியவும், செயல்படுத்துதலைச் சுலபமாக்கவும் ஓர் அமைப்புமுறையை உருவாக்குவதில் அவர்கள் செலவழிப்பர்.

ஆய்ந்தறிதல், களையெடுப்பு, செயலாக்கம் ஆகிய மூன்றும் ஒன்றோடொன்று பிணைந்துள்ளன. அவற்றை நாம் தொடர்ந்து பயன்படுத்தி வரும்போது, நம்மால் பெரும் பலன்களை அறுவடை செய்ய முடியும்.

இதற்கான வேளை வந்துள்ளது

பிரெஞ்சு நாவலாசிரியரான விக்டர் ஹியூகோ, "மெய்யாவதற்கான வேளை வந்துவிட்டிருக்கின்ற யோசனையைவிடவும் அதிக ஆற்றல்மிக்க ஒன்று கிடையவே கிடையாது," என்று கூறியுள்ளார். அத்தியாவசியவாதம் அப்படிப்பட்ட ஒன்று என்று நான் நம்புகிறேன்.

நாம் எதைச் செய்ய வேண்டும் என்று தேர்ந்தெடுப்பதற்கு நமக்கு நாமே அனுமதி அளித்துக் கொள்கின்றபோது, எல்லாமே மாறிவிடுகிறது. நம்முடைய வாழ்க்கையின் அடுத்தக் கட்டச் சாதனையை நிகழ்த்த நாம் உடனே தயாராகிவிடுகிறோம். நம்மால் அத்தியாவசியமற்றவற்றை நீக்கிவிட முடியும், இனியும் நாம் மற்றவர்களின் கைப்பாவைகள் அல்லர், நம்மால் நமக்குப் பிடித்தமானவற்றைத் தேர்ந்தெடுக்க முடியும் போன்றவற்றைப் புரிந்து கொள்வது நமக்கு அளவிடற்கரிய சுதந்திரத்தை வழங்குகிறது.

பகுதி 1

சாரம்

அத்தியாவசியவாதியின் அடிப்படை மனநிலை

அத்தியாவசியவாதம், கூடுதலாக இன்னுமொரு செயலைச் செய்வதற்கான ஒரு வழி அல்ல. எல்லாவற்றையும் வித்தியாசமான முறையில் செய்வதைப் பற்றியது இது. அது ஒரு சிந்தனைமுறை. ஆனால் இதை அகவயப்படுத்திக் கொள்வது அவ்வளவு எளிதல்ல. ஏனெனில், சில யோசனைகளும், அந்த யோசனைகளை முன்மொழிகின்ற மக்களும், அத்தியாவசியமற்ற விஷயங்கள் குறித்தத் தர்க்கத்தின் பக்கம் நம்மைக் கவர்ந்திழுப்பர். இப்பகுதியில் மூன்று அத்தியாயங்கள் இருக்கின்றன. அவை, அத்தியாவசியமற்ற விஷயங்களின் தர்க்கவாதம் எவ்வளவு தவறானது என்பதை நிரூபித்து, அவற்றின் இடத்தில் அத்தியாவசியவாத அம்சங்களை அரியணை ஏற்றுகின்றன.

நாம் அத்தியாவசியவாதியின் வாழ்க்கைமுறையைப் பின்பற்ற வேண்டுமென்றால், நம்முள் ஆழமாக ஊறிப் போயுள்ள மூன்று அனுமானங்களை நாம் வெற்றி கொண்டாக வேண்டும்: *(1)* “நான் இதைச் செய்தே ஆக வேண்டும்,” *(2)* “இவை அனைத்தும் முக்கியம்,” மற்றும் *(3)* “இவை அனைத்தையும் என்னால் செய்ய முடியும்.” இந்த மூன்று அம்சங்களும் ஆபத்தானவை. இவை நம்மை ஒரு புதைகுழிக்குள் இழுத்துத் தள்ளிவிடும்.

அத்தியாவசியவாதத்தின் சாரத்தை நாம் சுவீகரித்துக் கொள்ள வேண்டுமென்றால், இந்த மூன்று அனுமானங்களை, மூன்று அத்தியாவசியவாத அடிப்படை உண்மைகளைக் கொண்டு இட்டு நிரப்ப வேண்டும்: *(1)* “எனக்கு வேண்டியதை நான் தேர்ந்தெடுக்கிறேன்,” *(2)* “ஒரு சில விஷயங்களே முக்கியமானவை,” மற்றும்

(3) "என்னால் எதை வேண்டுமானாலும் செய்ய முடியும், ஆனால் எல்லாவற்றையும் செய்ய முடியாது." இவை நம்மை விடுவித்து, நமக்கு உண்மையிலேயே எவை முக்கியமானவையோ அவற்றைத் தேட நம்மை ஊக்குவிக்கும். நாம் ஈடுபடுகின்ற விஷயங்களில் நாம் உச்சகட்டப் பங்களிப்பை அளிக்க இவை நம்மைத் தூண்டும்.

அத்தியாவசியமற்ற விஷயங்களின் அபத்தங்களில் இருந்து நம்மை விடுவித்துக் கொண்டு, அத்தியாவசியவாதத்தின் அடிப்படைப் பண்புகளைக் கொண்டு நாம் அவற்றை இட்டு நிரப்பும்போது, அத்தியாவசியவாதத்தின் வழியைப் பின்பற்றுவது நமக்கு இயல்பான ஒன்றாக ஆகிவிடும்.

அத்தியாயம் 2

தேர்ந்தெடுப்பு

தேர்ந்தெடுப்பின் தகர்க்கப்பட முடியாத ஆற்றல்

"தேர்ந்தெடுப்பதற்கான திறன்தான் நம்மை மனிதர்களாக்குகிறது."

- மேடலின் எல்'எங்கில்

அப்போது நான் வானுயர்ந்த கட்டடம் ஒன்றின் வரவேற்பறையில் உட்கார்ந்து கொண்டு, என் கையிலிருந்த ஒரு துண்டுக் காகிதத்தை வெறித்துப் பார்த்துக் கொண்டிருந்தேன். அது மாலை நேரம் என்பதால், அங்கு வேலை பார்த்துக் கொண்டிருந்தவர்கள் அக்கட்டடத்திலிருந்து வெளியேறிக் கொண்டிருந்தனர். என் கையிலிருந்த காகிதத்தில் ஒரு சில வார்த்தைகளும் சில அம்புக்குறிகளும் கிறுக்கப்பட்டிருந்தன. என் வாழ்க்கையை வைத்துக் கொண்டு நான் அப்போது என்ன செய்ய விரும்பினேன் என்பது குறித்து இருபது நிமிடங்கள் நான் என் மூளையைக் கசக்கிக் கொண்டதன் விளைவு அது. நான் அக்காகிதத்தைப் பார்த்தபோது, அதில் இடம் பெறாமலிருந்த ஒரு விஷயம்தான் என்னைத் தூக்கிவாரிப் போட்டது. சட்டக் கல்லூரிப் படிப்பு அதில் இடம் பெற்றிருக்கவில்லை. அது என் கவனத்தைக் கவர்ந்தது. ஏனெனில், அப்போது நான் இங்கிலாந்தில் முதலாமாண்டு சட்டப் படிப்பு படித்துக் கொண்டிருந்தேன்.

நான் சட்டக் கல்லூரியில் சேர்ந்ததற்குக் காரணம்,

அது 'பல கதவுகளைத் திறக்கும்' என்று எனக்கு மீண்டும் மீண்டும் அறிவுறுத்தப்பட்டிருந்ததுதான். நான் சட்டம் படித்தால் என்னால் ஒரு வழக்கறிஞராகத் தொழில் புரிய முடியும், சட்டத்தைப் பற்றி என்னால் எழுத முடியும், சட்டத்தை என்னால் கற்றுக் கொடுக்க முடியும், ஒரு சட்ட ஆலோசகராகத் திகழ முடியும். மொத்தத்தில், உலகமே என்னுடைய அரங்கமாகிவிடும். இந்த ரீதியில் வாதங்கள் முன்வைக்கப்பட்டன. ஆனால், நான் சட்டக் கல்லூரியில் நுழைந்ததிலிருந்தே, இவற்றில் ஒன்றைத் தேர்ந்தெடுத்து அதில் என் கவனத்தைக் குவிக்காமல், இவை அனைத்தையும் மனத்தில் வைத்துச் செயல்பட்டேன். நான் பகல் முழுவதும் சட்டப் புத்தகங்களைப் படித்தேன், இரவில் மேலாண்மை தொடர்பான புத்தகங்களைப் படித்தேன். கிடைத்த நேரங்களில் நான் எழுதினேன். ஒரே நேரத்தில் பல விஷயங்களில் முதலீடு செய்கின்ற வழமையான உத்திதான் அது. இவை எதிலும் நான் தோற்றுக் கொண்டிருக்கவில்லை என்றாலும், எதிலும் பெரிய அளவுக்கு நான் வெற்றி பெறவில்லை. விரைவில், இவை அனைத்திலும் அப்படியென்ன பெரிதாக இருக்கிறது என்ற யோசனை எனக்குள் துளிர்விட்டது.

இந்தக் குழப்பச் சிந்தனைக்கு நடுவே, தன்னுடைய திருமணத்திற்கு வருமாறு என்னுடைய அமெரிக்க நண்பன் ஒருவனிடமிருந்து எனக்கு ஒரு தொலைபேசி அழைப்பு வந்தது. அழைப்போடு நிற்காமல், அவன் எனக்கு ஒரு விமானப் பயணச்சீட்டையும் வாங்கி அனுப்பியிருந்தான். அதனால் நான் அவனுடைய அழைப்பை ஏற்று அமெரிக்காவுக்குப் பயணமானேன். அங்கு எனக்கு ஓர் எதிர்பாராத சாகசம் காத்துக் கொண்டிருந்தது அப்போது எனக்குத் தெரியாது.

நான் அமெரிக்காவில் இருந்தபோது, எனக்குச் சந்தர்ப்பம் கிடைத்தபோதெல்லாம் கல்வி ஆசிரியர்களையும் எழுத்தாளர்களையும் நான் சந்தித்தேன். அப்படி நான் சந்தித்தவர்களில் ஒருவர், இலாப நோக்கற்றுச் செயல்பட்டுக் கொண்டிருந்த கல்விக் குழுமம் ஒன்றின் நிர்வாக அதிகாரியாகப் பணியாற்றிக் கொண்டிருந்தார். நான் அவருடைய அலுவலகத்தைவிட்டு வெளியேறிக் கொண்டிருந்தபோது, போகிற போக்கில், "நீங்கள் அமெரிக்காவில் தங்கியிருக்க முடிவு செய்தால், எங்களுடைய நிறுவனத்தின் ஆலோசனைக் குழுவில் சேர்ந்து கொள்ளுங்கள்," என்று கூறினார்.

அவருடைய அந்தக் கூற்றில் இருந்த ஒரு குறிப்பிட்ட அம்சம் என் ஆர்வத்தைக் கிளர்ந்தெழச் செய்தது. அது அவருடைய அந்தக் கேள்வி அல்ல. நான் தேர்ந்தெடுப்பதற்கு

அங்கு ஒரு வாய்ப்பு இருந்தது என்ற அனுமானம்தான் அது: "நீங்கள் அமெரிக்காவில் தங்கியிருக்க முடிவு செய்தால் . . ." தேர்ந்தெடுப்பதற்கு எனக்கு அப்படி ஒரு வாய்ப்பு இருந்ததை அவர் கண்ணுற்றார். அது என்னை ஆழமாகச் சிந்திக்க வைத்தது.

நான் அவருடைய அலுவலகத்தைவிட்டு வெளியேறி, அந்தக் கட்டடத்தின் தரைத் தளத்தில் இருந்த வரவேற்பறைக்கு வந்தேன். வரவேற்பாளரிடம் ஒரு காகிதத்தை வாங்கிக் கொண்டு அங்கிருந்த ஒரு நாற்காலியில் அமர்ந்து, "இப்போது என்னுடைய வாழ்க்கையில் நான் ஒரே ஒரு காரியத்தை மட்டும் செய்வதாக இருந்தால், அது எதுவாக இருக்கும்?" என்று நான் அக்காகிதத்தில் எழுதினேன்.

அதற்கு நான் எழுதியிருந்த விடையில்தான் என்னுடைய சட்டக் கல்லூரிப் படிப்பு இடம் பெறவில்லை.

சட்டம் படிக்காமல் இருப்பதை என்னால் தேர்ந்தெடுக்க முடியும் என்பது தர்க்கரீதியாகச் சாத்தியம் என்பதை நான் அறிந்திருந்தபோதிலும், உணர்ச்சிரீதியாக, அது சாத்தியம் என்று நான் ஒருபோதும் நினைத்திருக்கவில்லை. தேர்ந்தெடுப்பதற்கான என்னுடைய உரிமையைத் தியாகம் செய்ததன் மூலம், நான் உண்மையில் ஒன்றைத் தேர்ந்தெடுத்திருந்தேன் – மோசமான ஒன்றை! அதாவது, 'சட்டப் படிப்பை நிராகரித்தல்' என்ற தேர்ந்தெடுப்பை நான் மேற்கொள்ளாமல் இருந்ததன் மூலம் நான் சட்டப் படிப்பைத் தேர்ந்தெடுத்திருந்தேன். நான் சட்டக் கல்லூரியில் இருக்க விரும்பியதன் காரணமாக நான் அங்கு இருக்கவில்லை. மாறாக, அதை வேண்டாம் என்று சொல்லாமல் போனதால்தான் நான் அங்கு இருந்தேன்.

ஒரு சில வாரங்களில் நான் சட்டப் படிப்பை நிறுத்திவிட்டு, ஓர் ஆசிரியராகவோ அல்லது ஓர் எழுத்தாளராகவோ ஆக வேண்டும் என்ற முடிவோடு அமெரிக்காவுக்குப் பயணமானேன். என்னுடைய அந்தத் தேர்ந்தெடுப்பின் காரணமாகத்தான் நீங்கள் இப்போது இந்த நூலைப் படித்துக் கொண்டிருக்கிறீர்கள்.

அந்தக் குறிப்பிட்டத் தேர்ந்தெடுப்பு என் வாழ்வின் போக்கில் ஏற்படுத்தியிருந்த தாக்கத்தைவிட, தேர்ந்தெடுப்பு குறித்து நான் கொண்டிருந்த கண்ணோட்டத்தில் அது ஏற்படுத்தியிருந்த தாக்கத்தையே நான் பெரிதாக மதித்தேன். நாம் பொதுவாகத் தேர்ந்தெடுப்பை ஒரு விஷயமாகக் கருதுவோம். ஆனால், தேர்ந்தெடுப்பு ஒரு விஷயம் அல்ல. நம் முன் இருக்கின்ற சாத்தியக்கூறுகள் வேண்டுமானால்

விஷயங்களாக இருக்கலாம். ஆனால், தேர்ந்தெடுப்பு என்பது ஒரு நடவடிக்கை. அது நம்மிடம் இருக்கும் ஒன்றல்ல. மாறாக, நாம் செய்கின்ற ஒன்று. நம் முன்னே இருக்கின்ற சாத்தியக்கூறுகள்மீது நமக்கு எப்போதும் கட்டுப்பாடு இல்லாமல் இருக்கலாம் என்றாலும், அவற்றில் ஒன்றை அல்லது ஒன்றுக்கு மேற்பட்டவற்றைத் தேர்ந்தெடுப்பதற்கான சுதந்திரம் நமக்கு இருக்கிறது என்ற ஆசுவாசமளிக்கின்ற புரிதலை இந்த அனுபவம் எனக்குக் கொடுத்தது.

தேர்ந்தெடுப்பதற்கான வாய்ப்பு உண்மையிலேயே உங்களுக்கு இல்லை என்று நீங்கள் நம்பியதால் நீங்கள் ஓரிடத்தில் சிக்கிக் கிடந்ததுபோல நீங்கள் எப்போதேனும் உணர்ந்திருக்கிறீர்களா? ஒரு புறம், "என்னால் இதைச் செய்ய முடியாது," "இதை நான் செய்தே ஆக வேண்டும்," ஆகிய, ஒன்றுக்கொன்று முரண்பட்ட இரண்டு நம்பிக்கைகளைக் கொண்டிருப்பதன் காரணமாக ஏற்படுகின்ற மன அழுத்தத்தை நீங்கள் எப்போதாவது உணர்ந்திருக்கிறீர்களா? தேர்ந்தெடுப்பதற்கான உங்களுடைய உரிமையைக் கொஞ்சம் கொஞ்சமாக விட்டுக்கொடுத்து விட்டுக்கொடுத்து, இறுதியில், பிறர் வகுத்துக் கொடுத்த ஒரு பாதையைக் கண்மூடித்தனமாகப் பின்தொடர உங்களை நீங்கள் அனுமதித்திருக்கிறீர்களா?

இதில் நீங்கள் மட்டும் தனியாக இல்லை.

தேர்ந்தெடுப்பதில் புதைந்திருக்கின்ற ஆற்றல்

வெகுகாலமாகவே, தேர்ந்தெடுத்தல் தொடர்பான புறவயமான அம்சங்களுக்கு (நம் முன் இருக்கின்ற சாத்தியக்கூறுகள்) அளவுக்கதிகமான முக்கியத்துவத்தையும், அது தொடர்பான அகவயமான திறனுக்கு (நம்முடைய செயல்நடவடிக்கைகள்) மிகக் குறைவான முக்கியத்துவத்தையும் நாம் அளித்து வந்திருக்கிறோம். இது வார்த்தை விளையாட்டுகளையும் தாண்டிய ஒன்று. சாத்தியக்கூறுகள் பறிக்கப்படக்கூடியவை. ஆனால், நீங்கள் மேற்கொள்ள விழைகின்ற செயல்நடவடிக்கைகளை எவரும் உங்களிடமிருந்து பறிக்க முடியாது.

தேர்ந்தெடுப்பதற்கான திறன் பறிக்கப்பட முடியாதது, அது பிறருக்குத் தாரை வார்க்கப்பட முடியாதது – அது மறக்கப்பட மட்டுமே முடியும்.

தேர்ந்தெடுப்பதற்கான திறனை நாம் எப்படி மறக்கிறோம்?

தேர்ந்தெடுப்பதற்கான நம்முடைய திறனை நாம் எப்படி மறக்கிறோம் என்பது குறித்த ஒரு முக்கியமான முன்னோக்கை, மார்ட்டின் செலிக்மேனும் ஸ்டீவ் மேயரும் நடத்திய ஓர் ஆய்வு நமக்கு வழங்குகிறது. நாய்கள்மீது அவர்கள் ஒரு பரிசோதனை நடத்தியபோது அவர்கள் அந்த முன்னோக்கை எதேச்சையாகத்தான் கண்டறிந்தனர். அந்த ஆய்வுக்கு அவர்கள், 'கற்றுக் கொள்ளப்பட்ட இயலாமை' என்று பின்னர் பெயரிட்டனர்.

அவர்கள் அந்த நாய்களை மூன்று குழுக்களாகப் பிரித்தனர். முதல் குழுவிலிருந்த நாய்களுக்குச் சேணம் அணிவிக்கப்பட்டிருந்தது. அதன் மூலமாக அவற்றுக்கு ஒரு லேசான மின்னதிர்ச்சி கொடுக்கப்பட்டது. அதே சமயத்தில், அவற்றுக்கு அருகே ஒரு கம்பி வைக்கப்பட்டிருந்தது. அதை அழுத்துவதன் மூலம் அந்த நாய்களால் மின்னதிர்ச்சியை நிறுத்திவிட முடியும். இரண்டாவது குழுவிலிருந்த நாய்களும் அதே முறையில் பிணைக்கப்பட்டிருந்தன, அவற்றுக்கும் அதேபோல மின்னதிர்ச்சி அளிக்கப்பட்டது. அவற்றுக்கு அருகிலும் ஒரு கம்பி வைக்கப்பட்டிருந்தது. ஆனால், அதை அழுத்துவதன் மூலம் அவற்றால் மின்னதிர்ச்சியைத் தடுத்து நிறுத்த முடியாது. தங்களுக்கு அளிக்கப்பட்ட மின்னதிர்ச்சி குறித்து எதுவும் செய்ய முடியாத நிலையில் அவை இருந்தன. மூன்றாவது குழுவில் இருந்த நாய்கள் வெறுமனே ஒரு சேணத்துடன் பிணைக்கப்பட்டிருந்தன. அவற்றுக்கு மின்னதிர்ச்சி எதுவும் கொடுக்கப்படவில்லை.

அதற்குப் பிறகு அந்த நாய்கள் ஒரு பெரிய பெட்டியில் வைக்கப்பட்டன. அதற்குக் குறுக்காக, தாழ்வான தடுப்பான் ஒன்று அமைக்கப்பட்டிருந்தது. நாய்கள் வைக்கப்பட்டிருந்த பகுதியில் மின்னதிர்ச்சி வழங்கப்பட்டது. தடுப்பானுக்கு மறுபுறம் இருந்த பகுதியில் மின்னதிர்ச்சி வழங்கப்படவில்லை. நாய்களை இந்தப் பெட்டியில் வைத்ததும் ஒரு சுவாரசியமான விஷயம் நடைபெற்றது. முதல் குழுவில் இருந்த நாய்களும், மூன்றாவது குழுவில் இருந்த நாய்களும் விரைவிலேயே மின்னதிர்ச்சி வழங்கப்படாத பகுதிக்குத் தாவிச் சென்றுவிட்டன. ஆனால், இரண்டாவது குழுவில் இடம் பெற்றிருந்த நாய்கள் மின்னதிர்ச்சியைத் தாங்கிக் கொண்டு அங்கேயே நின்று கொண்டிருந்தன. அதைத் தடுக்க அவை

எந்த முயற்சியும் மேற்கொள்ளவில்லை. அவை ஏன் அப்படிச் செய்தன? மின்னதிர்ச்சியைத் தாங்கிக் கொள்வதைத் தவிர வேறு எந்தத் தேர்ந்தெடுப்பும் அவற்றுக்குத் தெரிந்திருக்கவில்லை. அவை இயலாமையைக் கற்றுக் கொண்டிருந்தன.

பழகிக் கொண்ட இயலாமை

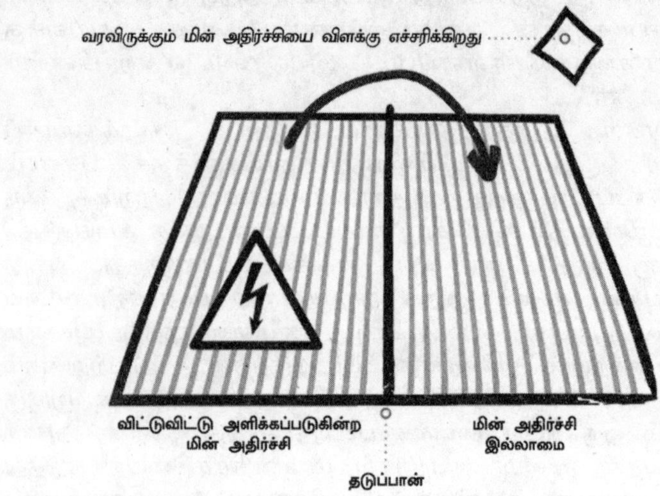

மனிதர்களும் இதே வழியில் இயலாமையைக் கற்றுக் கொள்கின்றனர். இதற்கான ஓர் எடுத்துக்காட்டு: மிகச் சிறிய வயதிலிருந்தே ஒரு குழந்தை கணக்குப் போடுவதில் சிரமப்படுகிறது. அது எவ்வளவு தீவிரமாக முயன்றபோதிலும், அதனால் அதில் தேற முடியவில்லை. ஒரு கட்டத்தில், அக்குழந்தை தன் முயற்சிகள் அனைத்தையும் கைவிட்டுவிடுகிறது. அது குறித்துத் தான் என்ன செய்தாலும் அதனால் எந்தப் பயனும் விளையப் போவதில்லை என்று அது முடிவு கட்டிவிடுகிறது.

நான் இணைந்து வேலை செய்துள்ள பல நிறுவனங்களில் இந்தக் ‘கற்றுக் கொள்ளப்பட்ட இயலாமை’ நிலவுவதை நான் பார்த்திருக்கிறேன். வேலையில் தங்களுடைய முயற்சிக்கு எந்த மதிப்பும் கிடையாது என்று மக்கள் நம்புகின்றபோது, அவர்கள் இந்த இரண்டு வழிகளில் ஒன்றின் வழியாகத்தான்

எதிர்வினையாற்றுகின்றனர்: ஒன்று, கணக்கு வராத அந்தக் குழந்தையைப்போல, அவர்கள் தங்களுடைய முயற்சிகளை முற்றிலுமாகக் கைவிட்டுவிடுகின்றனர். அல்லது, அதற்கு நேர் எதிரான செயல்களில் அவர்கள் ஈடுபடுகின்றனர். அவர்கள் அதீத முயற்சிகளில் இறங்குகின்றனர். தங்கள் முன் வைக்கப்படுகின்ற அனைத்து வாய்ப்புகளையும் அவர்கள் பயன்படுத்திக் கொள்கின்றனர். அவர்கள் எல்லா திட்டங்களிலும் குதிக்கின்றனர். அவர்கள் எல்லா சவால்களையும் உற்சாகத்துடன் எதிர்கொள்கின்றனர். மொத்தத்தில், அவர்கள் எல்லா விஷயங்களையும் செய்ய முனைகின்றனர். இந்த நடத்தையைப் பார்க்கின்றபோது, முதலில் அது, 'கற்றுக் கொள்ளப்பட்ட இயலாமை'யின் வெளிப்பாடாக உங்களுக்குத் தோன்றாது. கடினமாக வேலை செய்வது என்பது ஒருவருடைய தன்னம்பிக்கையையும் சுயமதிப்பையும்தானே காட்டுகிறது என்று நீங்கள் எண்ணலாம். ஆனால், இதை நீங்கள் நன்றாக உற்றுக் கவனித்தால்தான், அது ஒரு போலித் திரை என்பது உங்களுக்குத் தெரிய வரும். இந்த மக்கள் தங்களுக்குத் தேர்ந்தெடுப்பதற்கான உரிமை இல்லை என்று நினைக்கின்றனர். தாங்கள் எல்லாவற்றையுமே செய்து தீர வேண்டும் என்று அவர்கள் நம்புகின்றனர்.

தேர்த்தெடுத்தல் என்பது கடினமானதுதான். தேர்ந்தெடுத்தல் என்றால் சிலவற்றுக்கு அல்லது பலவற்றுக்கு முடியாது என்று சொல்ல வேண்டியிருக்கும் என்று அர்த்தம். அது ஓர் இழப்புபோலத் தோன்றும். வேலைக்கு வெளியே தேர்ந்தெடுத்தல் என்பது இன்னும் கடினமானது. நாம் ஒரு கடைக்குச் சென்றாலும் சரி, ஓர் உணவகத்திற்குச் சென்றாலும் சரி, 'வேண்டாம்' என்று கூறுவதை நமக்குக் கடினமாக ஆக்குகின்ற விதத்தில்தான் அவை அனைத்தும் வடிவமைக்கப்பட்டிருக்கும். ஓர் அரசியல்வாதியின் பேச்சோ அல்லது ஓர் அரசியல் கட்சியின் விளம்பரமோ, நீங்கள் எதிர்க்கட்சிக்கு வாக்களிப்பதை நினைத்துக்கூடப் பார்க்காத அளவில்தான் அமைந்திருக்கும். நம்முடைய மாமியார்கள் நம்மைத் தொலைபேசியில் அழைத்து (இதில் என் மாமியார் விலக்கு என்பது வெளிப்படை!) ஏதோ ஒன்றைச் செய்யும்படி நம்மிடம் கூறும்போது, அங்கு நமக்குத் தேர்ந்தெடுப்பதற்கு வேறு வழி எதுவும் இருப்பதாக நமக்குத் தோன்றாது. இந்தக் கண்ணாடியைக் கொண்டு நம்முடைய வாழ்க்கையின் அன்றாட நிகழ்வுகளை நாம் பார்த்தால், தேர்ந்தெடுப்பதற்கான நம்முடைய திறனை நாம் இழந்துவிட்டிருப்பது நமக்கு வியப்பூட்டாது.

ஆனால், ஓர் அத்தியாவசியவாதியாக ஆவதற்கான அடிப்படை அம்சம் இந்தத் தேர்ந்தெடுத்தல்தான். தேர்ந்தெடுப்பதற்கு நமக்கு இருக்கின்ற திறன் குறித்த விழிப்புணர்வு நமக்குத் தேவை. இது தொடர்பாக நமக்குள் ஒளிந்திருக்கின்ற ஆற்றலை நாம் உணர்ந்து கொள்ள வேண்டும். "தேர்ந்தெடுப்பதற்கான சுதந்திரம் எனக்கு இருக்கிறது என்பதை நிரூபிப்பதற்கான என்னுடைய முதல் நடவடிக்கை, தேர்ந்தெடுப்பதற்கான சுதந்திரம் எனக்கு இருக்கிறது என்று நம்புவதுதான்," என்று வில்லியம் ஜேம்ஸ் கூறியுள்ளார். அதனால்தான், இப்பயணத்தில் நீங்கள் கற்றுக் கொள்ளவிருக்கின்ற முதல் முக்கியமான திறமை, உங்களுடைய வாழ்க்கையின் ஒவ்வோர் அம்சத்திலும், தேர்ந்தெடுப்பதற்கான உங்கள் திறனை வளர்த்துக் கொள்வதுதான்.

அத்தியாவசியவாதி அல்லாதவர்	அத்தியாவசியவாதி
"நான் இதைச் செய்தே ஆக வேண்டும்."	"எனக்கு வேண்டியதை நான் தேர்ந்தெடுக்கிறேன்."
தேர்ந்தெடுப்பதற்கான உரிமையைத் துறக்கிறார்.	தேர்ந்தெடுப்பதன் சக்தியைப் பயன்படுத்துகிறார்.

தேர்ந்தெடுப்பதற்கான நம்முடைய திறனை நாம் மறக்கும்போது, நாம் இயலாமையைக் கற்றுக் கொள்கிறோம். அந்த ஆற்றல் சொட்டுச் சொட்டாக நம்மிடமிருந்து பறித்துக் கொள்ளப்படுவதற்கு நாம் அனுமதித்துவிடுகிறோம், நாம் மற்றவர்களின் தேர்ந்தெடுப்புகளின்படி செயல்படுகிறோம். இதன் விளைவாக, தேர்ந்தெடுப்பதற்கான அதிகாரத்தை நாம் விட்டுக்கொடுத்துவிடுகிறோம். ஓர் அத்தியாவசியவாதியாக இல்லாதவரின் பாதை இது.

அத்தியாவசியவாதி வெறுமனே தேர்ந்தெடுப்பதற்கான உரிமையை அங்கீகரிப்பதோடு நின்றுவிடுவதில்லை. அவர் அதைக் கொண்டாடுகிறார். தேர்ந்தெடுப்பதற்கான உரிமையை நாம் விட்டுக்கொடுக்கும்போது, நமக்காகத் தேர்ந்தெடுப்பதற்கான அதிகாரத்தை மட்டுமல்லாமல், அதற்கான பிரத்யேகமான அனுமதியையும் நாம் மற்றவர்களுக்குத் தாரைவார்த்துக் கொடுத்துவிடுகிறோம்.

அத்தியாயம் 3

தெளிந்தறிவு

கிட்டத்தட்ட அனைத்துமே முக்கியத்துவமற்றவைதாம்

"நம்முடைய செயல்பாடுகள், மற்ற பிற சக்திகள், வளங்கள், யோசனைகள் போன்ற, இப்பிரபஞ்சத்தில் இருக்கின்ற பெரும்பாலான விஷயங்கள் அவ்வளவு மதிப்பு வாய்ந்தவை அல்ல, பெரிய விளைவுகளை உருவாக்கக்கூடியவையும் அல்ல. ஆனால், மிகக் குறைவான விஷயங்கள் மிகச் சிறப்பாக வேலை செய்கின்றன, பெரும் தாக்கம் ஏற்படுத்துகின்றன."

- ரிச்சர்டு கோச்

ஜார்ஜ் ஆர்வெல்லின் தலைசிறந்த படைப்பான 'விலங்குப் பண்ணை' நாவலில் 'பாக்ஸர்' என்றொரு குதிரைக் கதாபாத்திரம் இடம் பெற்றிருக்கும். பாக்ஸர் வலுவானதாகவும் விசுவாசமானதாகவும் சித்தரிக்கப்பட்டிருக்கும். தடைகளையும் பிரச்சனைகளையும் எதிர்கொள்ளும்போதெல்லாம், "நான் இன்னும் கடினமாக உழைப்பேன்," என்று அது முழங்கும். கடுமையான சூழல்களிலும் பாக்ஸர் தன் கொள்கைப்படியே வாழ்ந்து வரும். கடைசியில் அது மனமொடிந்து, கடும் களைப்படையும்போது, அது கசாப்புக் கடைக்கு அனுப்பி வைக்கப்படும். அது ஒரு சோகமான கதாபாத்திரம். பாக்ஸரின் நோக்கம் சிறப்பானதாக இருந்தாலும், நாளுக்கு நாள் அதிகரித்துக் கொண்டிருந்த அதனுடைய

முயற்சிகள், அப்பண்ணையில் நிலவிய சமத்துவமின்மையும் பிரச்சனைகளும் அதிகரிக்கவே வழிவகுத்தன.

நாமும் ஒரு விதத்தில் பாக்ஸரைப்போலத்தான் செயல்பட்டுக் கொண்டிருக்கிறோமா? முன்பைவிட அதிகக் கடினமாகவும் அதிக நேரமும் உழைப்பதற்கான நம்முடைய மனஉறுதியைத் தடைகள் அதிகப்படுத்துகின்றனவா? நம் முன் தூக்கி வீசப்படுகின்ற அனைத்துச் சவால்களையும் நாம் ஏற்றுக் கொள்கிறோமா? சிறு வயதிலிருந்தே, சிறப்பான விளைவுகளைப் பெறுவதற்குக் கடின உழைப்பே சரியான வழி என்று நம் மூளைக்குள் ஏற்றப்பட்டுள்ளதால் இதில் வியப்பில்லை. அது மட்டுமல்லாமல், அப்படிப்பட்டக் கடின உழைப்புக்கு நமக்கு வெகுமதியும் வழங்கப்பட்டு வந்துள்ளது. ஆனால், ஏற்கனவே கடுமையாக உழைத்துக் கொண்டிருக்கின்ற திறமைசாலிகளுக்கு, கடின உழைப்பின் மதிப்புக்கு வரம்புகள் இருக்கின்றனவா? ஒரு கட்டத்திற்கு மேல், அதிக உழைப்பு அதிக உற்பத்தியை அளிக்காமல் போக வாய்ப்பிருக்கிறதா?

எனக்குப் பன்னிரண்டு வயதாக இருந்தபோது, என்னுடைய சிற்செலவுகளுக்காக நானே சம்பாதித்துக் கொள்ள விரும்பினேன். இங்கிலாந்தில் அந்த வயதில் இருந்த சிறுவர்களுக்கு, காசு சம்பாதிப்பதற்குத் தினசரிகளை விநியோகம் செய்கின்ற வேலையைத் தவிர வேறு எதுவும் இருக்கவில்லை. அதற்கு ஒரு மணிநேரம் ஆகும். அதன் மூலம் தினமும் ஒரு பவுன்ட் சம்பாதிக்க முடியும். தினமும் நான் அந்த வேலையைச் செய்து வந்தேன். அமெரிக்காவில் இருக்கும் சிறுவர்களைப்போல, தினசரிகளை அதை வாங்குபவர்களின் வீட்டு முற்றத்தில் சைக்கிளில் இருந்தவாறே எறிந்துவிட்டுச் சென்றுவிட முடியாது. ஒவ்வொரு வீட்டின் கதவிலும், கடிதங்கள் போன்றவற்றைப் போடுவதற்கு அமைக்கப்பட்டிருக்கும் துளை வழியாக அந்தத் தினசரியைச் செருகி உள்ளே தள்ள வேண்டும். நான் கடுமையாக உழைத்துச் சம்பாதித்தப் பணம்தான் அது.

ஒரு நாளைக்கு ஒரு பவுன்ட் பணம் ஈட்டுவதற்கு நான் மேற்கொள்ள வேண்டியிருந்த கடின உழைப்பு, நான் சொந்தமாக்கிக் கொள்ள விரும்பிய பொருட்களின் விலைகள் குறித்த என்னுடைய எண்ணத்தை என்றென்றைக்குமாக மாற்றியது. அதற்குப் பிறகு, ஏதாவது ஒரு பொருளை நான் வாங்க விரும்பினால், அதற்கு நான் எத்தனை நாட்கள் தினசரிகளை விநியோகிக்க வேண்டும் என்று நான் கணக்குப் போடத் துவங்கினேன். அந்தக் கணக்குப்படி, நான் வாங்க விரும்பிய விளையாட்டுச் சாமான்களை வாங்க நெடுங்காலம்

ஆகும் என்பது எனக்குப் புரிந்தது.

அதனால் பணம் சம்பாதிப்பதை விரைவுபடுத்த என்ன செய்யலாம் என்று நான் யோசித்தேன். சனிக்கிழமைதோறும், தினசரிகளை விநியோகிப்பதற்குப் பதிலாக அண்டைவீட்டார்களின் கார்களைக் கழுவலாம் என்ற யோசனை எனக்குப் பிறந்தது. ஒரு மணிநேரத்தில் என்னால் மூன்று கார்களைக் கழுவ முடியும் என்பதால், ஒரு காருக்கு இரண்டு பவுன்டுகள் என்ற விகிதத்தில் என்னால் ஒரு மணிநேரத்தில் ஆறு பவுன்டுகள் சம்பாதிக்க முடிந்தது. திடீரென்று, நேரத்திற்கும் சம்பாதிக்கின்ற பவுன்டுக்கும் இடையேயான விகிதம் 1:1 என்பதிலிருந்து 1:6 என்று அதிகரித்தது. இதிலிருந்து நான் ஒரு முக்கியமான படிப்பினையைக் கற்றுக் கொண்டேன். சில முயற்சிகள் மற்ற முயற்சிகளைவிடக் கூடுதலான பலன்களைக் கொடுத்தன என்பதுதான் அது.

பின்னர் நான் பல்கலைக்கழகத்தில் படித்துக் கொண்டிருந்தபோது, ஒரு பகுதிநேர வேலையில் சேர்ந்தேன். அது ஒரு பயிற்றுவிப்பு நிறுவனம். அதன் வாடிக்கையாளர் சேவைப் பிரிவில் நான் வேலை செய்தேன். அதற்கு எனக்கு ஒரு மணிநேரத்திற்கு ஒன்பது பவுன்டுகள் கிடைத்தன. இங்கும் நேரத்திற்கும் வெகுமதிக்கும் இடையேயுள்ள உறவைப் பற்றிச் சிந்திப்பது எளிதாக இருந்திருக்கும். ஆனால், நேரத்திற்கும் விளைவுகளுக்கும் இடையேயான உறவுதான் உண்மையிலேயே முக்கியமானது என்பதை நான் அறிந்திருந்தேன்.

அதனால், “இந்த வேலையில் நான் அடையக்கூடிய மிகவும் மதிப்பு வாய்ந்த விளைவு என்னவாக இருக்கும்?” என்று நான் யோசித்தேன். அந்த நிறுவனம் அளித்து வந்த பயிற்சிக்கான தங்களுடைய சந்தாவை இரத்து செய்ய விரும்பிய வாடிக்கையாளர்கள், அவ்வாறு செய்வதைத் தடுத்து, அவர்கள் தொடர்ந்து அந்நிறுவனத்தின் வாடிக்கையாளர்களாக நீடிக்கும்படி செய்வதுதான் நான் செய்யக்கூடிய மிகவும் மதிப்பு வாய்ந்த செயலாக இருக்கும் என்று எனக்குத் தோன்றியது. வெகுவிரைவில், என்னிடம் தொடர்பு கொண்ட வாடிக்கையாளர்களில் ஒருவர்கூட நாங்கள் வழங்கி வந்த சேவைக்கான தங்களுடைய சந்தாவை இரத்து செய்யாதபடி நான் பார்த்துக் கொண்டேன். வாடிக்கையாளர்களைத் தக்கவைத்துக் கொள்வதற்கு எனக்கு ஊக்கத்தொகை வழங்கப்பட்டதால், நான் அதிகமாகச் சம்பாதித்தேன். இச்செயல்முறையின் மூலம் நான் அதிகமாகக் கற்றுக் கொண்டேன், அந்நிறுவனத்திற்கு அதிகமாகப்

பங்களித்தேன்.

கடினமாக உழைப்பது முக்கியம் என்பதை மறுக்க முடியாது. ஆனால், அதிக முயற்சி அதிக விளைவுகளைக் கொடுக்கும் என்பதற்கு உத்தரவாதம் எதுவும் கிடையாது. குறைவானவற்றைச் சிறப்பாகச் செய்வதே நல்ல பலனளிக்கும்.

ஃபெரான் அட்ரியா என்ற தலைசிறந்த சமையற்காரர் 'எல் புல்லி' என்ற உணவகத்தை உலகின் மிகப் பிரபலமான உணவகமாக ஆக்கினார். 'குறைவானவற்றை மேம்பட்ட விதங்களில் செய்கின்ற' பாணியை அவர் இரண்டு விதங்களில் பின்பற்றினார். அவர் தன்னுடைய உணவகத்தில் பாரம்பரிய உணவு வகைகளின் எண்ணிக்கையைக் குறைத்தார். பின் அவற்றைத் தன்னுடைய கற்பனையால் புதுமையாகவும் வித்தியாசமாகவும் படைத்தார். அந்த உணவகத்தில் உணவு உண்பதற்காக ஓராண்டுக்குப் பத்து இலட்சம் வேண்டுகோள்கள் வந்தாலும் அங்குத் தினமும் ஐம்பது பேருக்கு மட்டுமே உணவு பரிமாறப்பட்டது.

'குறைவானவற்றை மேம்பட்ட விதங்களில் செய்கின்ற' வழியைப் பின்பற்றுவது அவ்வளவு எளிதல்ல – குறிப்பாக, கடந்தகாலத்தில், அதிகமாகச் செய்வதற்கு நமக்கு வெகுமதி வழங்கப்பட்டு வந்துள்ள பட்சத்தில்! ஆனால், ஒரு கட்டத்தில், அதிகமான முயற்சிக்குக் கிடைக்கின்ற விளைவுகள் குறையத் தொடங்கி அது தரைதட்டி நின்றுவிடும். முயற்சிக்கும் விளைவுகளுக்கும் இடையே ஒரு நேரடி உறவு நிலவுகிறது என்ற யோசனை வசீகரமானது என்பதில் சந்தேகமில்லை. அது நியாயமானதுதான். ஆனால், பல துறைகளில் மேற்கொள்ளப்பட்ட ஆய்வுகளின் முடிவுகள் வேறு மாதிரியாக இருக்கின்றன.

பரேட்டோ கொள்கையைப் பெரும்பாலானோர் கேள்விப்பட்டிருப்பர். அது 1790 இல் வில்ஃப்ரெடோ பரேட்டோ என்பவரால் அறிமுகப்படுத்தப்பட்டது. நம்முடைய 20 சதவீத முயற்சிகள் 80 சதவீத விளைவுகளை ஏற்படுத்துகின்றன என்பதுதான் அக்கொள்கையின் சாராம்சம். 1951 ஆம் ஆண்டில், 'தரக் கட்டுப்பாட்டின் தந்தை' என்று அழைக்கப்பட்ட ஜோசப் மோசஸ் ஜுரான், தன் நூலில் இக்கொள்கையை விரிவுபடுத்தி, அதை 'இன்றியமையாத ஒரு சிலவற்றின் விதி' என்று அழைத்தார். ஒரு பொருள் தொடர்பான பிரச்சனைகளின் ஒரு சிறு வீதத்தைச் சரி செய்வதன் மூலம் அப்பொருளின் தரத்தை ஒரு பிரம்மாண்டமான விதத்தில் மேம்படுத்த முடியும் என்பதை அவர் அவதானித்தார். அவருடைய யோசனையைக் களத்தில்

பரிசோதிக்க ஜப்பானில் அவருக்கு ஒரு வாய்ப்புக் கிடைத்தது. ஜப்பான் அப்போது தரம் குறைந்த மலிவான பொருட்களை உற்பத்தி செய்வதற்குப் பெயர் பெற்றிருந்தது. ஜுரான் மேற்கொண்ட பரிசோதனை முயற்சிகள் அபாரமாக வெற்றி பெற்றன. அவர் 'மேட் இன் ஜப்பான்' என்ற வாக்கியத்தை உருவாக்கி, அதற்கு முற்றிலும் புதியதோர் அர்த்தத்தைக் கொடுத்தார். அங்கு நடைபெற்றத் தரப் புரட்சியின் காரணமாக, ஜப்பான் உலகின் மாபெரும் பொருளாதார சக்தியாக உருவெடுத்தது.

பரேட்டோ கொள்கையை அன்றாட வாழ்வில் எப்படிப் பயன்படுத்த வேண்டும் என்பது குறித்துப் பல நூல்களை எழுதியுள்ள ரிச்சர்டு கோச், அதை ஒரு பெரிய அளவில் பிரபலப்படுத்தினார். அதற்கான எடுத்துக்காட்டுகள் எல்லா இடங்களிலும் நீக்கமற நிறைந்துள்ளன.

"எங்களுடைய முதலீட்டுத் தத்துவம் கிட்டத்தட்ட மெத்தனப் போக்கின் விளிம்பில் அமைந்திருக்கும்," என்ற வாரன் பஃபேயின் பிரபலமான மேற்கோளை நீங்கள் கேள்விப்பட்டிருக்கலாம். அவருடைய நிறுவனம் மிகக் குறைவான முதலீடுகளை மட்டுமே செய்து வந்தது; ஆனால் அது அவற்றை நெடுநாட்களுக்கு முதலீடு செய்தது. 'த தாவோ ஆஃப் வாரன் பஃபே' என்ற நூலில், அதன் ஆசிரியர்களான மேரி பஃபேயும் டேவிட் கிளார்க்கும், பஃபேயின் முதலீட்டுக் கொள்கையைப் பற்றி இவ்வாறு விளக்குகின்றனர்: "வாரன் தன்னுடைய வாழ்வின் துவக்கக் கட்டத்திலேயே, நூற்றுக்கணக்கான முதலீட்டுத் தீர்மானங்களை எடுப்பது சாத்தியமில்லை என்பதை அறிந்து வைத்திருந்தார். அதனால், தனக்கு உறுதியாகத் தெரிந்த ஒரு சில நிறுவனங்களில் மட்டுமே முதலீடு செய்வது என்ற தீர்மானத்தை அவர் மேற்கொண்டார். ஆனால், அப்படி அவர் அடையாளம் கண்ட நிறுவனங்களில் அவர் பெரும் பணத்தை முதலீடு செய்தார். அவர் தன்னுடைய சொத்தில் 90 சதவீதத்தை வெறும் பத்து முதலீடுகளிலிருந்தே பெற்றார். சில நேரங்களில், நீங்கள் எதைச் செய்யவில்லையோ அது, நீங்கள் எதைச் செய்கிறீர்களோ அதன் அளவுக்கு முக்கியமானதாகிவிடுகிறது." அதாவது, அவர் அத்தியாவசியமான ஒரு சில முதலீட்டு வாய்ப்புகளை அடையாளம் கண்டுகொண்டு, அவற்றில் பெருமளவு முதலீடு செய்துவிட்டு, எண்ணற்ற வெறும் நல்ல முதலீடுகளைக் கண்டுகொள்ளாமல் விட்டுவிடுகிறார்.

முயற்சிகளுக்கும் விளைவுகளுக்கும் இடையேயுள்ள உறவு ஒரு நேர்க்கோட்டில் பயணிக்கின்ற ஒன்றல்ல என்று சிலர்

கருதுகின்றனர். அது 'ஆற்றல் விதி' என்று அழைக்கப்படுகிறது. மைக்ரோசாஃப்ட் நிறுவனத்தின் முன்னாள் முதன்மைத் தொழில்நுட்ப நிர்வாகியான நேதன் மிர்வால்ட் என்னிடம் இவ்வாறு கூறினார்: "தலைசிறந்த மென்பொருள் வடிவமைப்பாளர்கள், சராசரியான மென்பொருள் வடிவமைப்பாளர்களைவிட வெறும் பத்து மடங்கு, நூறு மடங்கு அல்லது ஆயிரம் மடங்கு அதிக உற்பத்தித்திறன் மிக்கவர்கள் அல்லர். அவர்கள் பத்தாயிரம் மடங்கு உற்பத்தித் திறன்மிக்கவர்கள்." இது கொஞ்சம் மிகைப்படுத்தப்பட்டதாக இருக்கலாம். ஆனால், சில முயற்சிகள், வேறு சில முயற்சிகளைவிட அதிக பிரம்மாண்டமான விதத்தில் மேம்பட்ட விளைவுகளை ஏற்படுத்துகின்றன என்பதைத்தான் அவர் சுட்டிக்காட்ட விரும்புகிறார் என்று நாம் எடுத்துக் கொள்ள வேண்டும்.

இந்த உலகில் மிகக் குறைவான விஷயங்கள் அசாதாரணமான மதிப்புடனும், கிட்டத்தட்டப் பிற அனைத்தும் மதிப்பற்றவையாகவும் இருக்கின்றன என்பதுதான் நிதர்சனமான உண்மை. ஜான் மேக்ஸ்வெல் மிகப் பொருத்தமாக இவ்வாறு கூறியிருக்கிறார்: "எல்லாவற்றின் முக்கியத்துவமின்மையையும் உங்களால் மிகையாக மதிப்பிட்டுவிட முடியாது."

கிட்டத்தட்ட எல்லாமே அத்தியாவசியமானவை என்று அத்தியாவசியவாதியாக இல்லாதவர் எண்ணுகிறார்.

*** * ***

கிட்டத்தட்ட எல்லாமே அத்தியாவசியமற்றவை என்று அத்தியாவசியவாதி எண்ணுகிறார்.

முயற்சிக்கும் விளைவுக்கும் இடையேயான உறவு 1:1 என்ற விகிதத்தில் இல்லை என்பதை நாம் உணர்ந்து கொள்கின்றபோது, அத்தியாவசியவாதியின் பாதையில் பயணிப்பதன் அருமையை நாம் உணர்கிறோம். பல நல்லவற்றைக் காட்டிலும் ஒரு சில தலைசிறந்தவை அதிக மதிப்பு வாய்ந்தவை என்பதை நாம் புரிந்து கொள்கிறோம். அதைப் புரிந்து கொண்டவுடன், நம் சூழலிலுள்ள மிக

முக்கியமானவற்றைக் கண்டுபிடிக்கின்ற முயற்சியில் நாம் இறங்குவோம். அத்தியாவசியமற்றப் பலவற்றை நாம் நீக்குவோம்.

இதனால்தான், தனக்கு இருக்கின்ற அனைத்து வாய்ப்புகளையும் அலசுவதற்குத் தொடக்கத்தில் அத்தியாவசியவாதிக்கு அதிக நேரம் தேவைப்படுகிறது. ஆனால், அப்படிச் செலவிடப்படும் நேரத்திற்கு ஈடானதைப்போலப் பத்து மடங்கைப் பின்னர் ஈட்டிவிடலாம்.

அத்தியாவசியவாதி அல்லாதவர்	அத்தியாவசியவாதி
கிட்டத்தட்ட அனைத்தும் அத்தியாவசியமானவை என்று எண்ணுகிறார்.	கிட்டத்தட்ட அனைத்தும் அத்தியாவசியமானவை அல்ல என்று எண்ணுகிறார்
வாய்ப்புகள் கிட்டத்தட்டச் சமமாக இருப்பதாகப் பார்க்கிறார்.	தலைசிறந்த சிலவற்றை, சராசரியான பலவற்றிலிருந்து வித்தியாசப்படுத்துகிறார்.

திறமையான பலர் தாங்கள் இருக்கும் இடத்திலிருந்து அடுத்த நிலைக்குச் செல்ல முடியாமல் தவிப்பதற்குக் காரணம், எல்லா விஷயங்களுமே முக்கியமானவை என்று அவர்கள் கொண்டிருக்கின்ற நம்பிக்கைதான். ஆனால், மிக மிக முக்கியமானவற்றுக்கும் பிறவற்றுக்கும் இடையேயுள்ள வித்தியாசத்தைக் கண்டுபிடிக்க அத்தியாவசியவாதிகள் கற்றுக் கொள்கின்றனர். அத்தியாவசியவாதியின் இந்தத் திறனை நம்மிடம் வளர்த்துக் கொள்வதற்கு, முதலில் அன்றாடச் சிறு விஷயங்களிலிருந்து நாம் துவக்கலாம். அது நமக்குப் பழகிப் போனதும், பெரிய விஷயங்களுக்குச் செல்லலாம். அதை முழுமையாகக் கைவசப்படுத்துவதற்கு, சிந்திக்கும் முறையில் பெரும் மாற்றம் ஏற்பட வேண்டும். ஆனால், அது சாத்தியம்தான்.

அத்தியாயம் 4

சமரசப் பதிலீடு

முக்கியத்துவம் கொடுக்கப்பட வேண்டிய பிரச்சனை

"தந்திரோபாயங்கள் என்பவை தேர்ந்தெடுப்புகள் மேற்கொள்வதைப் பற்றியவை, சமரசப் பதிலீடு செய்து கொள்வதைப் பற்றியவை, திட்டமிட்ட முறையில் வித்தியாசமாக இருப்பதைத் தேர்ந்தெடுப்பதைப் பற்றியவை."

- மைக்கேல் போர்ட்டர்

இப்படிக் கற்பனை செய்யுங்கள். உங்களால் 1972 ஆம் ஆண்டுக்குத் திரும்பிச் செல்ல முடிவதாகவும், எஸ்&பி 500 (அமெரிக்காவிலுள்ள பங்குச் சந்தையில் முதலிடத்தில் இருக்கின்ற 500 நிறுவனங்களின் பங்கு விலைகள் பற்றிய அட்டவணை) அட்டவணையில் இடம் பெற்றிருக்கும் ஒவ்வொரு நிறுவனத்திலும் நீங்கள் 1 டாலரை முதலீடு செய்வதாகவும் வைத்துக் கொள்வோம். 2002 ஆம் ஆண்டையொட்டி அவற்றில் எந்த முதலீடு உங்களுக்கு மிகப் பெரிய இலாபம் ஈட்டித் தரும் என்று நீங்கள் நினைக்கிறீர்கள்? ஜிஇ நிறுவனம்? ஐபிஎம்? இன்டெல்? நெட் டேவிஸ் ஆய்வு நிறுவனம் நடத்திய ஓர் ஆய்வின்படி, இவற்றில் எதுவுமே கிடையாது.

இதற்கான சரியான விடை சவுத்வெஸ்ட் ஏர்லைன்ஸ். இது அதிர்ச்சிகரமான ஒரு தகவல். ஏனெனில், பொதுவாக விமான நிறுவனங்கள் இலாபங்களை ஈட்டித் தருவதற்குப்

பெயர்போனவை அல்ல. ஹெர்ப் கெல்லஹரின் தலைமையின் கீழ் செயல்பட்டு வந்த சவுத்வெஸ்ட் ஏர்லைன்ஸ் நிறுவனம், ஒவ்வோர் ஆண்டும் தொடர்ந்து இலாபம் ஈட்டிக் கொடுத்து வந்துள்ளது.

தன்னுடைய வியாபார உத்தி குறித்து ஹெர்ப் ஆற்றிய ஒரு சொற்பொழிவு நிகழ்ச்சியில் நானும் கலந்து கொண்டிருந்தேன். அவர் அதில் அபாரமாகப் பேசினார். அவர் தன்னுடைய நிறுவனத்தில் திட்டமிட்ட முறையில் தான் மேற்கொண்டிருந்த சமரசப் பதிலீடுகளைப் பற்றிப் பேசத் துவங்கியதும் நான் என் காதுகளைத் தீட்டிக் கொண்டேன். சகட்டுமேனிக்கு எல்லா இடங்களுக்கும் பறக்காமல், அவர்கள் வேண்டுமென்றே ஒரு சில இடங்களை மட்டும் தேர்ந்தெடுத்துக் கொண்டு, அவற்றுக்கு இடையே ஓரிடத்திலிருந்து மறு இடத்திற்கும், பின்னர் அங்கிருந்து கிளம்பி மீண்டும் புறப்பட்ட இடத்திற்கே திரும்பி வருகின்ற விதத்தில் வழித்தடங்களை அமைத்துக் கொண்டனர். விமானப் பயணங்களின்போது பொதுவாக உணவு இலவசமாக வழங்கப்படுகிறது என்றாலும், அவற்றின் விலை நம்முடைய பயணக்கட்டணத்தில் ஏற்றப்பட்டுவிடும். சவுத்வெஸ்ட் ஏர்லைன்ஸ் தன்னுடைய விமானங்களில் உணவு வழங்கும் வழக்கத்தைக் கைவிட்டது. பயணியருக்கு முன்கூட்டியே இருக்கைகளை ஒதுக்காமல், அவர்கள் விமானத்தில் ஏறியதும் தாங்கள் விரும்பிய இடங்களில் அமர்ந்து கொள்வதற்கு அந்நிறுவனம் அவர்களை அனுமதித்தது. அவர்களுடைய விமானத்தில் முதல் வகுப்பு கிடையாது, எகானமி வகுப்பு மட்டுமே உண்டு. இந்த சமரசங்கள் அனைத்தும் தாமாகவே நிகழ்ந்துவிடவில்லை. அவை திட்டமிட்ட முறையில் வடிவமைக்கப்பட்டன. இத்தீர்மானங்கள் அனைத்தும் செலவைக் கட்டுப்படுத்தும் விதத்தில் மேற்கொள்ளப்பட்டன. இத்தீர்மானங்கள் மூலம், அந்நிறுவனம், கூடுதல் பணம் கொடுத்தாலும் விமானத்தில் உணவு வசதி பெற விரும்பிய பயணிகளையும் முதல் வகுப்பை விரும்பிய பயணிகளையும் அந்நியப்படுத்தியதா? ஆமாம். ஆனால், தன்னுடைய விமான நிறுவனம் எவற்றைப் பிரதிநுதப்படுத்திக் கொண்டிருந்தது, எவற்றைப் பிரதிநுதப்படுத்திக் கொண்டிருக்கவில்லை என்பதில் ஹெர்ப் ஒரு தெளிவான பார்வையுடன் இருந்தார். தங்களுடைய நிறுவனம் மலிவுக் கட்டண விமான நிறுவனமாகச் செயல்பட்டுக் கொண்டிருந்தது என்பதை மனத்தில் வைத்தே இந்த சமரசப் பதிலீடுகளை அவர் தேர்ந்தெடுத்திருந்தார்.

அவர் இப்படிப் பேசியபோது அவருடைய

அத்தியாவசியவாதச் சிந்தனை தெளிவாக வெளிப்பட்டது: “ஒவ்வொரு விஷயத்தையும் அலசிப் பார்த்து, நாங்கள் இறுதியில் சாதிக்க விரும்பிய விளைவுகளுக்கு எந்தவிதத்திலும் பங்களிக்காத நூற்றுக்கணக்கான விஷயங்களை நாங்கள் செய்யப் போவதில்லை என்ற முடிவை நாங்கள் எடுத்தோம்.”

அவருடைய இந்த அணுகுமுறை வெற்றி பெறுவதற்குச் சாத்தியமே இல்லை என்று கருதிய விமர்சகர்களும், எல்லாவற்றையும் ஓர் எதிர்மறையான கண்ணோட்டத்துடன் பார்த்த நபர்களும், தொடக்கத்தில் சவுத்வெஸ்ட் ஏர்லைன்ஸை வறுத்தெடுத்தனர். குறிப்பிட்ட இடங்களுக்கு மட்டுமே பறந்த, உணவு வழங்க மறுத்த ஒரு ஏர்லைன்ஸில் யார் பறப்பார்கள் என்று அவர்கள் எள்ளி நகையாடினர். ஆனால், அவர்களுடைய எண்ணம் தவறென்று சில ஆண்டுகளிலேயே சவுத்வெஸ்ட் ஏர்லைன்ஸ் நிரூபித்தது. அந்நிறுவனத்தின் இலாபம் விண்ணைத் தொட்டபோது, மற்ற விமான நிறுவனங்களும் அதைப் பிரதியெடுக்கத் துவங்கின. ஆனால் ஒட்டுமொத்தமாக சவுத்வெஸ்ட்டின் உத்தியைப் பிரதியெடுக்காமல், அதன் உத்திகளில் சிலவற்றை அவை கடன் வாங்கின. ஹார்வர்டு வணிகப் பள்ளியின் பேராசிரியர் மைக்கேல் போர்ட்டர் அதை ‘அகலக்கால் உத்தி’ என்று அழைக்கிறார்.

இந்த உத்தியை எளிய வார்த்தைகளில் விவரிக்க வேண்டுமென்றால், தற்போது நீங்கள் பயன்படுத்திக் கொண்டிருக்கும் உத்திகளோடு கூடவே, உங்களுடைய போட்டியாளர் ஒருவரின் உத்திகளையும் சேர்த்துப் பயன்படுத்திக் கொள்வதாகும். அப்போது கான்டினென்டல் ஏர்லைன்ஸ் மேற்கொண்ட ஒரு முயற்சி இதற்கான ஒரு நல்ல எடுத்துக்காட்டாகும். ஓரிடத்திலிருந்து மறு இடத்திற்கும், பின் அங்கிருந்து கிளம்பி மீண்டும் புறப்பட்ட இடத்திற்கே திரும்பி வருகின்ற விதத்தில் கான்டினென்டல் ஏர்லைன்ஸ் சில வழித்தடங்களைத் தேர்ந்தெடுத்து, சவுத்வெஸ்ட் பாணியில் அதைச் செயல்படுத்தியது. அதற்கு அந்நிறுவனம் ‘கான்டினென்டல் லைட்’ என்று பெயரிட்டது.

கான்டினென்டல் லைட், சவுத்வெஸ்ட்டின் சில உத்திகளை அப்படியே சுவீகரித்துக் கொண்டது. முதல் வகுப்பின் நீக்கம், உணவு வழங்கப்படாமை, கட்டணக் குறைப்பு போன்றவை அவற்றில் அடங்கும். ஆனால் அவர்களால் சவுத்வெஸ்ட்டின் விலையோடு போட்டி போட முடியவில்லை. அதனால் அவர்கள் தங்களுடைய தரங்களைக் குறைத்துக் கொள்ள நேர்ந்தது.

இந்த விஷப் பரிசோதனை, கான்டினென்டல் ஏர்லைன்ஸுக்குப் பல மில்லியன் டாலர்கள் இழப்பைக் கொண்டுவந்தது. குறிப்பாக, அவர்களுடைய விமானங்கள் அநியாயத்திற்குத் தாமதமாக வரத் துவங்கின. ஏராளமான விமானங்கள் இரத்து செய்யப்பட்டன. இது தொடர்பாக, தினமும் வாடிக்கையாளர்களிடமிருந்து ஆயிரக்கணக்கில் புகார்கள் கான்டினென்டல் ஏர்லைன்ஸுக்கு வரத் துவங்கின. அதன் முதன்மை நிர்வாக அதிகாரி தன் வேலையிலிருந்து நீக்கப்பட்டார். சமரசப் பதிலீட்டின் எதார்த்தத்தை அலட்சியம் செய்வது என்பது நிறுவனங்களைப் பொறுத்தவரை மிக மோசமான ஓர் உத்தியாகும். இது மக்களுக்கும் பொருந்தும்.

ஏற்கனவே செய்து கொண்டிருக்கின்ற விஷயங்களோடு மேலும் ஒன்றைச் சேர்த்துக் கொள்கின்ற நபர்களோடு நீங்கள் நேரத்தைச் செலவழித்திருக்கிறீர்களா? இப்படிப்பட்ட நபர்கள், தாங்கள் இருக்கும் இடத்திலிருந்து ஒரு சந்திப்புக்கூட்டத்திற்குச் செல்வதற்குப் பத்து நிமிடங்கள் ஆகும் என்று தெரிந்தும், அந்த நேரத்தில் மின்னஞ்சல்களுக்குப் பதிலளித்துக் கொண்டிருப்பர். அல்லது அந்த வார முடிவிற்குள் செய்து முடிக்கப்பட வேண்டிய வேலைகள் தலைக்கு மேல் இருந்தும், வெள்ளிக்கிழமையன்று செய்து முடிக்கப்பட வேண்டிய ஒரு கூடுதல் வேலையையும் தாங்கள் செய்து தருவதாக ஒப்புக் கொள்வர். அல்லது சனிக்கிழமை இரவு ஒரு திரைப்படத்திற்கு நுழைவுச்சீட்டு வாங்கி வைத்துவிட்டு, அதே நேரத்தில் நடக்கவிருக்கின்ற தன்னுடைய உறவினர் ஒருவரின் பிறந்தநாள் விழாவுக்கு வருவதாக வாக்கும் கொடுப்பர். இவர்கள் எதார்த்தத்தைக் கணக்கில் எடுத்துக் கொள்ளாமல், இரண்டையும் தங்களால் செய்ய முடியும் என்று நினைக்கின்றனர். ஆனால், அவர்களுடைய இந்தத் தர்க்கவாதம் பிழையானது. அவர்கள் தங்களுடைய சந்திப்புக்கூட்டத்திற்குத் தாமதமாகச் செல்வர்; முக்கியமான சில விவாதங்களைத் தவறவிடுவர்; வார இறுதிக்குள் செய்து தருவதாக வாக்களித்திருந்த திட்டங்களை, குறித்தக் காலக்கெடுவுக்குள் செய்து முடிக்கத் தவறுவர்; அல்லது அந்த இரண்டு வேலைகளையும் மிக மோசமாகச் செய்து முடித்து அனுப்புவர். ஒன்று, அவர்கள் தங்கள் உறவினரின் பிறந்தநாள் விழாவைத் தவறவிடுவர் அல்லது திரைப்படத்திற்குச் செல்லாதிருப்பர்.

நாம் எதார்த்தத்தைக் கணக்கில் எடுத்துக் கொள்ளாவிட்டால், கான்டினென்டல் லைட்டைப்போல அகலக்கால் வைக்க வேண்டி வரும், அதனால் இழப்புகளை

அறுவடை செய்ய வேண்டியிருக்கும்.

'லீமன் பிரதர்ஸ்' நிறுவனத்தின் முன்னாள் முதன்மை நிர்வாக அதிகாரியான எரின் கேலன், நியூயார்க் டைம்ஸ் பத்திரிகையில் எழுதிய ஒரு கட்டுரையில் இவ்வாறு குறிப்பிட்டிருந்தார்: "என்னை முழுமையாக என் வேலையில் மூழ்கடித்துக் கொள்கின்ற நோக்கத்தோடு நான் அந்த வேலையில் சேர்ந்திருக்கவில்லை. அது மெதுவாகத்தான் ஊர்ந்து வந்து என் காலைச் சுற்றிக் கொண்டது. ஆண்டுகள் செல்லச் செல்ல, சின்னச் சின்ன மாற்றங்கள் புதிய வழமைகளாக மாறின. தொடக்கத்தில், மின்னஞ்சல்களைப் படித்துப் பதிலளிப்பது, அடுத்த வாரம் செய்யப்பட வேண்டிய வேலைகளின் பட்டியலைத் தயாரிப்பது போன்றவற்றுக்காக ஒவ்வொரு ஞாயிறன்றும் ஓர் அரை மணிநேரத்தை நான் செலவிட்டேன். சில நாட்களுக்குப் பிறகு, ஞாயிற்றுக்கிழமைகளில் நான் ஒரு சில மணிநேரம் என்னுடைய அலுவலக வேலைகளைச் செய்தேன். இறுதியில், நாள் முழுவதையும் நான் அலுவலக வேலைகளிலேயே செலவிட்டேன். தனிப்பட்ட வாழ்க்கைக்கும் அலுவலக வேலைக்கும் இடையே இருந்த கோடு மறைந்து போனது. இறுதியில் வேலை மட்டுமே எஞ்சியது." அவருடைய கதை ஒரு முக்கியமான உண்மையை வலியுறுத்துகிறது. நம்முடைய வாழ்க்கை குறித்தக் கடினமான தீர்மானங்களை நாம்தான் எடுக்க வேண்டும். இல்லையெனில், அத்தீர்மானங்களை நம்முடைய சகாக்கள், நம்முடைய மேலதிகாரி, நம்முடைய வாடிக்கையாளர்கள் போன்ற யாரோ ஒருவர் நமக்காக எடுப்பார்கள்.

என் அனுபவத்தில், சமரசப் பதிலீட்டைப் பொறுத்தவரை, எதார்த்தத்தை உணராமல் மோசமாகச் செயல்படுகின்ற நபர்களில் உச்சத்தில் இருப்பவர்கள் ஒரு நிறுவனத்தின் உயரதிகாரிகள்தாம். சமீபத்தில், 4,000 கோடி டாலர்கள் மதிப்பு வாய்ந்த சிலிக்கான் வேல்லி நிறுவனம் ஒன்றின் முதன்மை நிர்வாக அதிகாரியுடன் நான் ஒரு சில மணிநேரம் செலவிட்டேன். அவர் தன் நிறுவனத்தின் முன்னோக்கு வாசகத்தை என்னுடன் பகிர்ந்து கொண்டார். அதை அவரே பார்த்துப் பார்த்து உருவாக்கியிருந்தார். அதை அவர் என்னிடம் பகிர்ந்து கொண்டபோது, அதைப் படித்த நான் அதிர்ந்து போனேன். "பேரார்வம், புதுமை, செயலாக்கம் மற்றும் தலைமைத்துவத்தை நாங்கள் மதிக்கிறோம்," என்று அதில் எழுதப்பட்டிருந்தது.

இந்த வாசகத்தில் பல குறைகள் இருந்தன. இவற்றில்

கூறப்பட்டிருந்த விஷயங்களை மதிக்காதவர்கள் யாரேனும் இருக்க முடியுமா? இந்த நிறுவனம் எதை முதன்மையாக மதித்தது என்பதை அதன் ஊழியர்களுக்கு இந்த வாசகம் விளக்கவில்லை. அந்த விழுமியங்களுக்கு முரணான ஒன்றை ஊழியர்கள் எதிர்கொள்கின்றபோது அவர்கள் என்ன செய்ய வேண்டும் என்பதை இது கூறவில்லை. அதேபோல, தங்களுடைய முதலீட்டாளர்கள், ஊழியர்கள் மற்றும் வாடிக்கையாளர்கள் அனைவருக்கும் சமமாகச் சேவை செய்யப் போவதாக முழங்குகின்ற நிறுவனங்களின் நிலையும் இதுதான். சமரசம் செய்து கொள்ள வேண்டிய நிலை வருகின்றபோது, நிர்வாகம் இவற்றில் எதைத் தேர்ந்தெடுக்க வேண்டும் என்ற தெளிவான வழிகாட்டுதல் இதில் இல்லை.

1982 இல் நடைபெற்ற சயனைடு கொலை விவகாரத்தை தொடர்ந்து, 'ஜான்சன் அன்ட் ஜான்சன்' நிறுவனம் மீண்டெழுந்த கதையை இதனோடு ஒப்பிட்டுப் பாருங்கள். அச்சமயத்தில் அந்நிறுவனம் மருந்துப் பொருட்களின் சந்தையின் மதிப்பில் 37 சதவீதத்தைத் தன்னிடம் வைத்திருந்தது. டைலெனால் என்ற மாத்திரைதான் எல்லாவற்றையும்விட அவர்களுக்கு அதிக இலாபம் ஈட்டிக் கொடுத்துக் கொண்டிருந்தது. பின் திடீரென்று, டைலெனால் மாத்திரைகளை உட்கொண்ட ஏழு பேர் இறந்துவிட்டனர் என்ற செய்தி அமெரிக்காவை உலுக்கியது. அந்த மாத்திரைகள் நிரப்பப்பட்டிருந்த பாட்டில்களில் கலப்படம் செய்யப்பட்டிருந்தது பின்னர் கண்டுபிடிக்கப்பட்டது. ஜான்சன் அன்ட் ஜான்சன் அதை எவ்வாறு கையாண்டது?

அவர்கள் முன் சிக்கலான பல கேள்விகள் இருந்தன. நாட்டிலிருந்த மருந்துக்கடைகள் அனைத்திலிருந்தும் டைலெனாலை உடனடியாக வாபஸ் பெறுவது அவர்களுடைய முன்னுரிமையா? அல்லது, நிறுவனத்தில் முதலீடு செய்திருந்த முதலீட்டாளர்கள் தங்களுடைய பங்குகளை விற்றுவிட்டு ஓடிவிடாமல் தடுப்பதற்காக, நிறுவனத்தின் நற்பெயரைக் காப்பாற்றிக் கொள்வதற்கான நடவடிக்கைகளுக்கு முன்னுரிமை கொடுக்கப்பட வேண்டுமா? அல்லது, பலியானவர்களின் குடும்பங்களுக்கு ஆறுதலும் இழப்பீடுகளும் அளிக்க வேண்டியது அவர்களுடைய முதல் கடமையா?

அதிர்ஷ்டவசமாக, அவர்களிடம் ஒரு சிறப்பான முன்னோக்கு வாசகம் இருந்தது. 1943 இல் அப்போது அந்நிறுவனத்தின் தலைவராக இருந்த ராபர்ட் உட் ஜான்சனால் உருவாக்கப்பட்டிருந்த வாசகம் அது. அந்த

வாசகம் உண்மையிலேயே ஒரு கல்லில் செதுக்கப்பட்டு அந்நிறுவனத்தின் தலைமை அலுவலகத்தில் வைக்கப்பட்டிருந்தது. பிற பெருநிறுவனங்களைப்போல அல்லாது, அந்த வாசகத்தில், அந்நிறுவனத்தின் அங்கங்களாக விளங்கியவர்கள் முன்னுரிமைப்படி வரிசைப்படுத்தப்பட்டிருந்தனர். அதில் முதலில் இடம் பெற்றிருந்தவர்கள் வாடிக்கையாளர்கள். கடைசியில் இடம் பெற்றிருந்தவர்கள் முதலீட்டாளர்கள்.

அதன் விளைவாக, ஜான்சன் அன்ட் ஜான்சன் உடனடியாகச் சந்தையிலிருந்த டைலெனால் மாத்திரைகள் அனைத்தையும் திரும்பப் பெற்றுக் கொள்ளத் தீர்மானித்தது. அது அந்நிறுவனத்திற்குப் பெரும் நஷ்டத்தை விளைவிக்கும் (சில கணக்குகளின்படி அந்த இழப்புத் தொகை சுமார் 100 மில்லியன் டாலர்கள்) என்றபோதிலும், அது துணிந்து அந்த முடிவை எடுத்தது. வாடிக்கையாளர்களின் பாதுகாப்பா அல்லது 100 மில்லியன் டாலர்களா? அது அவர்களுக்கு அவ்வளவு எளிதான தீர்மானமாக இருக்கவில்லை. ஆனால் அக்கட்டத்தில் எது அத்தியாவசியமானது என்பதை அவர்களுடைய குறிக்கோள் வாசகம் அவர்களுக்குத் தெளிவாக எடுத்துரைத்தது.

சமரசப் பதிலீட்டின் எதார்த்தத்தைத் தவிர்க்க நம்மால் முயற்சி செய்ய முடியும். ஆனால், அதிலிருந்து நம்மால் தப்பிக்க முடியாது.

ஒரு முறை, ஒரு நிறுவனத்தைச் சேர்ந்த ஒரு குழுவினர் தங்களுடைய முன்னுரிமைகளைத் தீர்மானிப்பதற்கு நான் அவர்களுக்கு உதவிக் கொண்டிருந்தேன். அடுத்த நிதியாண்டுக்குள் அவர்களுடைய கணினித் துறை கண்டிப்பாக முடித்துக் கொடுக்க வேண்டிய தலையாய திட்டங்கள் சிலவற்றைத் தேர்ந்தெடுக்க அவர்கள் திணறிக் கொண்டிருந்தனர். அக்குழுவில் இடம் பெற்றிருந்த ஒரு மேலாளர், பதினெட்டுத் திட்டங்கள் முன்னுரிமைப்படுத்தப்பட வேண்டும் என்று அடம் பிடித்தார். ஆனால், ஐந்தை மட்டுமே அவர்கள் தேர்ந்தெடுக்க வேண்டும் என்று நான் வாதிட்டேன். அவர் தன் பட்டியலுடன் தன் குழுவினருடன் விவாதிக்கச் சென்றார். இரண்டு வாரங்கள்

கழித்து அவர் திரும்பி வந்தபோது அவர் அத்திட்டங்களைக் கணிசமாகக் குறைத்திருந்தார். அவரிடம் அப்போது ஒரே ஒரு திட்டம் மட்டுமே இருந்தது.

சமரசப் பதிலீடுகளின் எதார்த்தத்தை மறுக்கின்ற சபலத்திற்கு மக்கள் ஏன் ஆளாகின்றனர் என்பதைப் புரிந்து கொள்வது அவ்வளவு கடினமானதல்ல. சமரசப் பதிலீடு என்றாலே அதில் நாம் விரும்புகின்ற இரண்டு அம்சங்கள் இடம் பெற்றிருக்கும்; அவற்றில் ஒன்றுக்குப் பதிலாக மற்றதை எடுத்துக் கொள்கின்ற சமரசத்தை நாம் செய்ய வேண்டியிருக்கும். உங்களுக்கு அதிக வருவாய் வேண்டுமா அல்லது அதிகமான விடுமுறை நாட்கள் வேண்டுமா? நீங்கள் இந்த மின்னஞ்சலை எழுதி முடிக்க வேண்டுமா அல்லது சந்திப்புக்கூட்டத்திற்குச் செல்ல வேண்டுமா? குறிப்பிட்ட ஒரு விஷயத்தை நீங்கள் விரைவாகச் செய்து முடிக்க வேண்டுமா அல்லது சிறப்பாகச் செய்து முடிக்க வேண்டுமா? இப்படி இரண்டில் ஒன்றைத் தேர்ந்தெடுக்க வேண்டும் என்ற நிலை வரும்போது, அனுமதித்தால், நாம் இரண்டையுமே தேர்ந்தெடுக்கத்தான் பார்ப்போம். நீங்கள் எவ்வளவுதான் விரும்பினாலும் அது சாத்தியமில்லை என்பதை நீங்கள் புரிந்து கொள்ள வேண்டும்.

“என்னால் இரண்டையும் எப்படிச் செய்ய முடியும்?” என்றுதான் அத்தியாவசியவாதிகளாக இல்லாதவர்கள் கேட்பர். “இவற்றில் எதை நான் செய்ய வேண்டும்?” என்று அத்தியாவசியவாதிகள் கேட்பர். இரண்டில் ஒன்றை அவர்களே தேர்ந்தெடுத்துக் கொள்வர்.

‘குட் டு கிரேட்’ என்ற மிகப் பிரபலமான நூலின் ஆசிரியரான ஜிம் காலின்ஸிடம், பீட்டர் டிரக்கர் ஒரு முறை இவ்வாறு கூறியுள்ளார்: “ஜிம், ஒன்று, உங்களால் சிறந்த நிறுவனங்களை உருவாக்க முடியும். அல்லது, சிறந்த யோசனைகளை உருவாக்க முடியும். ஆனால், இரண்டையும் செய்ய முடியாது.” ஜிம் யோசனைகளைத் தேர்ந்தெடுத்தார். அவர் மேற்கொண்ட அந்த சமரசத்தால், அவருடைய நிறுவனத்தில் மூன்றே மூன்று பேர்தான் முழுநேர ஊழியர்களாகப் பணியாற்றிக் கொண்டிருந்தனர். ஆனால், அவருடைய எழுத்தின் மூலமாக அவருடைய யோசனைகள் இலட்சக்கணக்கான மக்களைச் சென்றடைந்தன.

இந்தத் தேர்ந்தெடுப்பு பல நேரங்களில் வலியேற்படுத்துவதாக இருக்கக்கூடும். ஆனால், இரண்டில் எது சிறந்தது என்று தீர்க்கமாக ஆராய்ந்து அவற்றில் ஒன்றைத் தேர்ந்தெடுப்பது, நாம் எதிர்பார்க்கின்ற விளைவுகளை

அடைவதற்கான சாத்தியக்கூறுகளை அதிகரிக்கும்.

என் சொந்த வாழ்க்கையிலிருந்து ஓர் எடுத்துக்காட்டை வழங்குகிறேன். நானும் அன்னாவும், எங்களுக்குத் திருமணமான புதிதில் ஒரு தம்பதியரைச் சந்தித்தோம். அவர்கள் சிறப்பானதொரு மணவாழ்க்கையையும் குடும்பத்தையும் வளர்த்தெடுத்துக் கொண்டிருந்தனர் என்பதை எங்களால் உணர முடிந்தது. நாங்கள் அவர்களிடமிருந்து கற்றுக் கொள்ள விரும்பினோம். அதனால், நாங்கள் அவர்களிடம், "உங்களுடைய மகிழ்ச்சியான மணவாழ்க்கையின் இரகசியம் என்ன?" என்று கேட்டோம். வெற்றிகரமான மணவாழ்க்கைக்கு அவர்கள் பல விஷயங்களை மேற்கொண்டிருந்தபோதிலும், ஒரு குறிப்பிட்ட விஷயத்தைப் பற்றி அவர்கள் எங்களிடம் கூறினர். திருமணம் ஆன உடனேயே, அவர்கள் இருவரும், கோல்ஃப் கிளப், புத்தக வாசிப்புக் கிளப் போன்ற எந்தவிதமான கிளப்புகளிலும் உறுப்பினர்களாக ஆவதில்லை என்று முடிவு செய்தனர். அதற்காக அவர்களுக்கு அது போன்ற விஷயங்களில் ஈடுபாடு இல்லை என்று அர்த்தமில்லை. அதன் விளைவாக அவர்களால் தங்களுடைய குழந்தைகளோடு அதிக நேரம் செலவிட முடிந்தது. பல ஆண்டுகளின் ஊடாக, அவர்களின் குழந்தைகள் அவர்களுடைய மிகச் சிறந்த நண்பர்களாக ஆனார்கள். கோல்ஃப் கிளப்பிலோ அல்லது புத்தக வாசிப்புக் கிளப்பிலோ அவர்களுக்குச் சில நல்ல நண்பர்கள் கிடைத்திருக்கலாம். அவர்களுடைய அந்தத் தியாகம் அவர்களைப் பொறுத்தவரை சிறப்பான விளைவுகளையே தோற்றுவித்திருந்தது.

அத்தியாவசியவாதிகள் சமரசப் பதிலீடுகளை வாழ்க்கையின் ஓர் அங்கமாகப் பார்க்கின்றனர். அதை வாழ்க்கையின் ஓர் எதிர்மறையான அங்கமாக அவர்கள் பார்ப்பதில்லை. "இதற்காக நான் எதை விட்டுக்கொடுக்க வேண்டும்?" என்று கேட்பதற்குப் பதிலாக, "இதைத் தேர்ந்தெடுப்பதன் மூலம் நான் எந்த உயரத்திற்குச் செல்ல விரும்புகிறேன்?" என்று அவர்கள் கேட்கின்றனர். சிந்தனையில் ஏற்படுகின்ற இந்தச் சிறிய மாற்றம் விளைவிக்கின்ற கூட்டுத் தாக்கம் அளவிடற்கரியதாக இருக்கும்.

நியூயார்க்கர் பத்திரிகையில் டேவிட் செடாரிஸ் எழுதியிருந்த ஒரு வேடிக்கையான கட்டுரையில் அவர் இவ்வாறு குறிப்பிட்டிருந்தார். "ஒரு முறை, நானும் இன்னும் சிலரும் சேர்ந்து ஆஸ்திரேலியாவில் ஒரு நடைப்பயணம் மேற்கொண்டிருந்தோம். அப்போது எங்கள் வழிகாட்டி, தன்னுடைய மேலாண்மை வகுப்பில் கேட்டிருந்த ஒரு

விஷயத்தை எங்களோடு பகிர்ந்து கொண்டார். அவர் எங்களிடம், 'நான்கு பர்னர்களைக் கொண்ட ஓர் அடுப்பைக் கற்பனை செய்து கொள்ளுங்கள். அதில் ஒரு பர்னர் குடும்பத்தையும், மற்றொன்று வேலையையும், மற்றொன்று நண்பர்களையும், நான்காவது ஆரோக்கியத்தையும் பிரதிநுதப்படுத்துவதாக வைத்துக் கொள்ளுங்கள். நீங்கள் வாழ்க்கையில் வெற்றி பெற வேண்டுமென்றால், ஒரு பர்னரை அணைத்துவிட வேண்டும். நீங்கள் வாழ்க்கையில் மகத்தான வெற்றி பெற வேண்டுமென்றால், இரண்டு பர்னர்களை அணைத்துவிட வேண்டும்,' என்று கூறினார்."

அத்தியாவசியவாதி அல்லாதவர்	அத்தியாவசியவாதி
"என்னால் இரண்டையும் செய்ய முடியும்," என்று சிந்திக்கிறார்.	"இதற்காக எத்தகைய சமரசம் செய்து கொள்ள நான் தயாராக இருக்கிறேன்?" என்று கேட்கிறார்.
"அனைத்தையும் செய்வது எப்படி?" என்று வினவுகிறார்.	"இதைத் தேர்ந்தெடுப்பதன் மூலம் நான் எந்த உயரத்திற்குச் செல்ல விரும்புகிறேன்?" என்று வினவுகிறார்.

இது வேடிக்கைக்காகக் கூறப்பட்ட ஒரு கூற்று. குடும்பத்திற்கும், வேலைக்கும், ஆரோக்கியத்திற்கும், நண்பர்களுக்கும் இடையில் ஒன்றைத் தேர்ந்தெடுப்பதுதான் அத்தியாவசியவாதியின் வழி என்று நான் கூற வரவில்லை. ஆனால், ஒரு சூழலில் இவற்றில் ஒன்றை அல்லது இரண்டைத் தேர்ந்தெடுக்க வேண்டிய நிலைக்கு நீங்கள் தள்ளப்படுகின்றபோது, அத்தியாவசியவாதி கண்டிப்பாக, "இவற்றில் எது முக்கியமானது?" என்ற கேள்வியைக் கேட்டே ஆக வேண்டும் என்றுதான் நான் கூற வருகிறேன்.

சமரசப் பதிலீடுகள் அலட்சியம் செய்யப்படக்கூடியவை அல்ல. அவை சுவீகரிக்கப்பட்டு, திட்டமிட்ட முறையில், சீரிய சிந்தனையுடன் தேர்ந்தெடுக்கப்பட வேண்டியவை.

ஆய்ந்தறிதல்

முக்கியமானவற்றிலிருந்து அற்ப விஷயங்களைப் பகுத்துணர்தல்

அத்தியாவசியவாதி, அத்தியாவசியவாதியாக இல்லாதிருப்பவரைவிட அதிகமான வாய்ப்புகளை அலசுகிறார் என்பது ஒரு நகைமுரண்தான். அத்தியாவசியவாதியாக இல்லாதிருப்பவர் அலசல்கள் எதிலும் ஈடுபடாமல் எல்லாவற்றையும் ஏற்றுக் கொள்கிறார். அவர் எல்லா வாய்ப்புகளையும் பின்தொடர முயற்சிப்பதால் குறைவாகவே அலசுகிறார். ஆனால் அத்தியாவசியவாதிகள் ஏகப்பட்டச் சாத்தியக்கூறுகளை ஆராய்ந்து அவற்றில் சிலவற்றைத் தேர்ந்தெடுக்கின்றனர். அதற்குக் காரணம், தாங்கள் சரியானவற்றைத் தேர்ந்தெடுக்க வேண்டும் என்ற நோக்கம்தான். சரியானவற்றைத் தேர்ந்தெடுக்க வேண்டும் என்பதில் அவர்கள் குறியாக இருப்பதால், அவர்கள் அதிகமானவற்றை அலசுகின்றனர்.

இந்த இரண்டாம் பகுதியில், அத்தியாவசியமானவற்றை ஆய்ந்தறிவதற்கான ஐந்து அம்சங்களை நாம் பார்க்கவிருக்கிறோம். அத்தியாவசியமாக இல்லாத விஷயங்களின் ஈர்ப்பு வலுவானதாக இருக்கும் என்பதால், இப்பகுதியைத் தாண்டிச் செல்ல வேண்டும் அல்லது நுனிப்புல் மேய்ந்துவிட்டுச் செல்ல வேண்டும் என்ற சபலம் தோன்றக்கூடும். ஆனால் இப்பகுதி முக்கியமானது. எவை உண்மையிலேயே அத்தியாவசியமானவை என்பதை ஆய்ந்தறிவதற்கு, சிந்திப்பதற்கான ஓர் இடமும், கூர்ந்து செவிமடுப்பதற்கான ஒரு நேரமும், விளையாடுவதற்கான அனுமதியும், உறங்குவதற்கான ஞானமும், நாம் தேர்ந்தெடுத்துள்ளவற்றைப் பின்தொடர்வதற்கான உறுதியும் தேவை.

அத்தியாவசியவாதியாக இல்லாதிருக்கின்ற பாரம்பரியத்தில், தப்பித்தல், அவதானிப்பு, விளையாட்டுத்தனம், தூக்கம், தேர்ந்தெடுப்பு ஆகிய

ஐந்து அம்சங்களும் அற்ப கவனச்சிதறல்களாகப் பார்க்கப்படக்கூடும். மிஞ்சிப் போனால், அவை இருந்தால் நன்றாக இருக்கும் என்ற சிந்தனை வேண்டுமானால் ஏற்படக்கூடும். ஆனால் பொதுவாக அவை பலவீனத்தின் அடையாளமாகவும் வீண் விரயமாகவும் பார்க்கப்படுகின்றன. வாழ்க்கையில் முன்னேற வேண்டும் என்ற வெறியோடு இருக்கின்ற நபர்கள், “வாழ்க்கையைப் பற்றிச் சிந்தித்து அசைபோடுவதற்கு நேரம் ஒதுக்குவது நல்லதுதான். ஆனால், தற்போது எனக்கு அது கட்டுப்படியாகாது,” என்று எண்ணுவர். அல்லது, “நாம் வேலை பார்க்கத்தான் வந்துள்ளோம், விளையாடுவதற்கு அல்ல,” என்று அவர்கள் சிந்திக்கக்கூடும். அவர்களில் பெரும்பாலானோருக்கு, போதுமான தூக்கம் என்பது ஓர் ஆடம்பரமாகும்.

எப்போதும் சுறுசுறுப்பாக இருப்பதும், தங்கள் திறனுக்கு விஞ்சி இயங்கிக் கொண்டிருப்பதும்தான் செயற்திறனோடு செயல்படுவதற்கான சான்றுகள் என்று நம்பிக் கொண்டிருக்கும் நபர்கள், அலசுவதற்கும் சிந்திப்பதற்கும் அசைபோடுவதற்கும் இடத்தையும் நேரத்தையும் ஒதுக்குவதை முடிந்த அளவு குறைவாக வைத்துக் கொள்ள வேண்டும் என்று நினைப்பர். ஆனால் இவைதாம் நம்மில் பெரும்பாலானோரைப் பீடித்துள்ள அத்தியாவசியமற்ற சுறுசுறுப்புத்தனத்திற்கான மாற்று மருந்துகள். எவை அத்தியாவசியமானவை, எவை அற்பமானவை என்பதை வேறுபடுத்திப் பார்ப்பதற்கு அவை இன்றியமையாதவை.

அத்தியாவசியவாதிகள், அலசுதல், செவிமடுத்தல், வாதிடுதல், கேள்வி கேட்டல் மற்றும் சிந்தித்தலுக்கு அதிக நேரம் செலவிடுகின்றனர். ஆனால், அதற்கான நோக்கம், அற்பமானவற்றிலிருந்து முக்கியமானவற்றைப் பிரித்தெடுப்பதாகும்.

அத்தியாயம் 5

தப்பித்தல்

அகப்படாதிருத்தல் எனும் சலுகை

*"பெரும் ஏகாந்தம் இல்லையெனில்
தலைசிறந்த படைப்புகள் சாத்தியமில்லை."*

- பாப்லோ பிக்காஸோ

ஃபிராங்க் ஓ'பிரையன், அமெரிக்காவில் வேகமாக வளர்ந்து கொண்டிருக்கின்ற ஒரு நிறுவனமாகக் கருதப்படுகின்ற 'கான்வர்சேஷன்ஸ்' என்ற சந்தையியல் நிறுவனத்தைத் தோற்றுவித்தவர். இன்று நிறுவனங்களில் நிலவிக் கொண்டிருக்கின்ற அவசரத்தனத்தைக் கையாள்வதற்கு அவர் ஒரு புரட்சிகரமான நிவாரண நடவடிக்கையை மேற்கொண்டு வருகிறார்.

தன் நிறுவனத்தில் வேலை பார்க்கின்ற சுமார் ஐம்பது ஊழியர்களையும் மாதத்தில் ஒரு நாள் அவர் ஒரே அறையில் ஒன்றுகூட்டுகிறார். அவர்கள் அந்த நாள் முழுவதும் அங்கேதான் இருக்க வேண்டும். அங்கு அலைபேசிகளுக்கும் மின்னஞ்சல்களுக்கும் அனுமதி இல்லை. அன்றைய தினத்திற்கு நிகழ்ச்சி நிரல் எதுவும் இருக்காது. அன்றாட வேலைகளிலிருந்து விடுபட்டு வெறுமனே பேசிக் கொண்டும் சிந்தித்துக் கொண்டும் இருப்பதுதான் அந்த நாளின் நோக்கமாகும். அவர் அக்கூட்டத்தை ஒரு மாதத்தின் நடுவே வருகின்ற, மந்தமான ஒரு வெள்ளிக்கிழமையன்று கூட்டுவதில்லை. மாறாக, மக்கள் மிகவும் சுறுசுறுப்பாக இயங்குகின்ற, மாதத்தின் முதல் திங்கட்கிழமையன்று அவர்

அக்கூட்டத்தைக் கூட்டுகிறார். அந்நிகழ்வு, நிறுவனத்திற்கு உள்ளே மட்டுமே நிகழ்கின்ற ஒன்றல்ல. அந்நிறுவனத்தின் வாடிக்கையாளர்களும் 'என்னைத்-தொந்தரவு-செய்யாதே-திங்கட்கிழமைகளைப்' பற்றி நன்கு அறிவர்.

தன் ஊழியர்கள் எப்போதும் இயங்கிக் கொண்டிருந்தால், எவை அவசியமானவை என்பதை அவர்களால் கண்டுபிடிக்க முடியாது என்பதை ஃபிராங்க் உணர்ந்திருக்கிறார். உண்மையிலேயே அர்த்தம் வாய்ந்தவை எவை என்பதைக் கண்டறிவதற்கு அவர்களுக்கு இடமும் நேரமும் தேவை. அவர் இவ்வாறு குறிப்பிடுகிறார்: "நம்மை ஆசுவாசப்படுத்திக் கொண்டு, சுற்றுமுற்றும் பார்த்து, யோசிப்பதற்கென்று ஒரு குறிப்பிட்ட நேரத்தைத் தனியாக ஒதுக்கி வைப்பது மிகவும் முக்கியமானது என்று நான் நினைக்கிறேன். தொடர்ந்து வளர்ந்து கொண்டிருப்பதற்கும், புதுமைகளைப் புகுத்துவதற்கும் அந்த அளவு தெளிவு தேவை." தன்னுடைய ஊழியர்கள் அத்தியாவசியமற்ற விஷயங்களில் அளவுக்கதிகமான நேரத்தைத் தொலைத்துக் கொண்டிருக்கிறார்களா என்பதைக் கண்டறிவதற்கும் அவர் அந்த நாளைப் பயன்படுத்திக் கொள்கிறார். "ஒரு குறிப்பிட்ட ஊழியரால், வேலைச்சுமை காரணமாக அன்றைய கூட்டத்தில் கலந்து கொள்ள முடியாமல் போனால், ஒன்று, நாங்கள் காரியங்களைத் திறம்படச் செய்து கொண்டிருக்கவில்லை அல்லது ஆள் பற்றாக்குறை இருக்கிறது என்று அர்த்தம்," என்று அவர் கூறுகிறார்.

எண்ணற்ற அற்ப விஷயங்களிலிருந்து அத்தியாவசியமான ஒரு சிலவற்றைப் பகுத்தறிவதற்கு நேரமும் இடமும் நமக்குத் தேவை. துரதிர்ஷ்டவசமாக, நேரப் பற்றாக்குறை தலைவிரித்தாடிக் கொண்டிருக்கும் இக்காலகட்டத்தில் அது தானாகவே அமையாது. நாம்தான் திட்டமிட்ட முறையில் அதைச் செயல்படுத்த வேண்டும். நான் இணைந்து பணியாற்றிய ஒரு தலைவர், தான் ஒரு நிறுவனத்தில் ஐந்து ஆண்டுகள் தொடர்ந்து பணியாற்றியது தவறு என்றும், அது மிக நீண்டகாலம் என்றும் என்னிடம் தெரிவித்தார். அந்த நிறுவனத்தில் தொடர்ந்து இருக்க வேண்டுமா வேண்டாமா என்பது குறித்துச் சிந்திக்கக்கூடத் தான் நேரம் ஒதுக்கியிருக்கவில்லை என்றும் அவர் தெரிவித்தார். அன்றாட வேலைச்சுமை, நின்று நிதானித்து அசைபோடுவதற்கான நேரத்தையும் இடத்தையும் அளிப்பதில்லை.

அதேபோல, ஒரு பன்னாட்டுத் தொழில்நுட்ப நிறுவனத்தின் மூத்தத் துணைத் தலைவராக இருக்கின்ற

ஒருவர், தான் வாரத்திற்கு முப்பத்தைந்து மணிநேரத்தைச் சந்திப்புக்கூட்டங்களில் செலவிடுவதாக என்னிடம் தெரிவித்தார். இதன் காரணமாக, தன் வேலையில் முன்னேற்றம் குறித்து யோசிப்பதற்கு அவருக்கு மாதத்திற்கு ஒரு மணிநேரம்கூடக் கிடைப்பதில்லை. என்ன நடந்து கொண்டிருக்கிறது, என்ன செய்யப்பட வேண்டும் போன்றவற்றைப் பற்றி விவாதிக்கவும் பேசவும் நேரம் ஒதுக்கிக் கொள்வதற்குப் பதிலாக, பெரிய தீர்மானங்கள் எவற்றுக்கும் இட்டுச் செல்லாத கூட்டங்களில் அவர் தன் நேரத்தை வீணடித்துக் கொண்டிருக்கிறார்.

அதனால், எவை அத்தியாவசியமானவை, எவை அத்தியாவசியமற்றவை என்பதை மதிப்பீடு செய்வதற்கு முன், உங்கள் முன் இருக்கின்ற சாத்தியக்கூறுகளை நீங்கள் அலச வேண்டும். அத்தியாவசியவாதிகளாக இல்லாதிருப்பவர்கள் ஒரு புதிய யோசனையைக் கேட்டால், அதில் உடனடியாகக் குதித்துவிடுகின்றனர், சமீபத்திய மின்னஞ்சலுக்கு உடனடியாகப் பதிலனுப்பத் துடிக்கின்றனர். ஆனால், அத்தியாவசியவாதிகளோ, ஒன்றை எடுத்துக் கொள்வதற்கு முன், அதை அலசுவதற்குத் தேவைப்படுகின்ற நேரத்தை உருவாக்கிக் கொள்வதைத் தேர்ந்தெடுக்கின்றனர்.

அத்தியாவசியவாதி அல்லாதவர்	**அத்தியாவசியவாதி**
வாழ்க்கையைப் பற்றிச் சிந்திப்பதற்கு நேரம் இல்லாத அளவுக்கு வேலைகளில் மும்முரமாக இருக்கிறார்.	வாழ்க்கையைப் பற்றிச் சிந்திப்பதற்காக, தப்பிச் செல்வதற்கான ஓர் இடத்தை உருவாக்கிக் கொள்கிறார்.

வடிவமைப்பதற்கான இடம்

ஸ்டேன்ஃபோர்டு பல்கலைக்கழகத்தின் வடிவமைப்புப் பள்ளியில் ஒரு வகுப்பு எடுக்குமாறு நான் கேட்டுக் கொள்ளப்பட்டேன். அங்குச் சென்றபோது நான் முதலில் கவனித்த விஷயம், வழக்கமாக வகுப்புகளில் இருப்பது போன்ற இருக்கைகள் எதுவும் அங்கு இடம் பெற்றிருக்கவில்லை என்பதுதான். மிருதுவான இரப்பரால் செய்யப்பட்ட, சதுர வடிவப் பெட்டி போன்ற அமைப்புகள் அங்கு

வைக்கப்பட்டிருந்தன. அவற்றில் மாணவர்கள் உட்கார்ந்து கொள்ளலாம். ஆனால் உட்கார்வதற்கு அவை மிகவும் அசௌகரியமாக இருந்தன என்பதை நான் பின்னர் உணர்ந்து கொண்டேன். அவற்றில் சில நிமிடங்கள் அமர்ந்தவுடன், அது ஏற்படுத்துகின்ற அசௌகரியத்தின் காரணமாக மாணவர்கள் எழுந்து நின்றுவிடுவர், அங்குமிங்கும் நடந்து சென்று பிற மாணவர்களுடன் உரையாடுவர். வகுப்பறையில் மாணவர்களால் தங்களுக்கு இடது புறம் அல்லது வலது புறத்தில் இருப்பவர்களோடு மட்டுமே உரையாட முடியும். அப்பள்ளி, தன்னுடைய மாணவர்கள் சிந்திக்கவும் ஒருவரோடு ஒருவர் கலந்துறவாடவும் அந்த வகுப்பறை இடத்தைப் பயன்படுத்திக் கொண்டது.

அதேபோல, அப்பள்ளியில், 'ஒளிவறை' என்ற ஒன்றும் உள்ளது. அதில் மூன்று பேருக்கு மேல் இருக்க முடியாது. அதற்குச் சன்னல்கள் கிடையாது. ஒலி புகாதவாறு அது வடிவமைக்கப்பட்டிருந்தது. அதாவது, எந்தவிதமான கவனச்சிதறல்களுக்கும் இடமளிக்காத விதத்தில் அது வடிவமைக்கப்பட்டிருந்தது. சிந்திப்பதற்காக மட்டுமே ஒருவர் செல்கின்ற இடம் அது. அப்படிப்பட்ட ஓரிடத்தை அமைத்துக் கொடுத்ததன் மூலம், அப்பள்ளி, மாணவர்கள் ஆழ்ந்து சிந்திப்பதற்கும், தங்களுடைய வாழ்க்கையை விலகி நின்று பார்ப்பதற்கும் வழிவகுத்துக் கொடுத்தது.

ஏதோ காரணத்தினால், கவனக்குவிப்பு என்ற சொல் தவறாகப் புரிந்து கொள்ளப்பட்டுள்ளது. தேர்ந்தெடுப்பு என்ற சொல்லைப்போலவே இதுவும் ஒரு விஷயம் என்று மக்கள் நினைத்துக் கொண்டிருக்கின்றனர். கவனக்குவிப்பு என்பது நம்மிடம் இருக்கின்ற ஒன்று என்பது உண்மைதான். ஆனால், அது நாம் செய்கின்ற ஒன்றாகவும் இருக்கிறது.

நாம் கவனக்குவிப்பைக் கொண்டிருக்க விரும்பினால், கவனத்தைக் குவிப்பதற்கு நாம் தப்பிச் செல்ல வேண்டும்.

இங்கு நான் கவனக்குவிப்பு என்று கூறுவது, ஒரே ஒரு கேள்வியை அல்லது சாத்தியக்கூற்றை மட்டும் எடுத்துக் கொண்டு, அது குறித்து அதீதமாகச் சிந்திப்பதைப் பற்றியது அல்ல. நூறு கேள்விகளையும் சாத்தியக்கூறுகளையும்

அலசுவதற்கான நேரத்தையும் இடத்தையும் உருவாக்கிக் கொள்வதைப் பற்றியது அது. நம் கண்கள் எப்படிப் பார்வையைக் குவிக்கின்றனவோ, அதுபோலவே அத்தியாவசியவாதியும் தன் கவனத்தைக் குவிக்கிறார். நம் கண்களின் பார்வை ஒரே இடத்தில் நிலை கொள்வதில்லை. மாறாக, தொடர்ந்து மாறிக் கொண்டிருக்கின்ற பார்வைப் புலத்திற்கு ஏற்ப அது தன்னைத் தகவமைத்துக் கொள்கிறது.

ஸ்டேன்ஃபோர்டின் வடிவமைப்புப் பள்ளி குறித்த மற்றொரு சம்பவம் இது. இம்முறை அது வேறொரு வகுப்பு. அந்த வகுப்பில் இருக்கைகள், மேசைகள் என்று எதுவும் கிடையாது. முழுச் சுவர் உயரத்திற்கு, எழுதுவதற்கான வெள்ளைப் பலகை ஒன்று அங்கு அமைக்கப்பட்டிருந்தது. அதில் குறிப்புகளை ஒட்டி வைப்பதற்கான சிறு காகிதங்கள் பல வண்ணங்களில் ஒட்டப்பட்டிருந்தன. அதற்கு என்னுடைய கூட்டாளியாக இருந்த ஜெர்மி உட்லி 'வாழ்க்கையை வடிவமைத்தல்' என்று பெயரிட்டார்.

அது மிகவும் பொருத்தமான பெயர். ஏனெனில், மாணவர்கள் தங்களுடைய வாழ்க்கையை வடிவமைப்பதற்குத் தேவையான இடத்தை உருவாக்குவதுதான் அந்த வகுப்பின் நோக்கமே. வாரம் ஒரு முறை, வாழ்க்கையைப் பற்றிச் சிந்திப்பதற்கு ஒரு சாக்குப்போக்கை அது அவர்களுக்குக் கொடுக்கிறது. அப்போது அவர்கள் தங்களுடைய மடிக்கணினிகளையும் அலைபேசிகளையும் மூடி வைத்துவிட்டு, தங்களுடைய மூளைகளைத் திறக்க அது அவர்களை நிர்ப்பந்திக்கிறது. அத்தியாவசியமான ஒரு சிலவற்றை மட்டுமே தேர்ந்தெடுக்க அவர்களைப் பழக்குகின்ற விதத்தில் அவர்களுக்குத் திட்டப்பணிகள் ஒதுக்கப்படுகின்றன. இதற்காக நீங்கள் ஒரு வடிவமைப்புப் பள்ளிக்குச் செல்ல வேண்டிய தேவையில்லை. நம்முடைய வாழ்வில் அதிக இடத்தை உருவாக்கிக் கொள்வது எப்படி என்பதை நம் ஒவ்வொருவராலும் கற்றுக் கொள்ள முடியும்.

கவனக்குவிப்புக்கான ஓர் இடம்

எனக்குத் தெரிந்த ஒரு நிர்வாக அதிகாரி, அறிவார்ந்தவராக இருந்தபோதிலும் எப்போதும் கவனச்சிதறலுக்கு ஆளாகியிருந்தார். ஃபேஸ்புக், டுவிட்டர், மின்னஞ்சல், பல உரையாடல் செயலிகள் போன்ற பலவற்றை எல்லா நேரங்களிலும் அவர் திறந்தே வைத்திருப்பார். கவனச்சிதறலற்ற ஒரு சூழ்நிலையை

உருவாக்குவதற்காக அவர் தன் அலுவலகத்தில் இணையப் பிணைப்புகளைத் துண்டித்துப் பார்த்தார். ஆனால், வேறு வழிகளில் இணையத்தில் மேய்வதற்கான வழிகளை அவர் எப்போதும் கண்டுபிடித்துக் கொண்டே இருந்தார். அவர் ஒரு முக்கியமான, பெரிய திட்டத்தை நிறைவேற்றவிருந்தபோது, அவர் தன் அலைபேசியை வேறொருவரிடம் கொடுத்துவிட்டு, இணைய வசதி இல்லாத ஓட்டல் ஒன்றில் ஓர் அறையெடுத்துத் தங்கினார். இப்படி அவர் தன்னை எட்டு வாரங்களுக்குத் தனிமைப்படுத்திக் கொண்டு அத்திட்டத்தை நிறைவு செய்தார்.

அந்த அதிகாரி இவ்வளவு தூரம் போக வேண்டியிருந்ததை நினைத்து நான் வருந்தினேன். அவருடைய செயல்முறை விநோதமானதாக இருந்தபோதிலும், அவருடைய நோக்கத்தில் என்னால் குறை கண்டுபிடிக்க முடியவில்லை. ஒரு முக்கியமான திட்டத்திற்குக் குறுக்கீடற்ற முறையில் இயங்குவதற்குத் தனக்கு ஓர் இடம் தேவை என்பதை உணர்ந்து, அதன்படி அவர் செயல்பட்டிருந்தார்.

ஐசக் நியூட்டன் தன்னுடைய உலகப் பிரசித்தி பெற்ற ‘பிரின்சிபியா மேத்தமெடிகா’ நூலை எழுதுவதற்கு இரண்டு ஆண்டுகள் எடுத்துக் கொண்டார். இதற்காக அவர் கிட்டத்தட்டத் தன்னை முழுமையாகத் தனிமைப்படுத்திக் கொண்டார். அடுத்த முந்நூறு ஆண்டுகால அறிவியல் சிந்தனையின் போக்கைத் தீர்மானித்தக் கண்டுபிடிப்பு அதில் இடம்பெற்றிருந்தது.

நியூட்டனிடம் அது பற்றிக் கேட்கப்பட்டபோது, தான் அது ஒன்றைப் பற்றி மட்டுமே எப்போதும் சிந்தித்துக் கொண்டிருந்ததாக அவர் தெரிவித்தார். அதாவது, தீவிரமான கவனக்குவிப்புக்கு ஏற்ற ஓர் இடத்தை அவர் உருவாக்கிக் கொண்டார். அந்த இடம், இப்பிரபஞ்சத்தின் இரகசியங்களைக் கண்டறிய அவருக்கு உதவியது.

நியூட்டனால் உந்தப்பட்டு நானும் (அவர் அளவுக்கு இல்லையென்றாலும்) இப்புத்தகத்தை எழுதுவதற்கு ஓர் அணுகுமுறையை வகுத்துக் கொண்டேன். எழுதுவதற்காகத் தினமும் எட்டு மணிநேரத்தை நான் ஒதுக்கினேன். வாரத்திற்கு ஐந்து நாட்கள், காலை ஐந்து மணியிலிருந்து மதியம் ஒரு மணி வரை நான் இதற்காக ஒதுக்கினேன். எனக்கென்று சில அடிப்படை விதிகளை நான் வகுத்துக் கொண்டேன். அந்த நேரத்தில் நான் மின்னஞ்சல்களைப் பார்க்கவில்லை, தொலைபேசி அழைப்புகளை ஏற்றுக் கொள்ளவில்லை, யாரையும் சந்திக்கவில்லை, வேறு எந்தவிதமான இடையூறுகளையும் நான் அனுமதிக்கவில்லை. அந்த

அணுகுமுறையை என்னால் எல்லா நாட்களிலும் கடைபிடிக்க முடியவில்லை என்றாலும், எனக்கு நானே வகுத்துக் கொண்ட அந்தக் கட்டுப்பாடு, மாபெரும் வித்தியாசத்தை ஏற்படுத்தியது. எனக்கு வந்த மின்னஞ்சல்களுக்கு, நான் 'மோன நிலையில்' இருந்ததால் என்னால் உடனடியாக பதிலளிக்க முடியாது என்று தெரிவித்த பதிலைத் தானியங்கி முறையில் அனுப்புவதற்கு நான் தொழில்நுட்பத்தைப் பயன்படுத்திக் கொண்டேன். இந்த அணுகுமுறை எனக்கு அளித்திருந்த சுதந்திரத்தை நான் வெகுவாக இரசித்து அனுபவித்தேன். ஆய்வுகள் செய்வதற்கும், சிந்திப்பதற்கும், எழுதுவதற்கும் எனக்குத் தனியாக ஓர் இடத்தை உருவாக்கிக் கொண்டதன் மூலம், நான் திட்டமிட்டிருந்ததைவிட அதிக விரைவாக என்னால் இப்புத்தகத்தை எழுதி முடிக்க முடிந்தது. அதோடு, மீதி நேரத்தை எவ்வாறு செலவிடுவது என்பதும் என் கட்டுப்பாட்டில் இருந்தது.

இது எல்லோருக்கும் தெரிந்த விஷயம்தானே என்று நீங்கள் நினைக்கலாம். ஆனால், கடைசியாக எப்போது நீங்கள் வெறுமனே உட்கார்ந்து யோசிப்பதற்காக நேரத்தை ஒதுக்கினீர்கள் என்பது உங்களுக்கு நினைவிருக்கிறதா? காலையில் அலுவலகத்திற்குச் சென்று கொண்டிருக்கும்போது, அன்றைய தினம் செய்து முடிக்கப்பட வேண்டிய வேலைகளின் பட்டியலைத் தயாரிப்பதற்கு நீங்கள் செலவழிக்கின்ற ஐந்து நிமிடங்களைப் பற்றி இங்கு நான் பேசவில்லை. அதேபோல, அலுவலகத்தில் அடுத்த வேலைத் திட்டத்தைப் பற்றி யோசிப்பதற்கு நீங்கள் செலவிடுகின்ற நேரமும் இந்தக் கணக்கில் வராது. எந்தவிதமான கவனச்சிதறலுக்கும் வாய்ப்பில்லாத ஓரிடத்தில், வெறுமனே சிந்திப்பதற்காக மட்டும், எந்தவிதமான கவனச்சிதறலுக்கும் சாத்தியமில்லாத ஒரு நேரத்தை ஒதுக்குவதைப் பற்றித்தான் நான் இங்குப் பேசிக் கொண்டிருக்கிறேன்.

தொழில்நுட்பக் கருவிகளால் சூழப்பட்டு, அளவுக்கதிகமாகத் தூண்டுதல்களுக்கு ஆளாகியுள்ள இந்த உலகத்தில் இது அவ்வளவு எளிதான காரியமல்ல. ஒரு முறை ஒருவர் டுவிட்டர் தளத்தில் என்னிடம் இப்படி ஒரு கேள்வியைக் கேட்டார்: "எதுவும் செய்ய முடியாமல் இருப்பதனால் உருவாகின்ற சலிப்பை அனுபவித்த ஞாபகம் உங்களுக்கு இருக்கிறதா? இப்போதெல்லாம் எனக்கு அப்படி நிகழ்வதேயில்லை." அது உண்மைதான். சில ஆண்டுகளுக்கு முன்புகூட, தாமதமாகிவிட்டுள்ள உங்களுடைய விமானத்திற்காக நீங்கள் விமான நிலையத்தில் காத்துக்

கொண்டிருக்கும்போதோ, அல்லது ஒரு மருத்துவமனையில் மருத்துவருக்காகக் காத்துக் கொண்டிருக்கின்றபோதோ, நீங்கள் சலிப்படைந்து மோட்டுவளையைப் பார்த்துக் கொண்டு உட்கார்ந்திருந்திருப்பீர்கள், இல்லையா? ஆனால் இன்று நிலைமை அப்படி இல்லை. எல்லோருமே தங்களுக்குப் பிடித்தமான ஒரு செயலியில் மூழ்கியிருக்கின்றனர். எவருக்குத்தான் சலிப்படைதல் பிடிக்கும்? ஆனால், சலிப்படைதலுக்கான சாத்தியக்கூற்றுக்குக் கதவை மூடியதன் மூலம், தனியாக அமர்ந்து சிந்திப்பதற்கும் அசைபோடுவதற்குமான நேரத்தையும் நாம் தொலைத்துவிட்டோம்.

இதோ இன்னொரு முரண்பாடு: விஷயங்கள் எவ்வளவு அதிக மும்முரமாகவும் விரைவாகவும் ஆகின்றனவோ, அவ்வளவு அதிகமான நேரத்தை, சிந்திப்பதற்காக ஒதுக்க வேண்டிய தேவை நமக்கு எழுகிறது. நம்மைச் சுற்றி எந்த அளவுக்கு இரைச்சல் அதிகமாகிறதோ, அந்த அளவுக்கு அதிக அமைதியான ஓரிடத்தை உருவாக்கிக் கொள்வதற்கான தேவை எழுகிறது.

நீங்கள் உங்கள் வேலையில் எவ்வளவு மும்முரமாக இருந்தாலும் சரி, சிந்திப்பதற்காக உங்களுடைய அலுவலக நாளில் சிறிது நேரத்தை உங்களால் நிச்சயமாக ஒதுக்கிக் கொள்ள முடியும். எடுத்துக்காட்டாக, லிங்க்ட்இன் நிறுவனத்தின் முதன்மை நிர்வாக அதிகாரியான ஜெஃப் வெய்னர் தினமும் இரண்டு மணிநேரத்தை ஒன்றும் செய்யாமல் இருப்பதற்காக ஒதுக்கிக் கொள்கிறார். அதை நான்கு அரை மணிநேரங்களாக அவர் பிரித்துக் கொள்கிறார். அவர் அடுத்தடுத்துச் சந்திப்புக்கூட்டங்களில் கலந்து கொண்டிருந்த நேரங்களில் தன்னைச் சுற்றி என்ன நடந்து கொண்டிருந்தது என்பதைப் புரிந்து கொள்வதற்காக அவர் செய்திருந்த ஓர் ஏற்பாடு அது. முதலில் அது அவருக்கு நேர விரயம்போலவும், சுயநலமான ஒரு நடவடிக்கைபோலவும் தோன்றியது. ஆனால், செயல்திறனை அதிகரிப்பதற்கான மிகச் சிறந்த உத்தி அது என்பதை அவர் விரைவில் கண்டுகொண்டார். ஒரு நாளின் தயவில் இருப்பதற்குப் பதிலாக, அந்த நாளைத் தன் கட்டுப்பாட்டில் வைத்திருப்பதை உறுதி செய்து கொள்வதற்கான மிகச் சிறந்த வழி அது என்பது அவருக்குப் புரிந்தது.

அவருக்குக் கிடைத்திருந்த அந்த நேரத்தை அத்தியாவசியமான பல கேள்விகளைக் கேட்க அவர் பயன்படுத்திக் கொண்டார்: 'அடுத்த ஐந்து ஆண்டுகளில்

என் நிறுவனம் எங்கே இருக்கும்? ஏற்கனவே சிறப்பாக விற்பனையாகிக் கொண்டிருக்கின்ற விற்பனைப் பொருளை மேலும் மேம்படுத்த முடியுமா? தீர்க்கப்படாமல் இருக்கின்ற ஒரு வாடிக்கையாளர் பிரச்சனையை எவ்வாறு தீர்ப்பது? போட்டியாளர்களுக்கும் என் நிறுவனத்திற்கும் இடையே இருக்கின்ற இடைவெளியை எவ்வாறு குறைப்பது?' அதோடு, தனக்கு உணர்ச்சிரீதியாகப் புத்துணர்ச்சியூட்டிக் கொள்ளவும் அவர் அந்த நேரத்தைப் பயன்படுத்திக் கொண்டார். ஒரு தலைவர் என்ற முறையில் பிரச்சனைகளைத் தீர்க்கின்ற ஒருவராகவும், பிறருக்கு வழிகாட்டுகின்ற ஒருவராகவும் அவர் இருக்க வேண்டும் என்ற, அவருடைய நிறுவனத்தின் எதிர்பார்ப்பை நிறைவேற்ற அது அவருக்கு உதவியது.

ஜெஃபைப் பொறுத்தவரை, அப்படிப்பட்ட நேரத்தையும் இடத்தையும் உருவாக்கிக் கொள்வது என்பது செயல்நடவடிக்கையையும் தாண்டிய ஒன்று. அது பலவற்றையும் உள்ளடக்கிய ஒரு தத்துவத்தின் ஓர் அங்கம்.

படிப்பதற்கான ஓர் இடம்

பில் கேட்ஸ், சிந்திப்பதற்காகவும் படிப்பதற்காகவும் ஒரு வாரகாலம் விடுமுறை எடுத்துக் கொள்வார் என்ற செய்தியை நீங்கள் அறிந்திருக்கலாம். அவருடைய அறக்கட்டளையின் தலைமையகத்தில் நடந்த கேள்வி பதில் நிகழ்ச்சியில் நான் ஒரு முறை கலந்து கொண்டேன். அப்போதுதான் அவர் தன்னுடைய 'சிந்தனை வாரத்தை' நிறைவு செய்திருந்தார். உங்களைப்போலவே நானும், அவர் இப்படி ஒரு வாரகாலத்தைச் சிந்திப்பதற்குச் செலவிட்டுக் கொண்டிருந்தார் என்பதைக் கேள்விப்பட்டிருந்தாலும், அவர் அதை 1980களில் மைக்ரோசாஃப்ட் நிறுவனத்தின் முதன்மை நிர்வாக அதிகாரியாகப் பணியாற்றிக் கொண்டிருந்த காலத்திலிருந்தே கடைபிடித்து வந்துள்ளார் என்பது எனக்குப் புதிய செய்தி.

வேறு வார்த்தைகளில் கூற வேண்டுமென்றால், ஆண்டுக்கு இருமுறை அவர் இப்படி ஒரு வாரம் சிந்திப்பதற்காக விடுமுறை எடுத்துக் கொண்டார். அதுவும், அவருடைய நிறுவனம் சந்தையில் உச்சத்தில் கோலோச்சிக் கொண்டிருந்த காலகட்டத்தில்கூட அவர் தன்னைத் தனிமைப்படுத்திக் கொள்ள நேரம் ஒதுக்கிக் கொண்டிருந்தார் (இப்புத்தகத்தை நான் எழுதிக் கொண்டிருந்தபோது 112-வது முறையாக அதை அவர் செய்திருந்தார்). அச்சமயத்தை, புத்தகங்கள்,

கட்டுரைகள், தொழில்நுட்பம் சார்ந்த விஷயங்கள் போன்றவற்றைப் படிக்கவும், தன் தொழில்வாழ்க்கையைப் பற்றியும் தனிப்பட்ட வாழ்க்கையைப் பற்றியும் ஒரு முழுமையான வரைபடத்தை உருவாக்கிக் கொள்வதற்காகச் சிந்திக்கவும் அவர் பயன்படுத்தினார். இப்போது அவர் முழுநேரமாகத் தன்னுடைய அறக்கட்டளையை நிர்வகித்துக் கொண்டிருந்தாலும், அந்த வழக்கத்தை அவர் தொடர்ந்து கடைபிடித்துக் கொண்டுதான் இருக்கிறார்.

முழுமையாக ஒரு வாரத்தை இப்படி ஒதுக்குவது உங்களுக்கு சௌகரியப்பட்டு வராது என்று நீங்கள் நினைத்தால், ஒவ்வொரு நாளுக்குள்ளும் சிறிய அளவில் அதை நீங்கள் புகுத்திக் கொள்ளலாம். நான் இப்படி ஒரு பழக்கத்தை வளர்த்துக் கொண்டுள்ளேன்: காலையில் கண்விழித்தவுடன் இருபது நிமிடங்கள் தரமான இலக்கிய நூல் எதையேனும் வாசித்தல்தான் அது. (வலைப்பக்கங்களைப் படித்தல், செய்திப் பத்திரிகைகளைப் படித்தல் அல்லது மலிவான நாவல்களைப் படித்தல் போன்றவை அல்ல அது.) எழுந்தவுடன் மின்னஞ்சல்களைப் படிக்கின்ற என் பழக்கத்திலிருந்து என்னை இது விடுவித்தது. காலங்காலமாக நீடித்து நிலைத்து வந்துள்ள சில யோசனைகளும் கதையாடல்களும் என் கண்ணோட்டத்தை விரிவுபடுத்தின.

நீங்கள் இப்பழக்கத்தைப் பின்பற்ற நினைத்தால், தேர்ந்தெடுப்பதற்கு எண்ணற்ற நூல்கள் இருக்கின்றன. அவை காலத்தால் அழிக்கப்படாதவையாக இருப்பதை மட்டும் உறுதி செய்து கொள்ளுங்கள். வாழ்க்கையில் எவை உண்மையிலேயே அர்த்தமுள்ளவை என்பது குறித்து நீங்கள் கொண்டிருக்கும் கண்ணோட்டத்தை அது கேள்விக்கு உள்ளாக்கும்.

உங்களால் ஆண்டுக்கு இரண்டு வாரங்களை ஒதுக்க முடிந்தாலும் சரி, அல்லது தினமும் இரண்டு மணிநேரத்தை ஒதுக்க முடிந்தாலும் சரி, அல்லது தினமும் காலையில் வெறும் ஐந்து நிமிடங்களை மட்டும் ஒதுக்க முடிந்தாலும் சரி, உங்களுடைய மும்முரமான வாழ்க்கையிலிருந்து ஒதுங்கி நிற்பதற்கான நேரத்தை நீங்கள் உருவாக்கிக் கொள்ள வேண்டியது முக்கியம்.

அத்தியாயம் 6

அவதானிப்பு

எது முக்கியமென்று கண்டறிதல்

"தகவல்களில் நாம் தொலைத்துள்ள ஞானம் எங்கே இருக்கிறது?"

- டி.எஸ். எலியட்

காலஞ்சென்ற நோரா எஃப்ரான், ஹாலிவுட்டில் ஒரு குறிப்பிடத்தக்க இயக்குநராகவும் கதாசிரியராகவும் திகழ்ந்தார். அவர் திரைக்கதை எழுதிய மூன்று திரைப்படங்கள் ஆஸ்கார் விருதுக்குப் பரிந்துரைக்கப்பட்டன. கதையின் சாராம்சத்தை அப்படியே திரையில் பிரதிபலிக்கச் செய்வதில் அவர் சிறந்து விளங்கினார். அவர் ஒரு பத்திரிகையாளராக இருந்தது இந்த விஷயத்தில் அவருக்குக் கைகொடுத்தது. ஆனால் அவர் கற்றுக் கொண்டிருந்த பாடங்களில் தலைசிறந்த ஒன்றை அவர் பெவர்லி ஹில்ஸ் உயர்நிலைப் பள்ளியில் படித்தபோது கற்றுக் கொண்டிருந்தார்.

பள்ளியில் அவருக்கு இதழியல் வகுப்பு எடுத்த சார்லி சிம்ஸ் என்ற ஆசிரியர், மற்ற ஆசிரியர்களைப்போலவே, முதல் வகுப்பில், ஒரு கட்டுரையின் 'சாரத்தை' விவரிக்கின்ற முதல் பத்தி எப்படி இருக்க வேண்டும் என்பதைப் பற்றிப் பாடம் எடுத்தார். ஏன், எது, எப்போது, யார் ஆகியவற்றை அதன் சாரம் வெளிப்படுத்துவதாக இருக்க வேண்டும் என்று அவர் கூறினார். அதாவது, அது அத்தியாவசியமான அம்சங்களைக் கொண்டிருக்க வேண்டும். பாடம் எடுத்து முடித்தவுடன், கதைக்களன் ஒன்றை வர்ணித்துவிட்டு, முதல் பத்தியை

எழுதுமாறு மாணவர்களை அவர் பணித்தார்.

அக்கதையின் தகவல்களைச் சார்லி இவ்வாறு தெரிவித்தார்: "பெவர்லி ஹில்ஸ் உயர்நிலைப் பள்ளியின் முதல்வர் கென்னத் எல். பீட்டர்ஸ், புதிய கற்பித்தல் முறைகள் குறித்தக் கலந்துரையாடலுக்காக உயர்நிலைப் பள்ளி ஆசிரியர்கள் அனைவரும் அடுத்த வியாழனன்று சேக்ரமென்டோவுக்குச் செல்வார்கள் என்று இன்று அறிவித்தார். அதில் கலந்து கொள்கின்ற பேச்சாளர்களில், மானுடவியலாளர் மார்கரெட் மீட், கல்லூரித் தலைவர் டாக்டர். ராபர்ட் மேனார்ட் ஹட்சின்ஸ், கலிபோர்னியா ஆளுநர் எட்மன்ட் 'பேட்' பிரவுன் ஆகியோர் அடங்குவர்."

மாணவர்கள் தங்கள் முன் இருந்த தட்டச்சு இயந்திரங்களில் உடனடியாக முதல் பத்தியைத் தட்டச்சுச் செய்யத் துவங்கினர். பின் அதை அவர்கள் தங்கள் ஆசிரியரிடம் சமர்ப்பித்தனர். அந்த மாணவர்கள் ஒவ்வொருவரும் ஏன், எப்படி, எங்கு, யார் ஆகியவற்றை வெவ்வேறு விதங்களில் வெளிப்படுத்த முனைந்திருந்தனர். "மார்கரெட் மீட், மேனார்ட் ஹட்சின்ஸ், ஆளுநர் பிரவுன் ஆகியோர் பெவர்லி ஹில்ஸ் உயர்நிலைப் பள்ளியின் ஆசிரியர்களிடம் . . ." என்று ஒன்று கூறியது. மற்றொன்று, "அடுத்த வியாழனன்று உயர்நிலைப் பள்ளியின் ஆசிரியர் குழு . . ." சார்லி தன்னுடைய மாணவர்கள் சமர்ப்பித்திருந்தவற்றை ஒவ்வொன்றாக எடுத்துப் படித்தார்.

பிறகு அவர் அவற்றை ஓர் ஓரமாக வைத்துவிட்டு, அவர்களில் ஒருவர்கூடச் சரியாக எழுதவில்லை என்று கூறினார். அதற்கான சரியான முதல் பத்தி, "இந்த வாரம் வியாழக்கிழமையன்று பள்ளி இயங்காது," என்று அவர் தெரிவித்தார்.

"இதழியல் என்றால் என்ன என்பது அக்கணத்தில் எனக்குத் துல்லியமாகப் புரிந்துவிட்டது," என்று நோரா தெரிவித்தார். "இதழியல் என்பது வெறும் புள்ளிவிபரங்களை வாந்தியெடுப்பது அல்ல. வெறுமனே எது, ஏன், எங்கு, யார் போன்ற விபரங்களை வெளியிடுவது அல்ல அது. அவற்றுக்கு என்ன அர்த்தம் என்பதை நீங்கள் புரிந்து கொள்ள வேண்டும், அது ஏன் முக்கியம் என்பதை நீங்கள் அறிந்து கொள்ள வேண்டும்." நோரா அதை மேலும் விளக்கினார். "இதழியலில் மட்டுமல்லாமல், வாழ்க்கையிலும் செல்லுபடியாகக்கூடிய ஒன்றை என் ஆசிரியர் அன்று எனக்குக் கற்றுக் கொடுத்தார்."

ஒவ்வொரு தகவல் தொகுப்பிலும் அத்தியாவசியமான ஏதோ ஒன்று புதைந்திருக்கும். அதைக் கண்டுபிடிப்பது என்பது, அத்தகவல்களை அலசி ஆராய்ந்து அவற்றுக்கு

இடையேயுள்ள உறவுகளைக் கண்டுபிடிப்பதாகும் என்பதை நல்ல பத்திரிகையாளர்கள் அறிவர். அதாவது, அவற்றுக்கு இடையேயுள்ள உறவுகளும் தொடர்புகளும் வெளிப்படுத்தப்பட வேண்டும். அதன் பகுதிகள் அலசி ஆராயப்பட்டு அதற்கு ஒரு முழு வடிவம் கொடுக்கப்பட வேண்டும். நல்ல பத்திரிகையாளர்கள் வெறும் தகவல்களை மட்டும் நம்பி இருப்பதில்லை. மக்களுக்குத் தேவையான விஷயம் அதில் என்ன இருக்கிறது என்று அவர்கள் பார்ப்பர்.

எதில் கவனம் செலுத்த வேண்டும் என்பது தெரியாமல் நீங்கள் எப்போதாவது திருதிருவென்று முழித்திருக்கிறீர்களா? தகவல் வெள்ளத்தால் மூழ்கடிக்கப்பட்டு, திக்குமுக்காடிப் போய், அதை எப்படிப் புரிந்து கொள்வது என்பது தெரியாமல் நீங்கள் தவித்திருக்கிறீர்களா? உங்களுக்கு வருகின்ற விதவிதமான வேண்டுகோள்களில் எவை முக்கியம், எவை முக்கியமற்றவை என்பதை இனம் காண முடியாமல் நீங்கள் திணறியிருக்கிறீர்களா? வேலையிலோ அல்லது தனிப்பட்ட வாழ்க்கையிலோ ஏதாவது ஒரு முக்கியமான அம்சத்தைத் தவறவிட்டுவிட்டு, காலம் கடந்த பிறகு உங்கள் தவறைக் கண்டுபிடித்த அனுபவம் உங்களுக்கு ஏற்பட்டிருக்கிறதா? இக்கேள்விகளுக்கு உங்களுடைய பதில் 'ஆமாம்' என்பதாக இருந்தால், அத்தியாவசியவாதியின் திறன்கள் உங்களுக்கு வெகுவாகக் கைகொடுக்கும்.

மொத்தமாகப் பார்க்க வேண்டும்

1972 டிசம்பர் 29 அன்று, அமெரிக்காவின் ஈஸ்டர்ன் ஏர்லைன்ஸ் விமானம் ஃபுளோரிடாவில் விபத்துக்குள்ளானது. அதில் பயணம் செய்த நூற்றுக்கும் மேற்பட்டவர்கள் கொல்லப்பட்டனர். அமெரிக்க வரலாற்றில் அதுவரை நிகழ்ந்திருந்த விமான விபத்துகளிலேயே மிகவும் மோசமான விபத்து அதுதான். அந்த விபத்துக்கான காரணங்களை ஆராய்ந்த ஆய்வாளர்கள், அந்த விமானம் எல்லா விதங்களிலும் சிறப்பான நிலையில் இருந்திருந்தது என்பதைக் கண்டு குழம்பினர். அப்படியானால், எங்கே தவறு நடந்தது?

அந்த விமானத்தின் விமானி ஆல்பர்ட் ஸ்டாக்ஸ்டில், விமானத்தைத் தரையிறக்குவதற்கு முன், விமானத்தின் முன்சக்கரங்கள் வெளிப்பட்டுவிட்டதை அறிவிக்கின்ற விளக்கு எரியாமல் இருந்ததைக் கண்டிருந்தார். விமானத்தின் சக்கரங்கள் வெளிப்படாமல் தரையிறங்க முடியாது என்பதால், அதைச் சரி செய்யும் முயற்சியில் அவர் தீவிரமாக

இறங்கினார். ஆனால், உண்மையில் விமானத்தின் சக்கரங்கள் வெளியே வந்திருந்தன. கோளாறு அந்த விளக்கில்தான் இருந்தது. இதற்கிடையே விமானத்தின் தானியங்கி அமைப்பு தன்னை விடுவித்துக் கொண்டிருந்தது. சக்கரப் பிரச்சனையில் கவனத்தைக் குவித்திருந்த அந்த விமானி, அதைக் கவனிக்கத் தவறியிருந்தார். விமானத்தின் பறக்கும் உயரம் வெகுவாகக் குறைந்திருந்தது. அதை அவர் கவனித்தபோது, காலம் கடந்திருந்தது. அதாவது, அந்த விமான விபத்துக்குக் காரணம் முன்சக்கரங்கள் அல்ல, மாறாக, பெரிய பிரச்சனையான விமானத்தின் உயரக் குறைவை அந்த விமானி கவனிக்காமல் விட்டதுதான்.

நீங்களும் உங்கள் வாழ்க்கையில் சிறு சிறு விஷயங்களில் கவனத்தைத் தொலைத்துவிட்டுப் பெரிய விஷயங்களைக் கோட்டைவிடாமல் பார்த்துக் கொள்ளுங்கள்.

வடிகட்டிகளைப் பயன்படுத்துங்கள்

நம்முடைய வாழ்க்கையில் நாம் எதிர்கொள்கின்ற ஒவ்வொரு தகவலையும் நம்மால் அலச முடியாது என்பதை நாம் அறிவோம். அத்தியாவசியமானவற்றை மட்டுமே அலச வேண்டும் என்றால், நம்முடைய கவனத்தைக் கவர்வதற்காக எப்போதும் போட்டி போட்டுக் கொண்டிருக்கின்ற பல தகவல்களை வடிகட்டுவதற்கு ஒரு திட்டவட்டமான வழிமுறை நமக்கு வேண்டும்.

சமீபத்தில் இதைப் பற்றி பிரபல பத்திரிகையாளரான தாமஸ் ஃபிரைட்மேனுடன் நான் பேசிக் கொண்டிருந்தேன். நான் அவரைச் சந்திப்பதற்கு முன், தான் எழுதவிருந்த ஒரு கட்டுரை தொடர்பாகப் பேசுவதற்காக ஒரு சிலரோடு அவர் ஓர் உணவகத்திற்குச் சென்றிருந்தார். அவர்கள் அவரிடம் பல தகவல்களைப் பகிர்ந்து கொண்டிருந்தனர். அவர்களில் ஒருவர், தாங்கள் கூறிக் கொண்டிருந்தவற்றைத் தாமஸ் காது கொடுத்துக் கேட்டுக் கொண்டிருக்கவில்லையோ என்று முதலில் சந்தேகப்பட்டார். ஆனால், தாமஸ் உன்னிப்பாகக் கேட்டுக் கொண்டுதான் இருந்தார். அவர் அந்த ஒட்டுமொத்த உரையாடலையும் உள்வாங்கிக் கொண்டு, தன்னுடைய கவனத்தைக் கவர்ந்த தகவல்களை மட்டும் தன் மனத்தில் பதிய வைத்துக் கொண்டு, மற்ற அனைத்தையும் வடிகட்டிக் வெளியேற்றிக் கொண்டிருந்தார். அவர்கள் பேசி முடித்ததும், அவர்கள் பேசியிருந்த விஷயங்களில் விடுபட்டுப் போயிருந்த புள்ளிகளை இணைப்பதற்குத் தேவையான கேள்விகளால் தாமஸ் அவர்களைக் குடைந்தெடுத்தார்.

தாமஸும் நானும் சந்தித்துக் கொண்டபோது, அவர் என்னிடம் அந்நிகழ்வைப் பகிர்ந்து கொண்டார். தாமஸைப் போன்ற திறமையான பத்திரிகையாளர்கள், தங்களிடம் பேசிக் கொண்டிருப்பவர்கள் தங்களிடம் கூறிக் கொண்டிருக்கின்ற விஷயங்களை மேலோட்டமாகவும், அவர்கள் பேச்சில் சொல்லப்படாமல் ஒளிந்திருக்கின்ற முக்கியமான விஷயங்களை உன்னிப்பாகவும் கேட்டுக் கொண்டிருப்பர்.

அத்தியாவசியவாதிகள் சிறந்த அவதானிப்பாளர்கள், பிறர் கூறுவதைத் திறம்படக் காது கொடுத்துக் கேட்பவர்கள். தங்களிடம் கூறப்படுகின்ற அனைத்து விஷயங்களையும் தங்களால் உன்னிப்பாகக் கேட்டுக் கொண்டிருக்க முடியாது என்பதை அவர்கள் அறிவர். அதனால், தங்களிடம் பேசிக் கொண்டிருப்பவர்கள் வெளிப்படையாகக் கூறாதிருக்கின்ற விஷயங்கள்மீது அவர்கள் தங்கள் கவனத்தைக் குவிக்கின்றனர்.

அத்தியாவசியவாதியாக இல்லாதிருப்பவர்களும் பிறர் கூறுவதைக் கேட்கத்தான் செய்கின்றனர். ஆனால் அவர்கள் அத்தியாவசியமற்ற விஷயங்களில் தங்களுடைய கவனத்தை அளவுக்கதிகமாகக் குவிக்கின்றனர். அதனால், அவர்கள் தவறான தகவல்களைப் பெறுகின்றனர். தங்களிடம் பேசிக் கொண்டிருக்கின்ற நபர்களுக்குச் சரியான விதத்தில் எதிர்வினையாற்ற வேண்டும் என்பதில் அவர்கள் குறியாக இருப்பதால், உரையாடலிலுள்ள நுட்பமான விஷயங்களை அவர்கள் தவறவிட்டுவிடுகின்றனர்.

அத்தியாவசியவாதி அல்லாதவர்	அத்தியாவசியவாதி
உரத்தக் குரலில் பேசுகின்ற நபர்கள்மீது தன் கவனத்தைக் குவிக்கிறார்.	இரைச்சலுக்குள் பொதிந்திருக்கின்ற சமிக்கைகளைத் தேடுகிறார்.
தன்னிடம் கூறப்படுகின்ற அனைத்தையும் கேட்கிறார்.	பேசிக் கொண்டிருப்பவர்கள் கூறாமல் விடுகின்ற விஷயங்கள்மீது கவனம் செலுத்துகிறார்.
அளவுக்கதிகமான தகவல்களால் திணறுகிறார்.	பேச்சின் சாரத்தைக் கண்டுபிடிப்பதற்காக விஷயங்களை வடிகட்டுகிறார்.

இப்போதைய நவீன அலுவலகச் சூழலில் ஒலிக்கின்ற பல சத்தமான குரல்கள் முன்னெப்போதைவிடவும் இப்போது நம்முடைய கவனத்தை அதிக அளவு சிதறடித்துக் கொண்டிருக்கின்றன. அவற்றை வடிகட்டி, அத்தியாவசியமானவற்றை நாம் பிரித்தறியப் பழகிக் கொள்ள வேண்டும். அதற்கு உதவுகின்ற சில வழிகள் இதோ:

குறிப்பேடு ஒன்றை வைத்திருங்கள்

மனிதர்களாகிய நாம் பலவற்றை எளிதில் மறந்து போகின்ற ஜீவன்கள். இன்னும் சொல்லப் போனால், மனிதர்கள், அதிர்ச்சியளிக்கின்ற விதத்தில் மறதிக்குப் பெயர்போனவர்கள். என்னை நீங்கள் நம்பவில்லையா? இரண்டு வாரங்களுக்கு முந்தைய வியாழக்கிழமையன்று இரவு நீங்கள் என்ன சாப்பிட்டீர்கள் என்பதை உங்களால் நினைவுபடுத்திக் கொள்ள முடிகிறதா என்பதை வைத்து இதை நீங்களே சோதித்துக் கொள்ளலாம். அல்லது, மூன்று வாரங்களுக்கு முந்தைய திங்கட்கிழமையன்று எந்தெந்த சந்திப்புக்கூட்டங்களில் நீங்கள் கலந்து கொண்டீர்கள் என்பதை நினைவுபடுத்திப் பாருங்கள். நீங்கள் பெரும்பாலான மக்களைப் போன்றவர் என்றால், உங்களால் அவற்றை நினைவுகூர முடியாது. குறிப்பேடு எழுதுவது இதற்கு உதவும். உங்களுடைய மூளையெனும் கணினியின் பிரச்சனைக்குரிய 'ஹார்டு டிரைவுக்கு' ஒரு மாற்றுத் தகவல் பதிவு உபகரணமாகக் குறிப்பேட்டை நீங்கள் கருதலாம். வலுவான ஞாபக சக்தியைவிட மங்கலான பென்சிலே எப்போதும் சிறந்தது என்று முன்பு என்னிடம் யாரோ ஒருவர் கூறியது என் நினைவுக்கு வருகிறது.

கடந்த பத்தாண்டுகளாக நான் குறிப்பெழுதுவதைக் கடைபிடித்து வருகிறேன். அதற்கு நான் ஓர் எளிய வழிமுறையைப் பின்பற்றுகிறேன். அது இதுதான்: நான் எழுத விரும்புகின்ற விஷயங்களைவிடக் குறைவாகவே அதில் நான் எழுதுகிறேன். பொதுவாக, இப்படிக் குறிப்பெழுதுவதைத் துவக்குகின்ற நபர்கள், முதல் நாளன்று பக்கம் பக்கமாக எழுதுவர். சில நாட்கள் கழித்து, அப்படி எழுதுவது அவர்களுக்கே மலைப்பாக மாறி, அதைத் தள்ளிப்போடுவர். பின்னர், குறிப்பெழுதுவதை அவர்கள் ஒட்டுமொத்தமாக நிறுத்திவிடுவர். அதனால் துவக்கத்தில் குறைவாக எழுதுங்கள். அது ஒரு பழக்கமாக ஆன பிறகு அதன் அளவை நீங்கள் அதிகரித்துக் கொள்ளலாம்.

நீங்கள் எழுதி வைத்துள்ள குறிப்புகளை மூன்று மாதங்களுக்கு ஒரு முறை முழுமையாகப் படித்துப் பாருங்கள். அதிலுள்ள நுணுக்கமான விபரங்கள் குறித்து நீங்கள் அலட்டிக் கொள்ளத் தேவையில்லை. மூன்று வாரங்களுக்கு முன்பு நீங்கள் கலந்து கொண்ட வரவு செலவுக் கூட்டம் அல்லது கடந்த வாரத்தில் நீங்கள் நூடுல்ஸ் சாப்பிட்டது போன்றவற்றில் அதீதக் கவனம் செலுத்தாதீர்கள். மாறாக, பொதுவான மாதிரி அல்லது போக்குகள் குறித்துக் கவனம் செலுத்துங்கள். சிறிய, படிப்படியான மாற்றங்களை நிகழ்கணத்தில் கண்டுகொள்வது கடினம். ஆனால், அவை நீண்டகாலம் தொடர்ந்தால், அவற்றின் தாக்கம் பலமாக இருக்கும்.

களத்தில் குதியுங்கள்

ஸ்டேன்ஃபோர்டு வடிவமைப்புப் பள்ளியில் ஜேன் ஷென் ஒரு மாணவி. அவரும் அவருடைய குழுவினரும் படித்த ஒரு பாடத்தின் தலைப்பு, 'மிக மலிவான விலை கொண்ட வடிவமைப்புகள்'. குறைப்பிரவசக் குழந்தைகளைப் பாதுகாப்பதற்குப் பயன்படுத்தப்படுகின்ற 'இன்குபேட்டர்' உபகரணம் ஒன்றின் அப்போதைய விலையில் வெறும் 1 சதவீத விலையில் விற்கப்படக்கூடிய, மலிவு விலை 'மாதிரி' ஒன்றை வடிவமைக்கும்படி அந்த மாணவர்கள் கேட்டுக் கொள்ளப்பட்டனர். ஜேனின் கூற்றுப்படி, வளர்ந்து வரும் நாடுகளில் ஆண்டுக்கு நாற்பது இலட்சம் குறைப்பிரசவக் குழந்தைகள், பிறந்து 28 நாட்களுக்குள் இறந்துவிடுகின்றனர். அதற்குக் காரணம், அக்குழந்தைகளின் உடலின் போதுமான வெப்பத்தை உருவாக்குகின்ற அளவு கொழுப்பு இல்லை என்பதுதான்.

இதை ஜேனும் அவருடைய குழுவினரும் வெறும் விலைப் பிரச்சனையாக மட்டும் கருதியிருந்தால், மின்சக்தியில் இயங்கக்கூடிய மிக மலிவான ஒரு இன்குபேட்டரை உருவாக்க அவர்களுக்கு நீண்டகாலம் ஆகியிருந்திருக்காது. ஆனால், பெரும்பாலான இடங்களில் அது பலனளித்திருக்காது. அவர்கள் அப்பிரச்சனையை அலசுவதற்குப் போதுமான காலம் எடுத்துக் கொண்டனர். அப்பிரச்சனையின் தீவிரத்தை நேரடியாக உணர்வதற்காக அவர்கள் நேபாளத்திற்குச் சென்றனர். அங்குச் சென்ற பிறகுதான், அந்நாட்டில் 80 சதவீதக் குழந்தைகள் மருத்துவமனைகளில் அன்றி, கிராமங்களில் தங்களுடைய வீடுகளில்தான் பிறக்கின்றனர் என்பதை அவர்கள் அறிந்தனர். அதைவிட அதிர்ச்சிகரமான

ஓர் உண்மையையும் அவர்கள் எதிர்கொண்டனர். அந்தக் கிராமங்களில் மின்வசதி கிடையாது என்பதுதான் அது. இப்போது தங்கள் முன் இருந்த உண்மையான சவால் என்ன என்பது அக்குழுவினருக்குத் தெளிவாயிற்று. மின்சக்தி இல்லாமல் இயங்கக்கூடிய ஓர் இன்குபேட்டரை அவர்கள் உருவாக்கியாக வேண்டியிருந்தது. இப்போது அவர்கள் இந்த முன்னோக்குடன் வேலையில் இறங்கினர். இறுதியில், ஜேன் மேலும் மூன்று மாணவர்களுடன் சேர்ந்து, இலாப நோக்கற்று இயங்குகின்ற 'எம்ப்ரேஸ்' என்ற நிறுவனத்தைத் தோற்றுவித்தார். அந்த அமைப்பின் மூலம் அவர்கள் 'எம்ப்ரேஸ் நெஸ்ட்' என்ற இன்குபேட்டரை உருவாக்கினர். அதில், மெழுகு போன்ற ஒன்றை வெந்நீர் மூலம் சூடேற்றி அவர்கள் பயன்படுத்தினர். அந்த வெப்பம், அந்த இன்குபேட்டரில் உள்ள குழந்தையை சுமார் ஆறு மணிநேரம் கதகதப்பாக வைத்திருக்கும். நேரடியாகக் களத்திற்குச் சென்று ஆய்வு செய்ததன் மூலம், பிரச்சனையின் அடிப்படையைப் புரிந்து கொண்டு, அதைக் களைவதற்கு, அத்தியாவசிய அம்சங்களை மட்டும் உள்ளடக்கிய ஓர் எளிய தீர்வை அவர்களால் வழங்க முடிந்தது.

அசாதாரணமான விபரங்களைத் தேடுங்கள்

மரியம் செமான் என்ற பெண்மணி, லெபனானைச் சேர்ந்த ஒரு பத்திரிகையாளர். இதழியலுக்காக அவர் பல விருதுகளை வாங்கியுள்ளார். அவருடைய சிறப்பான கட்டுரைகளுக்குப் பின்னாலுள்ள இரகசியம் என்ன என்று நான் அவரிடம் கேட்டேன். அதற்கு அவர் இவ்வாறு பதிலளித்தார்: "ஒரு செய்திக்குப் பின்னாலுள்ள அத்தியாவசியத் தகவல்களைக் கண்டுபிடிக்கின்ற திறனை எவர் வேண்டுமானாலும் வளர்த்துக் கொள்ள முடியும். ஆனால், நீங்கள் எழுதவிருக்கின்ற விஷயம் குறித்த அறிவைச் சேகரித்துக் கொள்வதுதான் இங்கு முக்கியம். ஒரு செய்தியின் சாரத்தைக் கிரகித்துக் கொள்ள, நீங்கள் அந்தப் பிரச்சனையை நன்றாகப் புரிந்து கொள்ள வேண்டும், மற்ற விஷயங்களோடு அது கொண்டுள்ள உறவு, அதன் பொருத்தம் ஆகியவற்றை நீங்கள் அறிந்து கொள்ள வேண்டும். அதனால், நான் ஒன்றைப் பற்றிப் படிக்கின்றபோது, மற்றவர்கள் போதுமான அளவு கவனம் செலுத்தாமல் விட்டுவிட்ட, ஆனால் மிகவும் முக்கியமான ஒரு தகவலில் கவனம் செலுத்துகிறேன். எல்லாவற்றையும் அலசுவது என் நோக்கம். ஏனெனில், அப்போதுதான், அதில் பொதிந்துள்ள

அசாதாரணமான அம்சம் எனக்குப் புலப்படும்."

ஒரு தகவலை ஒரு புதிய கண்ணோட்டத்துடன் அணுகுவது முக்கியம் என்று மரியம் தெரிவித்தார். அது வித்தியாசமாகவும், சிந்தனையைத் தூண்டுகின்ற விதத்திலும் இருக்க வேண்டியது அவசியம். அதற்கு அவர் ஓர் உத்தியைப் பயன்படுத்துகிறார். ஒரு சம்பவம் குறித்து எழுதும்போது, அதில் இடம் பெற்றுள்ளவர்களின் நிலையில் தன்னை நிறுத்திப் பார்த்து, அவர்களுடைய நோக்கம், அவர்களுடைய தர்க்கம், அவர்களுடைய கண்ணோட்டம் ஆகியவற்றைப் புரிந்து கொள்ள அவர் முயற்சிக்கிறார்.

சந்தேகத்தைத் தீர்த்துக் கொள்ளுங்கள்

பத்திரிகையாளர்கள் சிக்கலான கேள்விகளைக் கேட்கும்போது, அதற்குப் பிடி கொடுக்காமல் இலாவகமாக நழுவுகின்ற அரசியல்வாதிகளை நாம் அனைவரும் பார்த்திருப்போம். கடினமான கேள்விகளிலிருந்து நழுவுவது என்பது எல்லோருக்குமே ஒரு ஈர்ப்பான விஷயம்தான். ஆனால், சரியான தகவல்களை முன்வைக்காமல் பொத்தம் பொதுவான, தெளிவற்றப் பதில்களை அளிப்பது நமக்கு எந்தவிதத்திலும் பலனளிக்காது.

சேல்ஸ்ஃபோர்ஸ்.காம் என்ற நிறுவனத்தின் மூத்தத் துணைத் தலைவரான ஈலே கோஹன், ஆறு பேர் அடங்கிய தன் குழுவோடு ஒரு போட்டி நிகழ்ச்சியில் கலந்து கொண்டார். அந்நிகழ்ச்சியில் வேறு பல போட்டிக் குழுக்களும் கலந்து கொண்டிருந்தன. வணிகச் சூழல் தொடர்பான, கற்பனையான ஒரு பிரச்சனை அவர்கள் முன் வைக்கப்பட்டது. அது தொடர்பாக அவர்களிடம் கேட்கப்பட்டக் கேள்விகளுக்கு அவர்கள் பதிலளித்தாக வேண்டியிருந்தது.

ஆனால் கோஹனின் குழுவினர் பதிலளிப்பதற்குத் தடுமாறிக் கொண்டிருந்தனர். அவர்களுடைய குழுவின் பயிற்றுவிப்பாளராக நான் சென்றிருந்தேன். ஒரு கட்டத்திற்கு மேல் பொறுமையிழந்த நான், அவர்களிடம் கேட்கப்பட்டக் கேள்விகளுக்கு நிதானமாக யோசித்துப் பதிலளிக்கும்படி அவர்களிடம் கேட்டுக் கொண்டேன். ஆனாலும் அவர்கள் நேரடியாக விஷயத்திற்கு வராமல் சுற்றி வளைத்துப் பேசிக் கொண்டிருந்தனர். நான் மீண்டும் அவர்களிடம், "நீங்கள் எந்தக் கேள்விக்குப் பதிலளித்துக் கொண்டிருக்கிறீர்கள்?" என்று கேட்டேன். அக்குழுவிலிருந்த எவரும் அதற்குப் பதிலளிக்கவில்லை. மீண்டும் அவர்கள் எங்கோ வழுக்கிக்

கொண்டு சென்றனர்.

நான் மீண்டும் மீண்டும் குறுக்கிட்டேன். இறுதியில், அவர்கள் ஒருவழியாக, தலையைச் சுற்றி மூக்கைத் தொடுகின்ற அணுகுமுறையை நிறுத்தினர். பெரிய யோசனைகள் மற்றும் மறைந்திருந்த போக்குகள் குறித்து அவர்கள் பேசத் துவங்கினர். பின்னர் அவர்கள் ஒரு செயல்திட்டம் குறித்தும், தீர்மானங்கள் குறித்தும், பொறுப்புகள் குறித்தும் பேசினர். இறுதியில், கோஹனின் குழு அதில் வெற்றி பெற்றது.

அத்தியாயம் 7

விளையாட்டு

அகக்குழந்தையின் வெகுளித்தனத்தை சுவீகரித்தல்

"இங்கொன்றும் அங்கொன்றுமாக அவ்வப்போது சில அபத்தங்களை அறிவார்ந்தவர்கள் இரசிக்கவே செய்கின்றனர்."

- ரோல்டு டால்

'மேரி பாப்பின்ஸ்' என்ற பிரபல இசை நாடகத்தின் இறுதிக் காட்சியில், எப்போதும் சிடுமூஞ்சித்தனமாகவும் மகிழ்ச்சியற்றும் இருக்கும் ஜார்ஜ் பேங்க்ஸ், தன் அலுவலகத்திலிருந்து வீடு திரும்புகிறார். அன்று அவர் தன் வேலையிலிருந்து தூக்கியெறியப்பட்டிருக்கிறார். ஆனாலும், வழக்கத்திற்கு மாறாக அவர் மிகவும் மகிழ்ச்சியாக இருக்கிறார். அவர்களுடைய வீட்டு வேலைக்காரிகளில் ஒருத்தி, "அவருக்கு மண்டைக்கு வழியில்லாமல் போய்விட்டது என்று நினைக்கிறேன்," என்று கேலி செய்கிறாள். ஜார்ஜின் மகன்களில் ஒருவன், "இது அப்பாவைப்போல இல்லையே," என்று வியக்கிறான். அவர் தன் குழந்தைகளின் கிழிந்து போன பட்டங்களைச் சரி செய்து கொடுத்து, "வாருங்கள், நாம் வெளியே சென்று பட்டம் விடலாம்," என்று கூறி அவர்களுடன் செல்கிறார். முற்றிலும் புதியதொரு மனிதராக அவர் காட்சியளிக்கிறார். அவர் தன்னுடைய சலிப்பூட்டும் வேலையிலிருந்து விடுவிக்கப்பட்டுள்ள நிலையில், அவருடைய

அகக்குழந்தை திடீரென்று விழித்துக் கொள்கிறது. அவரிடமிருந்து வெளிப்படுகின்ற மகிழ்ச்சியுணர்வு மொத்த வீட்டையுமே தொற்றிக் கொள்கிறது. மொத்தக் குடும்பமும் மகிழ்ச்சியோடும் தோழமையுணர்வோடும் இருக்கிறது. அது ஒரு கற்பனைக் கதை என்பது உண்மைதான். ஆனால், நம்முடைய வாழ்க்கையில் விளையாட்டை மீண்டும் புகுத்துவது எவ்வளவு ஆற்றல்மிக்க விளைவுகளை ஏற்படுத்தும் என்பதை அது சிறப்பாக வெளிப்படுத்துகிறது.

நாம் குழந்தைகளாக இருந்தபோது, எப்படி விளையாட வேண்டும் என்று எவரும் நமக்குச் சொல்லித் தந்திருக்கவில்லை. நாம் அதை இயல்பாகவும் உள்ளுணர்வுரீதியாகவுமே கற்றுக் கொண்டோம். ஒரு கைக்குழந்தையிடம் அதன் அம்மா தன் முகத்தைத் தன் கைகளால் மூடியும் திறந்தும் விளையாடுகின்றபோது, அக்குழந்தை மகிழ்ந்து சிரிப்பதை நாம் அனைவருமே பார்த்து இரசித்திருக்கிறோம். அதேபோல, குழந்தைகள் பிறரைப்போல நடித்துக் கற்பனையான சில விளையாட்டுகளை விளையாடுவதையும் நாம் பார்த்திருக்கிறோம். ஆனால், நமக்கு வயது ஏற ஏற, ஏதோ ஒன்று நிகழ்கிறது. விளையாட்டு அற்பமானது என்ற கருத்து நமக்குள் திணிக்கப்படுகிறது. விளையாட்டு என்பது நேரத்தை வீணடிக்கின்ற ஒன்று. அது தேவையற்றது, சிறுபிள்ளைத்தனமானது என்று நாம் கருதுகிறோம். இந்த எதிர்மறைக் கருத்துகள், கற்பனையை ஊக்குவிக்க வேண்டிய இடத்திலிருந்தே வருவது துரதிர்ஷ்டவசமானது.

ஆங்கிலத்திலுள்ள ‘ஸ்கூல்’ என்ற வார்த்தை கிரேக்க மொழியிலிருந்து ஆங்கிலத்திற்கு வந்தது. கிரேக்க மொழியில் அதன் பொருள் ‘ஓய்வு.’ ஆனால், தொழிற்புரட்சியின்போது பிறந்த நவீனக் கல்வித் திட்டம், கற்றலிலிருந்து ஓய்வையும் இன்பத்தையும் அப்புறப்படுத்திவிட்டது. பிரபல கல்வியாளரான சர் கென் ராபின்சன், படைப்பாற்றலை வளர்க்க வேண்டிய பள்ளிக் கல்வி அமைப்புமுறை அதைக் கொன்றுவிட்டதென்று குற்றம் சாட்டியுள்ளார்: “துரித உணவுப் பாணியை நாம் கல்வி அமைப்புமுறையிலும் புகுத்திவிட்டுள்ளோம். துரித உணவுகள் எப்படி நம்முடைய உடல்களைச் சீரழிக்கின்றனவோ, அதேபோல, இந்தக் கல்வி அமைப்புமுறை குழந்தைகளின் ஆற்றலையும் உற்சாகத்தையும் உறிஞ்சிவிடுகிறது. கற்பனையே அனைத்து விதமான மனிதச் சாதனைகளுக்குமான ஊற்றுக்கண். நம் குழந்தைகளுக்கு இப்போது நாம் கற்றுக் கொடுத்துக் கொண்டிருக்கின்ற முறையின் மூலம் அந்த ஊற்றுக்கண்ணை நாம் திட்டமிட்ட

முறையில் அழித்துக் கொண்டிருக்கிறோம்." அவர் கூறியது முழுக்க முழுக்கச் சரிதான்.

சிறு வயது முதலே நம்மிடம் விதைக்கப்படுகின்ற, விளையாட்டு அற்பமானது என்ற கருத்தாக்கம், நாம் வளர்ந்த பிறகு நம்முள் அதிக ஆழமாக வேரூன்றிவிடுகிறது. வெகு அபூர்வமாகவே நிறுவனங்கள் விளையாட்டுக்கு முக்கியத்துவம் கொடுக்கின்றன. பல நிறுவனங்கள் தம்மை அறியாமலேயே விளையாட்டுகளை நசுக்கிவிடுகின்றன. சில நிறுவனங்கள் ஒப்புக்குப் பேசினாலும், படைப்பாற்றலை ஊக்குவிக்கின்ற கலாச்சாரத்தை உருவாக்க அவை தவறிவிடுகின்றன.

இதில் வியப்படைய எதுவுமில்லை. ஏனெனில், நவீனப் பெருநிறுவனங்கள் தொழிற்புரட்சியின் விளைவாகத் தோன்றியவை. அவற்றின் தலையாய நோக்கம், பொதுமக்களின் பயன்பாட்டுக்கான பொருட்களைத் திறமையான முறையில் உற்பத்தி செய்து குவிப்பதாகும். அதோடு, மேலாளர்கள் தங்களுடைய ஊக்குவிப்பை இராணுவத்திடமிருந்து பெற்றனர். இராணுவத்திற்கும் விளையாட்டுக்கும் ஏணி வைத்தால்கூட எட்டாது. இன்னும் சொல்லப் போனால், தொழிற்துறையில் பயன்படுத்தப்படுகின்ற பல சொற்கள் இராணுவத்திடமிருந்து கடன் வாங்கப்பட்டவையே. கம்பெனி என்ற சொல் இராணுவத்தில் இன்னும் பயன்பாட்டில் இருக்கின்ற ஒன்று. தொழிற்புரட்சி யுகம் எப்போதோ முடிந்துவிட்டபோதிலும், அப்போது உருவாக்கப்பட்டச் சட்டதிட்டங்கள், அமைப்புமுறைகள், மற்றும் கட்டமைப்புகள் இந்த நவீன யுகத்திலும் தொடர்ந்து கொண்டிருக்கின்றன.

விளையாட்டு என்பதை நான் இப்படி வர்ணிக்கிறேன்: ஒரு விஷயத்தை அதிலிருந்து கிடைக்கின்ற ஆனந்தத்திற்காகச் செய்கின்ற ஒன்றுதான் விளையாட்டு. பட்டம் விடுதல், பந்து விளையாடுதல், இசையைக் கேட்டல் போன்றவை இதற்கான எடுத்துக்காட்டுகள். இவை அத்தியாவசியமற்ற நடவடிக்கைகள்போலத் தோன்றலாம். பெரும்பாலான நேரங்களில் அவை அப்படித்தான் பார்க்கப்படுகின்றன. ஆனால் உண்மையில், விளையாட்டு பல வழிகளில் அத்தியாவசியமானது. விளையாட்டுக்கான தேசிய நிறுவனத்தின் நிறுவனரான ஸ்டூவர்ட் பிரவுன், ஆறாயிரம் பேரின் விளையாட்டு வரலாற்றை ஆராய்ந்து, பின்வரும் முடிவை வெளியிட்டார்: "தனிநபர்களின் ஆரோக்கியம், உறவுகள், கல்வி ஆகியவற்றில் தொடங்கி, நிறுவனங்களின் புதுமைப் புனைவுத் திறன்வரை, அனைத்தையும் ஒரு குறிப்பிடத்தக்க அளவு மேம்படுத்துகின்ற ஆற்றல்

விளையாட்டுக்கு இருக்கிறது. விளையாட்டானது, மூளையின் நெகிழ்வுத் திறன், தகவமைப்புத் திறன் மற்றும் படைப்பாற்றலை மேம்படுத்துகிறது. விளையாட்டைப்போல வேறு எதுவும் மூளையைத் தூண்டிவிடுவதில்லை."

அத்தியாவசியவாதி அல்லாதவர்	அத்தியாவசியவாதி
விளையாட்டு அற்பமானது என்று நினைக்கிறார்.	விளையாட்டு அத்தியாவசியமானது என்பதை அறிந்திருக்கிறார்.
விளையாட்டு என்பது வெறும் நேர விரயம், அது ஆக்கபூர்வமற்றது என்று எண்ணுகிறார்.	விளையாட்டானது ஆய்ந்தறிதலைத் தூண்டுகிறது என்பதை உணர்ந்துள்ளார்.

விளையாட வரவேற்கப்படுகின்ற மனம்

நம்முடைய வாழ்க்கையில் விளையாட்டின் முக்கியத்துவம் பற்றி எவ்வளவு கூறினாலும் அது மிகையாகாது. உயிரினங்களின் மூளை வளர்ச்சிக்கும், அவை உயிர்பிழைத்திருப்பதற்கும்கூட விளையாட்டு இன்றியமையாதது என்பதை விலங்குகளின் உலகில் மேற்கொள்ளப்பட்ட ஆய்வுகள் நமக்கு வெளிப்படுத்துகின்றன. பழுப்புக் கரடிகள் குறித்துப் பதினைந்து ஆண்டுகளுக்கும் மேலாக ஆய்வுகளில் ஈடுபட்டிருந்த பாப் ஃபேகன், எந்தக் கரடிகள் அதிக காலம் விளையாடினவோ அவை நீண்டகாலம் உயிர்பிழைத்திருந்தன என்பதைக் கண்டுபிடித்தார். அதற்கு என்ன காரணம் என்று அவரிடம் கேட்கப்பட்டபோது, "தொடர்ந்து சவால்களையும் நிச்சயமின்மையையும் அளித்துக் கொண்டிருக்கின்ற இந்த உலகைத் துணிச்சலுடன் எதிர்கொள்வதற்கு விளையாட்டு அந்தப் பழுப்புக் கரடிகளைத் தயார்படுத்துகிறது," என்று அவர் பதிலளித்தார்.

உளவியலாளர் ஜாக் பான்செப் இவ்வாறு கூறியுள்ளார்: "விளையாடுகின்றபோது, விலங்குகள் வளைந்து கொடுத்தும் படைப்பாற்றலுடனும் நடந்து கொள்கின்றன என்பது உறுதி."

உலகிலுள்ள அனைத்து விலங்குகளிலும் மனிதர்கள்தாம் மாபெரும் விளையாட்டுக்காரர்கள் என்று ஸ்டூவர்ட் பிரவுன் கூறுகிறார். நாம் விளையாடுவதற்காக வடிவமைக்கப்பட்டவர்கள், விளையாட்டின் மூலம் வடிவமைக்கப்பட்டவர்கள். நாம் விளையாடுகின்றபோது, மனிதத்தின் தூய்மையான வெளிப்பாட்டில் நாம் ஈடுபடுகிறோம், தனிமனிதத்துவத்தின் உண்மையான வெளிப்பாட்டை நாம் வெளிப்படுத்துகிறோம். நாம் ஜீவனுடன் உணர்கின்ற தருணங்களும், நம்முடைய நினைவுகளில் மிகச் சிறந்தவையாக விளங்குபவையும், விளையாட்டுக் கணங்களாக இருப்பதில் வியப்பில்லை.

புதிய யோசனைகளை விதைப்பதற்கும், பழைய யோசனைகளைப் புதிய கண்ணோட்டங்களில் பார்ப்பதற்கும் ஏற்ற விதத்தில் மனத்தை விசாலப்படுத்திக் கொள்ள விளையாட்டு உதவுகிறது. நாம் அதிக ஆர்வக்குறுகுறுப்புடன் இருப்பதற்கும், புதுமைகளின் பக்கம் சாய்வதற்கும், முழுமையான ஈடுபாட்டுடன் இயங்குவதற்கும் விளையாட்டு அடிப்படையானது. அத்தியாவசியவாதியின் வழியில் வாழ்வதற்கு விளையாட்டே அடித்தளம். ஏனெனில், அது மூன்று வழிகளில் ஆய்ந்தறிதலை விசிறிவிடுகிறது.

முதலாவது, நம் முன்னே இருக்கின்ற சாத்தியக்கூறுகளை விளையாட்டு விசாலப்படுத்துகிறது. நாம் வேறு எந்த வழிகளின் மூலமாகவும் பார்க்கத் தவறுகின்ற வாய்ப்புகளைப் பார்ப்பதற்கும், தொடர்புகளை ஏற்படுத்திக் கொள்வதற்கும் விளையாட்டு நமக்கு உதவுகிறது. அது நம் மனத்தைத் திறக்கிறது, நமது கண்ணோட்டத்தை விசாலப்படுத்துகிறது. பழைய அணுகுமுறைகளைக் கேள்விக்கு உட்படுத்துவதற்கும், புதிய யோசனைகளுக்குச் செவிசாய்ப்பதற்கும் விளையாட்டு நமக்கு உதவுகிறது. ஆல்பர்ட் ஐன்ஸ்டைன் ஒரு முறை இவ்வாறு கூறியிருந்தார்: “நான் என்னைப் பற்றியும் நான் சிந்திக்கின்ற முறை பற்றியும் ஆராய்கின்றபோது, நேர்மறையான அறிவைக் கிரகித்துக் கொள்கின்ற என்னுடைய திறமையைவிட, என்னுடைய கற்பனைத் திறன்தான் எனக்கு அதிக அர்த்தமிக்கதாக விளங்குகிறது.”

இரண்டாவது, மன அழுத்தத்திற்கு விளையாட்டு ஓர் அருமையான மாற்று மருந்து. இது முக்கியமானது. ஏனெனில், மன அழுத்தம் உற்பத்தித்திறனின் எதிரி என்பதோடு, நம் மூளையின் படைப்பாற்றல், ஆர்வக்குறுகுறுப்பு மற்றும் ஆய்ந்தறிதல் அம்சங்களை ஒடுக்கிவிடக்கூடிய வல்லமை

படைத்தது. மன அழுத்தம் எப்படி உங்களை பாதிக்கும் என்பதை நீங்கள் நன்றாகவே அறிவீர்கள். நீங்கள் மன அழுத்தம் அடைகின்றபோது, எல்லாமே தவறாகச் செல்லும். உங்களுடைய வீட்டுச் சாவியைக் கண்டுபிடிக்க முடியாமல் நீங்கள் திணறக்கூடும்; நீங்கள் பலவற்றின்மீது மோதக்கூடும்; முக்கியமான அறிக்கையை வீட்டிலேயே மறந்து வைத்துவிட்டு அலுவலகத்திற்குச் செல்லக்கூடும். நாம் மன அழுத்தம் அடைகின்றபோது, உணர்ச்சிகளைக் கட்டுப்படுத்துகின்ற நம்முடைய மூளையின் பகுதி சுறுசுறுப்படைகிறது. பகுத்தறிவுசார் பகுதியின் நடவடிக்கைகள் மந்தமடைகின்றன. மொத்தத்தில், நம்மால் தெளிவாகச் சிந்திக்க முடியாது.

விளையாட்டு இந்த அறிகுறிகளைத் தலைகீழாக மாற்றியமைப்பதை நான் என் குழந்தைகளிடம் பார்த்துள்ளேன். அவர்கள் மன அழுத்தத்துடன் இருக்கின்றபோது, நான் அவர்களை விளையாட்டுக்குள் இழுப்பேன். அதில் அவர்கள் ஈடுபடுகின்றபோது, அவர்களிடம் உடனடியாக மாற்றம் ஏற்படுவதை நான் கண்கூடாகப் பார்த்திருக்கிறேன். அவர்களுடைய மன அழுத்தம் அப்படியே கரைந்துவிடும். அவர்கள் தங்களுடைய இயல்பான நிலைக்குத் திரும்பிவிடுவர்.

மூன்றாவது, மூளையின் செயல்பாட்டுத் திறன்மீது விளையாட்டு ஒரு நேர்மறையான தாக்கம் ஏற்படுத்துகிறது என்று உளவியலாளர் எட்வர்ட் ஹாலோவெல் கூறுகிறார். "திட்டமிடுதல், முன்னுரிமைப்படுத்துதல், அட்டவணைப்படுத்துதல், எதிர்பார்த்துச் செயல்படுதல், வேலைகளைப் பிறருக்குப் பிரித்தளித்தல், தீர்மானித்தல், ஆய்ந்தறிதல் போன்றவை மூளையின் செயல்பாட்டுத் திறனின் கீழ் அடங்கும். அதாவது, தொழிலுலகில் ஒரு நிர்வாகி சிறந்து விளங்கத் தேவையான திறன்கள் இவை."

தர்க்கரீதியாகப் பகுத்தறிவதற்கும் கவலையற்ற முறையில் ஆய்ந்தறிவதற்கும் காரணமான மூளைப்பகுதிகளை விளையாட்டு முடுக்கிவிடுகிறது. அதனால், முக்கியமான யோசனைகள் நாம் விளையாடிக் கொண்டிருக்கின்றபோது ஏற்படுவதில் வியப்பில்லை. "இந்த உலகம் உருண்டையானது என்ற யோசனை, விளையாடிக் கொண்டிருந்தபோதுதான் கொலம்பஸுக்கு உருவானது. புவியீர்ப்பு விசையைக் கண்டுபிடித்த நியூட்டன், டிஎன்ஏவின் இரட்டைச் சுருள் வடிவத்தைக் கண்டுபிடித்த வாட்சன் மற்றும் கிரிக், ஷேக்ஸ்பியர் மற்றும் மொசார்ட் போன்றோருக்கும் இது பொருந்தும்," என்று ஹாலோவெல் தெரிவிக்கிறார்.

வேலையும் விளையாட்டும்

விளையாட்டின் முக்கியத்துவத்தைச் சில நிறுவனங்கள் இப்போது உணர்ந்து கொள்ளத் துவங்கியுள்ளன. டுவிட்டரின் முன்னாள் முதன்மை நிர்வாக அதிகாரி, டிக் கோஸ்டோலோ, தன் நிறுவனத்தில், நகைச்சுவை நாடகங்களின் வடிவில் விளையாட்டை ஊக்குவித்தார். தன் நிறுவனத்தில் முன்தயாரிப்புகள் இன்றி நடத்தப்படுகின்ற நாடகங்களுக்கான வகுப்புகளை அவர் துவக்கினார். ஒரு முன்னாள் நகைச்சுவையாளர் என்ற முறையில், இப்படிப்பட்ட முன்னெடுப்புகள், ஊழியர்கள் தங்களுடைய மனங்களை விசாலப்படுத்திக் கொள்ளவும், நெகிழ்வுத்தன்மையுடனும், வழமைக்கு மாறாகவும், படைப்பாற்றலுடனும் சிந்திக்கவும் உதவும் என்பதை டிக் அறிந்திருந்தார்.

வேறு சில நிறுவனங்கள் வித்தியாசமான சூழல்களை ஏற்படுத்துவதன் மூலம் விளையாட்டுத்தனத்தை ஊக்கப்படுத்துகின்றன. 'ஐடியோ' நிறுவனம் தன்னுடைய சந்திப்புக்கூட்டங்களை ஒரு குட்டிப் பேருந்தில் நடத்துகிறது. கூகுள் நிறுவனத்தின் வரவேற்பறையில், ஏராளமான ஃபிளெமிங்கோ பறவைகளுடன் இருக்கின்ற பெரிய டைனசார் உருவங்களை நீங்கள் பார்க்கலாம். பிக்சர் ஸ்டூடியோவில் கலைஞர்களின் 'அலுவலக அறைகள்', மரக்குடில்கள், பழைய மேற்கத்திய மதுவிடுதிகள் உட்பட, பல விதமான வடிவங்களில் அமைக்கப்பட்டிருக்கும்.

ஒரு பெரிய பதிப்பகத்தில் வேலை பார்த்து வந்த உயரதிகாரி ஒருவர் தன் மேசையில் வட்ட வடிவிலான ஒரு பெரிய சிவப்புப் பொத்தானை வைத்திருப்பார். யாரேனும் அவருடன் பேசிவிட்டு அவருடைய அலுவலக அறையைவிட்டு வெளியேறியவுடன் அவர் அதை அழுத்துவார். மொத்த அலுவலகத்திற்கும் கேட்பதுபோல, "இது எளிதாக இருந்தது!" என்ற சத்தம் அதிலிருந்து கேட்கும். சிரிப்பலையால் கட்டடமே அதிரும். இன்னொருவர் தன் மேசைக்கு அருகே, குழந்தைகள் புத்தகம் ஒன்றிலிருந்து ஒரு காட்சியை ஒரு பெரிய அளவில் அச்சடித்து ஒட்டியிருப்பார். அவர் தன்னுடைய குழந்தைப்பருவத்தில் புத்தகங்கள் படித்தபோது அனுபவித்த ஆனந்தத்தை அது அவருக்கு நினைவுபடுத்துகிறது.

இது போன்ற விஷயங்கள் சிலருக்கு அற்பமானவைபோலத் தோன்றக்கூடும். ஆனால், அவற்றின் உண்மையான நோக்கம் அதற்கு நேரெதிரானது. விளையாட்டுகள் அற்பமானவை

என்று அத்தியாவசியவாதியாக இல்லாதிருக்கின்ற நபர்கள் கொண்டிருக்கின்ற யோசனைக்குச் சவால் விடுவதுதான் அவற்றின் நோக்கம். அதோடு, படைப்பாற்றலையும் ஆய்ந்தறிதலையும் உந்தித் தள்ளுகின்ற ஒன்றாக விளையாட்டை அவை பார்க்கின்றன.

விளையாட்டுகள், நம் வாழ்வில் எவை அத்தியாவசியம் என்று ஆய்ந்தறிவதற்கு மட்டும் உதவுவதில்லை. அவையே அத்தியாவசியமானவை என்பதையும் அவை உணர்த்துகின்றன.

நம்முடைய வாழ்க்கையிலும் வேலையிலும் நாம் எவ்வாறு விளையாட்டை நுழைப்பது என்று நீங்கள் கேட்கலாம். பிரவுன் தன்னுடைய நூலில், வாசகர்கள் தங்களுக்குப் பிடித்த விளையாட்டோடு மீண்டும் தொடர்பு ஏற்படுத்திக் கொள்ள வேண்டும் என்று பரிந்துரைக்கிறார். மக்கள் தங்களுடைய நினைவுகளுக்குள் விளையாட்டு ஞாபகங்களைத் தேடுமாறு அவர் கூறுகிறார். நீங்கள் ஒரு குழந்தையாக இருந்தபோது எது உங்களைப் பரவசப்படுத்தியது? அதை இன்று உங்களால் எப்படி மீண்டும் உருவாக்கிக் கொள்ள முடியும்?

அத்தியாயம் 8

தூக்கம்

அரிய சொத்தைப் பாதுகாத்தல்

"ஒவ்வொரு நாளும் நான் தூங்கச் செல்கின்றபோது, நான் இறந்து போகிறேன். மறுநாள் காலையில் எழுந்திருக்கின்றபோது, நான் மீண்டும் பிறக்கிறேன்."

- மகாத்மா காந்தி

ஜெஃப் நள்ளிரவில் திடீரென்று தன் படுக்கையிலிருந்து திடுக்கிட்டு விழித்தெழுந்து உட்கார்ந்தார். தன்னுடைய தலைக்குள் ஏதோ ஒரு குண்டு வெடித்ததுபோல அவர் உணர்ந்தார். அவருக்கு வியர்த்துக் கொட்டியது. அதோடு, அவர் அசௌகரியமாகவும் உணர்ந்தார். அவர் கவனமாகக் காது கொடுத்துக் கேட்டார். என்ன நடந்து கொண்டிருந்தது என்று அவர் யோசித்தார். அவரைச் சுற்றி எல்லாம் அமைதியாக இருந்தது. தான் சாப்பிட்ட ஏதோ ஒன்று தனக்கு ஒத்துக் கொள்ளாமல் இருந்திருக்கும் என்று நினைத்துக் கொண்டு அவர் மீண்டும் உறங்க முயற்சித்தார்.

அடுத்த இரவும் அது தொடர்ந்தது. அதற்குச் சில நாட்கள் கழித்து அது பகல் பொழுதிலும் நிகழ்ந்தது. அவர் அப்போதுதான் இந்தியாவிலிருந்து திரும்பி வந்திருந்தார். அங்கிருந்தபோது அவர் மலேரியா காய்ச்சலுக்கான மாத்திரைகளையும் இருமல் மருந்தையும் உட்கொண்டிருந்தார். இது அதன் விளைவாக இருக்குமோ என்று முதலில் அவர் யோசித்தார். ஆனால் நிலைமை மேலும் மோசமானபோது, தன் நிலை அதிகச் சிக்கலானதாக ஆகியிருந்ததை அவர்

உணர்ந்தார். பதற்றக் கோளாறு எதுவும் இல்லாமலேயே, பதற்றத்திற்கான அறிகுறிகளை அவர் உடல்ரீதியாக அனுபவித்துக் கொண்டிருந்ததுபோல இருந்தது அது.

ஜெஃப் இந்த உலகில் ஒரு மாபெரும் வித்தியாசத்தை ஏற்படுத்த வேண்டும் என்று மிக முனைப்பாகச் செயல்பட்டுக் கொண்டிருந்தார். பெருங்கனவுகளை வைத்திருந்த அவர், பெரும் முனைப்புடன் செயலாற்றிக் கொண்டிருந்தார். அவர் பல விருதுகளை வாங்கியிருந்தார், பல நிறுவனங்களில் அவற்றின் நிர்வாகக் குழு உறுப்பினராக இருந்தார். அப்போது அவருக்கு வயது வெறும் 36 மட்டுமே. அவர் தன் தொழில்வாழ்க்கையின் உச்சாணிக் கொம்பில் இருந்தார்.

அவர் அடிக்கடிப் பயணப்பட்டுக் கொண்டும் இருந்தார். அது அவருடைய தூக்கத்தைப் பெருமளவு பாதித்தது. அவர் சியாட்டில் நகரில் வேலை பார்த்து வந்தபோதிலும், அவருடைய நிறுவனத்தின் கிளைகள் இந்தியாவிலும் கென்யாவிலும் இருந்தன. அது தவிர அவர் லண்டனுக்கும் ஜெனிவாவுக்கும் அடிக்கடிப் பறந்து கொண்டிருந்தார். கடந்த மூன்று ஆண்டுகளில் அவர் தன்னுடைய மொத்த நேரத்தில் 60 முதல் 70 சதவீத நேரம் பயணம் செய்து கொண்டிருந்தார். சராசரியாக ஒரு நாளைக்கு நான்கு முதல் ஆறு மணிநேரம் மட்டுமே அவர் தூங்கினார்.

ஆனால் அவருடைய முப்பத்தாறாவது வயதில் அவருடைய வேலையின் வேகம் அவருடைய ஆரோக்கியத்தை பாதிக்கத் துவங்கியிருந்தது. இரவுநேரத் தாக்குதலாகத் துவங்கிய அவருடைய உடல்நலச் சீர்கேடு மேலும் மோசமடைந்து, அவருடைய உடலின் ஒவ்வோர் அங்கமாகத் தாக்கத் துவங்கியது. அவருடைய இதயத்துடிப்பு தாறுமாறாக ஆனது. நேராக நிற்பது அவருக்கு வலியேற்படுத்தத் துவங்கியது. திட உணவைச் சீரணிக்க முடியாத நிலை அவருக்கு ஏற்பட்டது. வேகமாக எழுந்து நின்றால் தலைசுற்றிக் கீழே விழுந்துவிடுகின்ற அளவுக்கு அவருடைய இரத்த அழுத்தம் கடுமையாகக் குறைந்தது. அவர் மருத்துவமனையின் அவசரப் பிரிவுக்கு இரண்டு முறை செல்ல நேர்ந்தது. அடுத்த ஒப்பந்தம் முடிந்தவுடன் தான் தன் வேகத்தைக் குறைத்து கொள்ள வேண்டும் என்று அவர் தனக்குள் சொல்லிக் கொண்டார். ஆனால், அதை அவர் தள்ளிப் போட்டுக் கொண்டே வந்தார். தான் செயல்பட்டுக் கொண்டிருந்தபடி தொடர்ந்து செயல்பட்டுக் கொண்டிருந்தால் ஒரு கட்டத்தில் எல்லாம் தானாகவே சரியாகிவிடும் என்று அவர் நம்பினார். வேலையின் வேகத்தைக் குறைத்தால்

அவர் மேற்கொள்ள வேண்டியிருக்கக்கூடிய சமரசங்களுக்கு அவர் தயாராக இருக்கவில்லை. ஆனால், அவருடைய ஆரோக்கியக் குறைவு தன் வேலையைக் காட்டத் துவங்கியது. பலவீனத்தின் காரணமாக, சந்திப்புக்கூட்டங்களில் கலந்து கொள்வதைக் கடைசி நேரத்தில் அவர் இரத்து செய்தார், சொற்பொழிவுகளின்போது அவர் தடுமாறினார். இப்படிச் செயல்பட்டதன் மூலம் தான் தன் நிறுவனத்திற்கு நல்லது செய்வதற்குப் பதிலாகத் தீங்கிழைத்துக் கொண்டிருந்தோமா என்று அவர் சந்தேகித்தார். அவர் தீங்கிழைத்துக் கொண்டிருந்தார் என்பதுதான் உண்மை.

இறுதியில், அவர் 'முழு உடல் பரிசோதனை'க்குச் சென்றார். அவர் தேர்ந்தெடுப்பதற்கு இரண்டு வழிகள் இருந்ததாக மருத்துவர் தெரிவித்தார். ஒன்று, வாழ்நாள் முழுவதும் மருந்து மாத்திரைகளைச் சாப்பிட்டுக் கொண்டே, இப்போது செயல்பட்டுக் கொண்டிருப்பதைப்போலச் செயல்படலாம். அல்லது, ஓரிரு ஆண்டுகள் எல்லாவற்றிலிருந்தும் விலகி முழுமையாக ஓய்வும் சிகிச்சையும் எடுத்துக் கொண்டு, அவருடைய நோய்கள் அனைத்திலிருந்தும் விடுதலை பெறலாம். முதலில் அவருக்கு இப்படிச் சமரசம் செய்து கொள்வதில் விருப்பம் இருக்கவில்லை. அவர் ஒரு முத்தடகள வீரராக இருந்ததால், ஓட்டங்களின்போது ஏற்படுகின்ற சிறு சிறு காயங்களை அவர் எப்படிச் சமாளித்தாரோ, அதுபோலவே இதையும் கையாள அவர் முடிவு செய்தார். அதனால் அவர் அந்த மருத்துவரிடம், "என்னால் அவ்வளவு காலம் ஓய்வெடுக்க முடியாது. இரண்டு மாதங்கள் முழு ஓய்வு எடுத்துக் கொள்கிறேன். பின்னர் நான் மீண்டு வந்துவிடுவேன். நீங்களே பாருங்கள்," என்று செருக்குடன் கூறினார்.

அவர் தன் வேலையிலிருந்து இரண்டு மாதங்கள் விடுப்பு எடுத்துக் கொண்டார். தினமும் இரவில் அவர் பதினான்கு மணிநேரம் தூங்கினார். பகலில் மீதி நேரம் முழுவதும் அவர் ஓய்வெடுத்தார். சில நாட்களில் அவரால் படுக்கையைவிட்டே எழுந்திருக்க முடியவில்லை. ஆறு வாரங்களுக்கு அவரால் சுத்தமாக எதுவும் செய்ய முடியவில்லை. இரண்டு மாதங்களின் முடிவில் அவர் மீண்டும் தன் மருத்துவரைப் பார்த்து, தான் இதிலிருந்து மீண்டெழ அதிக காலம் பிடிக்கும் என்பதை ஒப்புக் கொண்டார்.

ஆனால், சொன்னபடி, அவருடைய வாழ்வில் அவருக்கு அழுத்தம் கொடுத்துக் கொண்டிருந்த அனைத்தையும் அவர் தலைமுழுகினார். அவர் அங்கம் வகித்திருந்த அனைத்து நிறுவனங்களிலிருந்தும் அவர் விலகிக் கொண்டார். தன்

வேலையையும் விட்டுவிட அவர் தீர்மானித்தார். அது குறித்து அவர் இவ்வாறு கூறினார்: “அந்தத் தீர்மானம் எனக்கு மிகவும் கடினமானதாக இருந்தது. நான் என்னுடைய நிறுவனத்திலிருந்து கண்ணீருடனேயே வெளியேறினேன். என் மனைவியிடம், ‘நான் இப்படி வெளியேறுவேன் என்று நான் ஒருக்காலும் நினைக்கவில்லை,’ என்று புலம்பினேன்.”

தான் மீண்டெழுவதற்காக அவர் தன் வாழ்க்கைமுறையை முற்றிலுமாக மறுசீரமைத்துக் கொண்டார். அவருக்குப் பரிந்துரைக்கப்பட்டச் சிகிச்சைமுறைகளை அவர் தவறாமல் பின்பற்றினார், தன்னுடைய உணவுப் பழக்கங்களை மாற்றிக் கொண்டார், தன் குடும்பத்துடன் பிரான்சுக்குச் சென்று ஓராண்டு காலம் அங்குத் தங்கினார். அவர் எடுத்துக் கொண்ட சிகிச்சைகள், அவருடைய புதிய உணவுப் பழக்கங்கள், புதிய ஊரில் நிலவிய மேம்பட்டத் தட்பவெப்ப நிலை ஆகிய அனைத்தும் சேர்ந்து சிறப்பாக வேலை செய்தன. இப்போது அவர் சுவீகரித்திருந்த புதிய மனப்போக்குடன், தன் அனுபவத்திலிருந்து தான் என்ன கற்றுக் கொண்டோம் என்று அவர் சிந்திக்கத் துவங்கினார்.

இரண்டரை ஆண்டுகள் கழித்து, தான்சானியாவில் உலகப் பொருளாதார மன்றம் நடத்திய சர்வதேச இளம் தலைவர்களுக்கான நிகழ்ச்சியில் அவர் கலந்து கொண்டார். அவருடைய கதையை அறிந்திருந்த அவருடைய நண்பர்களில் சிலர், ஒரு நாள் இரவு, அங்குக் குழுமியிருந்த சுமார் இருநூறு வெற்றியாளர்களின் மத்தியில் அவருடைய கதையைப் பகிர்ந்து கொள்ளுமாறு அவரிடம் கேட்டுக் கொண்டனர். அவர் அன்று உணர்ச்சிகரமான ஒரு சொற்பொழிவை ஆற்றினார். ஓர் எளிய, அத்தியாவசியமான படிப்பினையைக் கற்றுக் கொள்வதற்குத் தான் ஒரு பெரும் விலையைக் கொடுத்திருந்ததாக அவர் அவர்களிடம் கூறினார். ‘அரிய சொத்தைப் பாதுகாத்தல்’ என்ற படிப்பினைதான் அது.

அரிய சொத்தைப் பாதுகாத்தல்

இந்த உலகில் மிகச் சிறந்த பங்களிப்பை வழங்குவதற்கு நம்மிடம் இருக்கின்ற மிகப் பெரிய சொத்து நாம்தான். நம்முடைய உடல், மனம் மற்றும் ஆன்மாவை உள்ளடக்கிய அந்தச் சொத்தை நாம் சரியாகப் பேணாவிட்டால், அதற்கு நாம் சேதம் விளைவிப்போம். வெற்றியாளர்களாக ஆகத் துடித்துக் கொண்டிருக்கின்ற நபர்களில் பலர் தூக்கமின்மை மூலமாக இந்தச் சொத்துக்குச் சேதம் விளைவித்துக்

கொண்டிருக்கிறார்கள்.

ஜெஃப்பைப்போல நடந்து கொண்டால், அவருக்கு நேர்ந்ததுதான் நமக்கும் நேரும். நம்முடைய தொழிலைக் கையாள்வதுபோல, எச்சரிக்கையுடன் நாம் நம்மையும் கையாள வேண்டும். நம்மை நாம் நன்றாகப் பேண வேண்டும்.

என்னுடைய இருபத்தொரு வயது வரையில், நானும், தூக்கம் தவிர்க்கப்படக்கூடியதுதான் என்று நினைத்துக் கொண்டிருந்தேன். அது ஒரு நேர விரயம் என்றும், அதற்குப் பதிலாக உருப்படியாக எதையாவது செய்யலாம் என்றும் நான் கருதினேன். தினமும் ஒரு சில மணிநேரம் மட்டுமே தூங்குகின்ற பழக்கம் போதையூட்டுவதாக இருந்தது. தூக்கத்தை மேலும் குறைப்பதற்கான வழிமுறைகளை நான் ஆராய்ந்தேன். தூக்கம் பற்றிய ஓர் ஆய்வைப் பற்றிப் படித்தப் பிறகு, அதில் கூறியிருந்தபடி, நான்கு மணிநேரத்திற்கு இருபது நிமிடங்கள் என்ற கணக்கில் நான் தூங்கினேன். முதலில் அது கடினமாக இல்லை என்றாலும், அது நடைமுறைக்கு ஒத்து வராததாக இருந்தது. சில சமயங்களில், நான் விழித்திருந்தாலும் என் மூளை விழித்திருக்கவில்லை. சிந்திப்பதும் தீர்மானங்கள் எடுப்பதும் அப்போது கடினமாக இருந்தன.

இந்த முயற்சி சரிப்பட்டு வரவில்லை என்பதால், நான் வேறொரு முயற்சியில் ஈடுபட்டேன். அதன்படி, வாரத்திற்கு ஒரு நாள் நான் தூங்காமல் இருந்தேன். அதுவும் பெரிதாகக் கைகொடுக்கவில்லை. பின்னர், தூக்கம் குறித்த ஒரு கட்டுரையை என் மனைவி என்னிடம் கொடுத்தார். தூக்கம் குறித்த என்னுடைய பார்வையை அது முற்றிலுமாக மாற்றியது. தூக்கம் உற்பத்தித்திறனின் எதிரி என்ற கருத்தை அக்கட்டுரை மறுத்ததோடு, தூக்கம்தான் உச்சகட்டச் செயல்திறனை முடுக்கிவிடுகிறது என்று அது ஆணித்தரமாக வாதிட்டது. எட்டு மணிநேரம் தூங்குகின்ற வெற்றிகரமான தொழிலதிபர்களை அது பட்டியலிட்டது. தன் வாழ்க்கையில் தான் மேற்கொண்டிருந்த அனைத்துத் தவறுகளுக்கும், போதுமான தூக்கமின்மையே காரணம் என்று பில் கிளின்டன் கூறியதாக அக்கட்டுரை குறிப்பிட்டிருந்தது. அதற்குப் பிறகு நான் தினமும் எட்டு மணிநேரத் தூக்கத்தைப் பெற முயற்சி செய்து வந்துள்ளேன்.

நீங்கள் எப்படி? தினமும் ஏழு மணிநேரத்திற்கும் குறைவாகத் தூங்கிக் கொண்டிருக்கிறீர்களா? தங்களுக்கு நான்கைந்து மணிநேரத் தூக்கம் போதும் என்று வாதிடுகின்ற நபர்களில் ஒருவரா நீங்கள்? சிலர் அப்படி இருக்கிறார்கள். ஆனால், அவர்கள் களைப்பாக இருப்பதற்குப் பழகிக்

கொண்டவர்கள் என்று நான் கருதுகிறேன். முழு ஓய்வுக்குப் பிறகு வாழ்க்கை எப்படி இருக்கும் என்பதை மறந்துவிட்டிருப்பவர்கள் அவர்கள்.

அத்தியாவசியவாதிகளாக இல்லாதிருப்பவர்கள் தூக்கத்தை ஒரு சுமையாக நினைக்கின்றனர். எப்போதும் உயர்ந்தபட்சச் செயல்திறனுடன் இயங்குவதற்கு அவசியம் தேவைப்படுகின்ற ஒன்றாக அத்தியாவசியவாதிகள் தூக்கத்தைக் கருதுகின்றனர். அதனால் அவர்கள் திட்டமிட்ட முறையில் தூக்கத்தைத் தங்களுடைய அன்றாடச் செயல்திட்டத்திற்குள் கொண்டுவந்துவிடுகின்றனர்.

இது ஒரு சமரசம் என்பதை அத்தியாவசியவாதிகள் ஒப்புக் கொள்கின்றனர். ஆனால், நீண்டகால நோக்கில் பார்க்கின்றபோது, அதிகமாகப் பலனளிக்கின்ற ஒரு சமரசம் இது என்று அவர்கள் கருதுகின்றனர்.

அத்தியாவசியவாதி அல்லாதவர்	அத்தியாவசியவாதி
இப்படிச் சிந்திக்கிறார்:	**இதை அறிந்துள்ளார்:**
ஒரு மணிநேரக் குறைவான தூக்கம் ஒரு மணிநேர உற்பத்தித்திறனுக்குச் சமானம்.	ஒரு மணிநேரத் தூக்கம் பல மணிநேர உற்பத்தித்திறன் அதிகரிப்புக்கு வழிவகுக்கும்.
தூக்கம் தோல்வியாளர்களுக்கானது.	தூக்கம் அதிக ஆற்றலுடன் செயல்படுபவர்களுக்கானது.
தூக்கம் ஆடம்பரமானது.	தூக்கத்திற்கு முன்னுரிமை அளிக்கப்பட வேண்டும்.
தூக்கம் சோம்பேறித்தனத்தை வளர்க்கிறது.	தூக்கம் படைப்புத்திறனை வளர்க்கிறது.
எல்லாவற்றையும் செய்வதற்குத் தூக்கம் இடைஞ்சலாக இருக்கிறது.	மனரீதியான உச்சகட்டப் பங்களிப்பிற்குத் தூக்கம் வழிவகுக்கிறது.

தூக்கத்தின் அவப்பெயரைத் துடைத்தெறிதல்

நம்முடைய அரிய சொத்தைப் பாதுகாப்பது முக்கியமானதாக இருக்கும்போது, நாம் ஏன் தூக்கத்தை அவ்வளவு எளிதாகக் காவு கொடுக்கிறோம்? அளவுக்கதிகமாகச் சாதிக்க விரும்புகின்ற நபர்கள், குறைவான தூக்கம் அதிகமாகச் சாதிப்பதற்கு வழிவகுக்கும் என்ற தவறான நம்பிக்கையைக் கொண்டிருப்பதுதான் அதற்குக் காரணம். இது தவறான நம்பிக்கை என்பதைப் பல ஆய்வுகள் வலியுறுத்துகின்றன.

ஆன்டர்ஸ் எரிக்சன், வயலின் வாசிப்பவர்கள் தொடர்பாக ஓர் ஆய்வை மேற்கொண்டிருந்தார். நன்றாக வயலின் வாசிப்பவர்களைவிட, சிறப்பாக வயலின் வாசிப்பவர்கள் அதிக நேரம் பயிற்சியில் ஈடுபட்டனர் என்று அந்த ஆய்வு தெரிவித்தது. இயற்கையான திறமையின் காரணமாக அல்லாமல், திட்டமிட்ட முறையில் கவனக்குவிப்புடன் மேற்கொள்ளப்படும் முயற்சிகள் சிறப்பான பலனை அளிக்கின்றன என்ற அத்தியாவசியவாதியின் தர்க்கத்தை அது ஆதரித்தது. அதே நேரத்தில், நீண்ட நேரம் வேலை பார்க்கின்ற, அத்தியாவசியவாதியாக இல்லாதிருப்பவர்களின் மனப்போக்கை ஊக்குவிக்கின்ற விதத்தில் அது அமைந்திருந்தது.

ஆனால், இந்த ஆய்வில் அதிகம் பிரபலமாகாத ஒரு பகுதியும் இருந்தது. சிறப்பாக வயலின் வாசித்தவர்கள், நன்றாக வயலின் வாசித்தவர்களைவிடக் கூடுதல் நேரம் தூங்கினர் என்பதுதான் அது. அவர்கள் தினமும் சராசரியாக 8.6 மணி நேரம் தூங்கினர். அதோடு, அவர்கள் தினமும் இருபது நிமிடங்கள் பகலில் ஒரு குட்டித் தூக்கமும் போட்டனர். அவர்கள் நன்றாகத் தூங்கி ஓய்வெடுத்திருந்ததால், அவர்கள் பயிற்சிக்குச் செலவழித்த நேரத்திலிருந்து கூடுதலான பலனைப் பெற்றனர்.

'தூக்கப் பற்றாக்குறை: செயற்திறன் கொல்லி' என்ற தலைப்பில் ஒரு கட்டுரையை ஹார்வர்டு மருத்துவப் பள்ளியின் பேராசிரியர் சார்ல்ஸ் செஸ்லர் எழுதியிருந்தார். தூக்கப் பற்றாக்குறை எப்படிச் செயற்திறனைப் பாதிக்கிறது என்பதை அவர் அக்கட்டுரையில் விவரித்திருந்தார். தூக்கப் பற்றாக்குறையை அளவுக்கதிகமாக மது அருந்துவதோடு அவர் ஒப்பிட்டிருந்தார். இதன் அடிப்படையில் பார்க்கும்போது, தூக்கத்தைத் தியாகம் செய்து உழைக்கும் நபரைச் சிறந்த

ஊழியர் என்று கூறுவதற்குப் பதிலாக அவர் குடிகாரரர் என்றுதான் கூற வேண்டும். ஆனால் நாம் அப்படிப்பட்ட நபர்களைத் தலை மேல் தூக்கி வைத்துக் கொண்டாடிக் கொண்டிருக்கிறோம்.

பகலில் போடுகின்ற குட்டித் தூக்கம்கூடப் படைப்பாற்றலை அதிகரிப்பதாக ஆய்வுகள் தெரிவிக்கின்றன. தேசிய அறிவியல் அகாடமியில் மேற்கொள்ளப்பட்ட ஓர் ஆய்வு, ஒரே ஒரு 'ரெம்' தூக்கம்கூட மூளையின் ஆற்றலை அதிகரிப்பதாகக் கண்டறிந்துள்ளது.

சுருக்கமாகக் கூற வேண்டுமென்றால், நாம் குறைவான நேரத்தில் அதிகமாகச் சாதிப்பதற்கு, போதுமான தூக்கம் நமக்கு உதவுகிறது. பெரும் வெற்றியாளர்களில் பலர் தாங்கள் தினமும் எட்டு மணிநேரத்திற்குக் குறைவில்லாமல் தூங்குவதாகவும், அது தங்களுடைய ஆற்றலை மேம்படுத்தியுள்ளது என்றும் முழங்குகின்றனர்.

அப்படிப்பட்டவர்களில் அமேசான் நிறுவனத்தின் நிறுவனரான ஜெஃப் பீசோஸும் ஒருவர். "என்னால் இரவு எட்டு மணிநேரம் தூங்க முடிந்தால், நான் அதிக எச்சரிக்கையுணர்வோடு இருக்கிறேன், தெளிவாகச் சிந்திக்கிறேன், நாள் முழுவதும் சிறப்பாக உணர்கிறேன்," என்று அவர் கூறியுள்ளார். நெட்ஸ்கேப் நிறுவனத்தின் நிறுவனர்களில் ஒருவரான மார்க் ஆன்ட்ரீசன், குறைவான தூக்கத்தோடு நாட்களை ஓட்டிக் கொண்டிருந்தவர். அவர் தூக்கத்தின் அருமையைப் புரிந்து கொண்டு தன்னை மாற்றிக் கொண்டுள்ளார். அவர் இவ்வாறு கூறுகிறார்: "ஏழு மணிநேரம் தூங்கினால், என் தரம் குறையத் துவங்கும். ஆறு மணிநேரம் என்றால், அது சராசரிக்கும் கீழே வந்துவிடும். அது ஐந்து மணிநேரமாக ஆகின்றபோது அது ஒரு பெரிய பிரச்சனையாக உருவெடுக்கும். நான்கு மணிநேரம் என்றால், நான் நடமாடிக் கொண்டிருக்கின்ற ஒரு பிணமாகத்தான் இருப்பேன்."

'தூக்கம்தான் இப்போது வெற்றிகரமான தொழிலதிபர்களின் புதிய அந்தஸ்தின் அடையாளமாக இருக்கிறது' என்ற தலைப்பில் ஒரு கட்டுரை வெளியானது. அதில் பல வெற்றியாளர்கள் தாங்கள் போதுமான நேரம் தூங்குவதைப் பெருமையாகப் பகிர்ந்து கொண்டனர். இன்று படைப்பாற்றல்மிக்க நிர்வாகிகளின் உற்றப் பங்காளியாகத் தூக்கம் திகழ்கிறது. அத்தியாவசியவாதியின் மனத்திற்கும் இது முக்கியமானது என்பதையும் நாம் இங்குச் சேர்த்துக் கொள்ளலாம்.

நியூயார்க் டைம்ஸ் பத்திரிகையில் வெளியான ஒரு

கட்டுரையில், லீமன் பிரதர்ஸ் நிறுவனத்தில் அப்போது முதன்மை நிதி அதிகாரியாகப் பணியாற்றிக் கொண்டிருந்த எரின் கேலனைப் பற்றி ஒரு செய்தி வெளியானது. அவர் எப்போதும் உற்சாகமாகவும் ஆற்றலுடனும் செயல்பட்டுக் கொண்டிருப்பவர். ஒரு முறை, ஒரு விருந்து நிகழ்ச்சியில், எரினின் கணவரிடம், “உங்கள் மனைவி வார இறுதியில் பொதுவாக என்ன செய்து கொண்டிருப்பார்? நெடுந்தூர ஓட்டம், பாறை ஏறுதல் போன்றவற்றில் கலந்து கொண்டிருப்பாரா?” என்று கேட்கப்பட்டபோது, அதற்கு அவர், “அவர் தூங்கிக் கொண்டிருப்பார்,” என்று பதிலளித்தாராம். அது உண்மைதான். அடுத்த வாரத்திற்குத் தன்னைப் புதுப்பித்துக் கொள்வதற்காக, எரின், வார இறுதியில் ஏராளமான நேரம் தூங்குகிறார்.

தூக்கம் தொடர்பாகச் சில நிறுவனங்கள் சில கொள்கைகளை வகுத்துக் கொண்டுள்ளன. நடு இரவில் புறப்பட்டுக் காலையில் ஓரிடத்தை அடைகின்ற விமானங்களில் பணியாற்றுகின்ற ஊழியர்கள், விமான நிலையத்திலிருந்து தங்களுடைய காரை ஓட்டிக் கொண்டுவருவதைச் சில நிறுவனங்கள் தடை செய்துள்ளன. அதேபோல, முந்தைய நாள் இரவு வேலை காரணமாகத் தாமதமாகப் படுக்கச் செல்கின்ற ஊழியர்கள் மறுநாள் அலுவலகத்திற்குத் தாமதமாக வருவதற்குப் பல நிறுவனங்கள் அனுமதிக்கின்றன. இப்படிப்பட்ட நிறுவனங்களும் அவற்றின் தலைவர்களும் ‘தங்களுடைய சொத்துகளைப் பாதுகாக்கின்ற’ முயற்சியில் ஈடுபட்டுள்ளனர் என்று சொல்லலாம்.

இப்புத்தகம் தொடர்பான ஆய்வுக்காக நான் கூகுள் அலுவலகத்திற்குச் சென்றிருந்தபோது, ஊழியர்கள் ஒரு குட்டித் தூக்கம் போடுவதற்காக அங்கு ஓர் இடத்தை அந்நிறுவனம் கட்டி வைத்திருப்பதை நான் கண்டேன். அந்த இடத்தில் சில ‘ஸ்லீப்பிங் பாட்’கள் நிறுவப்பட்டுள்ளன. அவை வெள்ளை நிறத்தில் இருக்கும். ஒவ்வொரு ஸ்லீப்பிங் பாடும் ஒரு சிறிய கட்டிலின் அளவுக்கு இருக்கும். முழுமையாகக் கால் நீட்டி, இரவில் படுப்பதுபோல வசதியாக அதில் படுக்க முடியாது. அதற்கு ஒரு வளைவான மூடியும் உண்டு. ஆனால் அது என் உடலை முழுமையாக மூடும் அளவுக்குப் பெரிதாக இருக்காது. அதை முதலில் பார்த்தபோது, இதில் படுத்தால் எப்படித் தூக்கம் வரும் என்று நான் யோசித்தேன். ஆனால், முப்பது நிமிடங்கள் கழித்து அது மென்மையாக அதிர்ந்து என்னை விழிக்க வைத்தபோதுதான், நான் அதில் அசந்து தூங்கியிருந்ததை நான் உணர்ந்தேன்.

அதிலிருந்து விழித்தெழுந்தபோதுதான், அந்தக் குட்டித் தூக்கம் எனக்கு எந்த அளவு தேவைப்பட்டிருந்தது என்பது எனக்குப் புரிந்தது. நான் தெளிவுடனும் கூர்மையுடனும் சுறுசுறுப்புடனும் இருந்தேன்.

அந்த வசதியைப் பயன்படுத்திக் கொள்வதற்கு கூகுள் ஊழியர்கள் முன்கூட்டியே பதிவு செய்து கொள்ள வேண்டும். அத்தகைய ஸ்லீப்பிங் பாடுகள் அந்நிறுவனத்தின் பல இடங்களில் நிறுவப்பட்டிருந்தன. நான் பயன்படுத்தியிருந்த அந்தத் தளத்தில் சுமார் ஐம்பது பேர் வேலை பார்த்துக் கொண்டிருந்தனர். அதில் எத்தனைப் பேர் அந்த ஸ்லீப்பிங் பாடுகளைப் பயன்படுத்திக் கொண்டிருந்தனர் என்பதைத் தெரிந்து கொள்ளும் ஆவல் என்னுள் எழுந்தது. குறைந்தது பத்து அல்லது இருபது பேராவது இருப்பார்கள் என்று நான் எதிர்பார்த்தேன். ஆனால், அந்த வசதியை ஒரே ஒருவர் மட்டுமே பயன்படுத்திக் கொண்டிருந்தார் என்பதைக் கண்டு நான் வியந்தேன். ஆனால், தூக்கத்திற்கு முன்னுரிமை கொடுக்கப்பட வேண்டும் என்பதை அந்த இடம் வலியுறுத்தும் என்று எனக்கு நானே ஆறுதல் கூறிக் கொண்டேன்.

முன்னுரிமைப்படுத்துவதற்கான நம்முடைய திறனைப் பாதுகாப்பதுதான் நம்முடைய தலையாய முன்னுரிமையாக இருக்க வேண்டும்.

அற்பமானவற்றிலிருந்து அத்தியாவசியமானவற்றை எப்படிப் பிரித்தெடுப்பது என்பதைப் பற்றி நாம் பார்த்தோம். அது முன்னுரிமைப்படுத்துதல் செயல்முறையாகும். முதல் பார்வைக்கு எல்லாமே முக்கியமானவைபோலத் தோன்றும். நாம் அவற்றை வடிகட்ட வேண்டும். ஆனால், போதுமான தூக்கமின்மை, இந்த முன்னுரிமைப்படுத்துகின்ற நம்முடைய திறனை மழுங்கடித்துவிடும்.

போதுமான தூக்கம், ஆய்ந்தறிவதற்கும், தொடர்பு ஏற்படுத்திக் கொள்வதற்கும், நீங்கள் விழித்திருக்கும் நேரம் முழுவதும் ஒரு மேம்பட்ட விதத்தில் இயங்கிக் கொண்டிருப்பதற்குமான உங்களுடைய திறனை அதிகரிக்கும்.

அத்தியாயம் 9

தெரிவு

தீவிர அளவுகோல்களின் சக்தி

"அகரீதியான செயல்முறைக்குப் புறரீதியான அளவுகோல்கள் தேவைப்படுகின்றன."

- லூட்விக் விட்ஜென்ஸ்டைன்

பிரபல 'டெட்' பேச்சாளரான டெரிக் சிவர்ஸ், நம்முடைய தேர்ந்தெடுப்புகள் தொடர்பாக ஓர் எளிய உத்தியைப் பரிந்துரைக்கிறார்: "நாம் செய்யவிருக்கின்ற ஒரு விஷயம் குறித்து நாம் முழு நம்பிக்கையுடன் இருந்தால், அதை நாம் செய்ய வேண்டும், மற்ற அனைத்தையும் புறந்தள்ளிவிட வேண்டும்." டுவிட்டர் நிறுவனத்தைச் சேர்ந்த ஓர் உயரதிகாரி, இதையே வேறு வார்த்தைகளில் என்னிடம் கூறினார்: "ஒரு காரியத்தைச் செய்ய வேண்டுமா என்ற கேள்விக்கான நம்முடைய பதில் ஓர் உறுதியான 'ஆமாம்' ஆக இல்லாவிட்டால், அதை நாம் ஒதுக்கிவிட வேண்டும்."

டெரிக் தன் கொள்கைப்படி வாழ்கின்ற ஒரு நபர். அவர் வேலைக்கு ஆளெடுக்கின்றபோது, யாரும் அவரைப் பெரிதாகக் கவரவில்லை என்றால், அவர்கள் அனைவரையுமே அவர் நிராகரித்துவிடுவார். இறுதியில், அவர் எதிர்பார்க்கின்ற அம்சங்களுடன் இருக்கின்ற ஒருவர் அவருக்குக் கிடைத்துவிடுவார். டெரிக் ஒரு முறை உலகெங்குமுள்ள பல கருத்தரங்குகளில் கலந்து கொள்வதற்குப் பதிவு செய்து வைத்திருந்தார். ஆனால், அவை அவருக்கு அவ்வளவாக உற்சாகமூட்டவில்லை. அதனால், அவை

அனைத்தையும் இரத்து செய்துவிட்டு அவர் தன் வீட்டிலேயே உட்கார்ந்துவிட்டார். அதன் விளைவாக அவருக்குப் பன்னிரண்டு உபரி நாட்கள் கிடைத்தன. அவற்றை அவர் மிகச் சிறப்பாகப் பயன்படுத்திக் கொண்டார். எங்கு வசிக்க வேண்டும் என்பதை அவர் தீர்மானிக்க முயன்றபோது, சிட்னி, வான்கூவர் போன்ற நல்ல இடங்களை அவர் நிராகரித்துவிட்டார். பின்னர் அவர் நியூயார்க் நகருக்குச் சென்றபோது, அதைப் பார்த்தக் கணத்திலேயே அதுதான் தனக்கு ஏற்ற இடம் என்று அவர் முடிவு கட்டிவிட்டார்.

முந்தைய ஓர் அத்தியாயத்தில் நாம் பார்த்த ஆடைகள் அலமாரி எடுத்துக்காட்டில், "இந்த உடையை நான் வருங்காலத்தில் என்றாவது ஒரு நாள் அணிவேனா?" என்று கேட்கின்றபோது, நாம் பலவற்றைத் தூக்கியெறியாமல் வைத்துவிடுவோம். அலமாரியும் தொடர்ந்து அலங்கோலமாகவே இருக்கும். ஆனால், "இந்த உடைகளில் எவற்றை நான் மிகவும் நேசிக்கிறேன்?" என்ற கேள்வியைக் கேட்கின்றபோது, நம்மால் பலவற்றை வேண்டாம் என்று எளிதாக ஒதுக்கித் தள்ளிவிட முடியும், அலமாரியும் நேர்த்தியாக ஆகிவிடும். இதே முறையை, நம் வாழ்க்கையிலுள்ள சிறிய மற்றும் பெரிய விஷயங்களுக்கும், அற்பமான மற்றும் அத்தியாவசியமான விஷயங்களுக்கும் நம்மால் பயன்படுத்த முடியும்.

90 சதவீத விதி

முன்பு நான் குறிப்பிட்டிருந்த, ஸ்டேன்ஃபோர்டு பல்கலைக்கழகத்தின் வடிவமைப்புப் பள்ளியின் 'வாழ்க்கையை வடிவமைத்தல்' வகுப்பிற்குக் கிட்டத்தட்ட நூறு பேர் விண்ணப்பித்திருந்தனர். அதற்கு 24 பேர்தான் தேவைப்பட்டனர். நானும் என் சகா ஒருவரும் அந்த 24 பேரைத் தேர்ந்தெடுக்க வேண்டியிருந்தது. அதற்கு நாங்கள் ஒரு வடிகட்டுதல் முறையை உருவாக்கினோம். "இந்த மாணவரால் அனைத்து வகுப்புகளிலும் கலந்து கொள்ள முடியுமா?" என்ற கேள்விதான் முதல் வடிகட்டி. "வாழ்க்கையையே மாற்றியமைக்கக்கூடிய ஓர் அனுபவத்திற்கு இந்த மாணவர் தயாராக இருக்கிறாரா?" என்ற கேள்வி இரண்டாவது வடிகட்டி. ஒவ்வொரு மாணவருக்கும் இந்த இரண்டு கேள்விகளுக்கும் நாங்கள் 1-10 மதிப்பெண்கள்வரை வழங்கினோம். இதில் 9 மற்றும் 10 மதிப்பெண்கள் பெற்றவர்கள் சேர்த்துக் கொள்ளப்படுவார்கள். 6 மற்றும் அதற்குக் கீழான

மதிப்பெண்கள் பெற்றவர்கள் சேர்த்துக் கொள்ளப்பட மாட்டார்கள். 7 மற்றும் 8 மதிப்பெண்கள் வாங்கியிருந்த நபர்களை மதிப்பீடு செய்யும் சிக்கலான பணி எனக்கு வழங்கப்பட்டது. முதலில் இவர்களை எப்படித் தேர்ந்தெடுப்பது என்பது எனக்குக் குழப்பமாக இருந்தது. அந்த மாணவர்கள் 'கிட்டத்தட்ட' நல்ல மதிப்பெண்களைப் பெற்றிருந்தனர் என்ற கண்ணோட்டத்தில் அவர்களைப் பார்த்தபோது, அவர்களை என்ன செய்ய வேண்டும் என்பதற்கான விடை எனக்குக் கிடைத்துவிட்டது. அவர்களைச் சேர்த்துக் கொள்ளக்கூடாது என்பதுதான் அதற்கான விடை. இது எனக்குப் பெரும் ஆசுவாசத்தைக் கொடுத்தது.

இதை நீங்கள் 90 சதவீத விதி என்று அழைக்கலாம். இதை நீங்கள் உங்கள் வாழ்க்கையின் அனைத்து விதமான தீர்மானங்களுக்கும் பயன்படுத்திக் கொள்ளலாம். அந்தத் தீர்மானம் குறித்த முக்கியமான ஒரு காரணிக்கு, நீங்கள் 1லிருந்து 10 வரையிலான மதிப்பெண்கள் கொடுங்கள். உங்களுடைய மதிப்பெண் 9 அல்லது 10 ஆக இருந்தால், அத்தீர்மானத்தை எடுங்கள். இல்லையெனில், அதை விட்டுவிடுங்கள்.

இப்பகுதியிலுள்ள மற்ற அத்தியாவசியவாதத் திறன்களைவிட, இதில் தேர்வதுதான் அதிகக் கடினமானது. இதில் ஒரு சமரசம் இருக்கிறது என்பதை நீங்கள் புரிந்து கொள்ள வேண்டும். நீங்கள் பிற நல்ல காரணிகளை விட்டுவிட்டு, ஒரு குறிப்பிட்ட முக்கியமான காரணியை மட்டும் தேர்ந்தெடுத்து, அது சரியான விளைவுகளுக்கு இட்டுச் செல்லும் என்று நம்பிக் கொண்டிருக்கலாம். சில நேரங்களில் அது உங்களுக்குச் சாதகமாக அமையலாம், சில வேளைகளில் அப்படி அமையாமலும் போகலாம். ஆனால், பிறர் அந்தத் தேர்ந்தெடுப்பை மேற்கொள்ள அனுமதிக்காமல், நீங்களே அதைச் செய்கிறீர்கள் என்பதுதான் மற்ற எல்லாவற்றையும்விட முக்கியம்.

நாம் தேர்ந்தெடுப்பதற்குப் பரந்துபட்ட அளவில் பல தெரிவுகள் இருக்கின்றபோது, நாம் அதிகமான சாத்தியக்கூறுகளில் நம் கவனத்தைக் குவிப்போம். நம்முடைய சாத்தியக்கூறுகளுக்கு நாம் மதிப்பெண்கள் வழங்குகின்றபோது, அத்தீர்மானங்களை உணர்ச்சிரீதியாகவோ அல்லது திடீரென்று ஏற்படுகின்ற உந்துதலாலோ எடுக்காமல், பிரக்ஞையுடனும், தர்க்கரீதியாகவும், பகுத்தறிவுரீதியாகவும் எடுக்க நாம் நிர்ப்பந்திக்கப்படுவோம்.

அத்தியாவசியவாதிகளாக இல்லாதிருப்பவர்கள் மறைமுகமான அல்லது வெளிப்படையாகச் சொல்லப்படாத

காரணிகளின் அடிப்படையில் தீர்மானங்களை எடுப்பர். எடுத்துக்காட்டாக, ஓர் அலுவலகச் சூழலில், அத்தியாவசியவாதியாக இல்லாதிருக்கின்ற ஒருவர், "என் மேலாளர் கேட்டுக் கொண்டால், நான் இதைச் செய்வேன்," என்று முடிவெடுக்கலாம். அல்லது, பொத்தம் பொதுவாக, "யாராவது ஒருவர் ஏதாவது ஒன்றைச் செய்யச் சொன்னால், அதை நான் முயன்று பார்க்க வேண்டும்," என்று அவர் தீர்மானிக்கலாம். அல்லது, "இந்நிறுவனத்தில் உள்ள மற்ற அனைவரும் இதைச் செய்து கொண்டிருக்கிறார்கள். அதனால், நானும் இதைச் செய்ய வேண்டும்," என்று அவர் நினைக்கலாம். சமூக ஊடகங்கள் கோலோச்சுகின்ற இந்த யுகத்தில், மற்றவர்கள் என்ன செய்து கொண்டிருக்கிறார்கள் என்பதை நாம் அறிந்திருப்பதால், தேவையில்லாமல் வீணான விஷயங்களைச் செய்வதற்கு நாம் தூண்டப்படுவோம். இது நம்முடைய வேலைச்சுமையை அதிகரிக்கும்.

அத்தியாவசியவாதி அல்லாதவர்	அத்தியாவசியவாதி
கிட்டத்தட்ட அனைத்து வேண்டுகோள்களுக்கும் சரி என்று கூறுகிறார்.	உச்சகட்டப் பத்து சதவீத வாய்ப்புகளுக்கு மட்டுமே சரி என்று கூறுகிறார்.
"எனக்குத் தெரிந்த ஒருவர் ஒன்றைச் செய்தால், நானும் அதைச் செய்ய வேண்டும்," என்ற மறைமுகமான அளவுகோலைப் பயன்படுத்துகிறார்.	"துல்லியமாக இதைத்தான் நான் எதிர்பார்த்துக் கொண்டிருக்கிறேனா?" என்ற வெளிப்படையான அளவுகோலைப் பயன்படுத்துகிறார்.

ஒரு முறை, நான் இணைந்து பணியாற்றிக் கொண்டிருந்த ஒரு மேலாண்மைக் குழுவினர், எந்தத் திட்டத்தை ஏற்க வேண்டும் என்பதற்கு மூன்று அளவுகோல்களை நிர்ணயித்தனர். ஆனால், காலப்போக்கில் அவை நீர்த்துப் போய், அவர்கள் சகட்டுமேனிக்கு அனைத்துத் திட்டங்களையும் ஏற்றுக் கொள்ளத் துவங்கினர். ஒரு கட்டத்தில் அவர்கள் மிகவும் ஊக்கமிழந்தனர். ஒரு காலத்தில் கொடிகட்டிப் பறந்த அவர்களுடைய விற்பனைப் பொருளுக்கும் அவர்களுடைய போட்டியாளர்களின் விற்பனைப் பொருட்களுக்கும் இடையே

தற்போது எந்த வேறுபாடும் இல்லாமல் போய்விட்டது.

பின்னர் அவர்கள் 90 சதவீத விதியைப் பயன்படுத்தி, தங்களுடைய வளங்களையும் நேரத்தையும் விழுங்கிக் கொண்டிருந்த பல திட்டங்களை ஒழித்துக்கட்டினர். சுவாரசியமான திட்டங்களில் மட்டும் அவர்கள் கவனம் செலுத்தினர். இதன் விளைவாக, நிறுவனத்தில் நிர்வாகத் தீர்மானங்களில் அவர்களால் குரலெழுப்ப முடிந்தது. "நாம் வகுத்துக் கொண்டுள்ள அளவுகோல்களை வைத்துப் பார்க்கும்போது, இந்தத் திட்டத்தை நாம் எடுத்துக் கொள்ள வேண்டுமா?" என்ற ரீதியில் அவர்கள் தங்களுடைய நிர்வாகத்திடம் கேள்வி கேட்கத் துணிந்தனர்.

தேர்ந்தெடுப்பதற்கான அளவுகோல்கள் வெளிப்படையாகவும் சரியாகவும் இருக்க வேண்டும்

விட்சோ நிறுவனத்தின் நிர்வாக இயக்குநரான மார்க் ஆடம்ஸ், இருபத்தேழு ஆண்டுகளாக, தன் வேலையில் திட்டமிட்ட முறையில் வெளிப்படையான அளவுகோல்களைப் பயன்படுத்தி வந்துள்ளார்.

அந்நிறுவனம் அறைகலன்களைத் தயாரிக்கிறது. அறைகலன் தொழிற்துறை, பொருட்களைத் தயாரித்துக் குவிப்பதற்குப் பெயர்போனது. ஒவ்வொரு பருவத்திலும் புதிய வடிவங்களிலும் புதிய நிறங்களிலும் புதிய பொருட்கள் சந்தையில் வந்து இறங்கும். ஆனால், பல பத்தாண்டுகளாக, அந்நிறுவனம் ஒரே ஒரு பொருளை மட்டுமே விற்பனை செய்து வந்துள்ளது. அதற்குப் பெயர் '606 யுனிவர்சல் ஷெல்விங் சிஸ்டம்'. வீட்டில் சுவரில் பொருத்தப்படக்கூடிய, எளிதில் மாற்றியமைக்கப்படக்கூடிய, திறந்த நிலையில் இருக்கின்ற அலமாரி அமைப்புமுறை அது.

அந்த அலமாரி அமைப்புமுறை அத்தியாவசியமானவற்றை மட்டுமே கொண்டிருக்கும். நாம் முதல் அத்தியாயத்தில் பார்த்திருந்த டயட்டர் ரேம்ஸை உங்களுக்கு நினைவிருக்கிறதா? அவர்தான் இந்த நிறுவனத்தின் அலமாரியை வடிவமைத்தவர். விட்சோ நிறுவனம் வேலைக்கு ஆளெடுக்கும் முறையும் வித்தியாசமானது.

அவசர அவசரமாக ஒரு தவறான நபரை வேலைக்கு எடுப்பதைவிட, குறைவான ஊழியர்களை வைத்துக் கொண்டு வேலை பார்ப்பதே மேல் என்ற அடிப்படை அனுமானத்தோடுதான் ஆளெடுக்கும் பணியை அவர்கள்

துவக்குகின்றனர். அதனால் அவர்கள் வேலைக்கு ஆளெடுப்பதற்குத் தீவிரமான, திட்டவட்டமானதொரு செயல்முறையைக் கடைபிடிக்கின்றனர். முதலில் அவர்கள் விண்ணப்பதாரர்களைத் தொலைபேசியில் அழைத்து நேர்முகத் தேர்வு நடத்துவர். அதற்கு ஒரு காரணம் இருக்கிறது. அவர்கள் ஒருவரைப் பற்றி உண்டாக்கிக் கொள்ளக்கூடிய முதல் அபிப்பிராயத்தை ஒருவரின் தோற்றத்தின் அடிப்படையில் அமைத்துக் கொள்ள விரும்பவில்லை. அதோடு, அந்த நபர் தொலைபேசி நேர்முகத் தேர்வுக்கு எப்படித் தயாராகியுள்ளார் என்பதை அவர்கள் பார்ப்பர். அந்நபர், குறித்த நேரத்தில் சத்தமில்லாத ஓர் இடத்தைத் தேர்ந்தெடுத்துள்ளாரா என்று அவர்கள் பார்ப்பர். பெரும்பாலானவர்களை அவர்கள் இந்தக் கட்டத்திலேயே கழித்துக்கட்டிவிடுவர். இது அவர்களுக்கு ஏராளமான நேரத்தை மிச்சப்படுத்துகிறது.

இரண்டாவது, ஒருவர் அந்த நிறுவனத்திலுள்ள பலரால் நேர்முகத் தேர்வுக்கு உட்படுத்தப்படுவார். அவற்றில் அவர் தேறிவிட்டால், அந்நிறுவனத்தில் அவர் வேலை பார்க்கவிருக்கின்ற குழுவோடு சேர்ந்து ஒரு நாள் முழுவதும் பணியாற்ற அவருக்கு ஒரு வாய்ப்பு வழங்கப்படும். பின்னர் அந்நிறுவனத்தின் நிர்வாகம், அன்று அவரோடு இணைந்து பணியாற்றிய அனைவரிடமும் அவரைப் பற்றிய அவர்களுடைய அபிப்பிராயத்தைக் கேட்டு, அது தொடர்பான ஒரு வினாத்தாளை அனுப்பும். ஆனால், வழமையாகக் கேட்கப்படும் கேள்விகளுக்குப் பதிலாக, “அந்த நபர் இங்கு வேலை பார்ப்பதை நேசிப்பாரா?” அல்லது, “அவர் இங்கு நம்மோடு இணைந்து வேலை பார்ப்பதை நாம் விரும்புவோமா?” என்ற ரீதியில் அக்கேள்விகள் இருக்கும். இக்கட்டத்தில்கூட, வேலைக்கான அழைப்பு அந்நபருக்கு அனுப்பப்பட மாட்டாது. அதேபோல, அந்நபருக்கும், வேலையில் சேர்ந்தாக வேண்டும் என்ற கட்டாயம் இருக்காது. இருவரும் பரஸ்பரம் ஒருவருக்கொருவர் பொருத்தமாக இருப்பார்களா என்பதை நேர்மையுடன் அணுகுவதற்குத்தான் இந்த ஏற்பாடு. பொருத்தம் சரியாக இருக்கும் என்று முடிவு செய்யப்பட்டால், மேலும் சில நேர்முகத் தேர்வுகளின் முடிவில் அவருக்கு வேலை வழங்கப்படலாம். அந்தக் குழு அவரைப் பற்றி ஒரு திட்டவட்டமான முடிவை அளிக்காவிட்டால், அவர் வேலையில் சேர்த்துக் கொள்ளப்பட மாட்டார்.

ஒரு முறை, அலமாரிகளைப் பொருத்தும் துறையில் பணியாற்ற ஒருவர் அந்நிறுவனத்திற்கு விண்ணப்பித்தார். தொலைபேசி வாயிலான ஒரு நேர்முகத் தேர்வு மற்றும்

ஒரு சில நேரடி நேர்முகத் தேர்வுகளுக்குப் பிறகு, ஒரு நாள் முழுவதும் அக்குழுவோடு இணைந்து பணியாற்ற அவர் அழைக்கப்பட்டார். அவர் அந்த அலமாரியின் பாகங்களைப் பொருத்துவதில் கச்சிதமாகச் செயல்பட்டார். அக்குழுவினர் மார்க்கிடம் அவரைப் பற்றிய தங்களுடைய அபிப்பிராயங்களைப் பகிர்ந்து கொண்டபோது, குறிப்பாக ஒரு விஷயத்தைப் பற்றி அவர்கள் கவலை தெரிவித்தனர். அவர்கள் அலமாரியைப் பொருத்தி முடித்தப் பிறகு, தாங்கள் கொண்டுவந்திருந்த கருவிகளைத் தங்களுடைய கருவிப்பெட்டிகளுக்குள் போட்டபோது, அந்த விண்ணப்பதாரர் அவற்றை அந்தப் பெட்டிக்குள் தூக்கி வீசிவிட்டு அதை மூடியிருந்தார். உங்களுக்கும் எனக்கும் இது ஒரு பெரிய விஷயமாகத் தோன்றாமல் இருக்கலாம். ஒரு முழு நாளின் கச்சிதமான வேலைக்குக் களங்கம் கற்பிக்கின்ற அளவுக்கு மோசமான ஒன்றாக நாம் அதைப் பார்க்காமல் இருக்கலாம். ஆனால், அந்த வேலைக்கு அவர்கள் மனத்தில் வைத்திருந்த கச்சிதமான நபரோடு அவருடைய அந்தச் செயல் பொருந்தவில்லை என்று அக்குழுவினர் நினைத்தனர். அச்செயலை அவருடைய சிரத்தையின்மையின் வெளிப்பாடாக அவர்கள் கருதினர். மார்க் அதைப் பொறுமையாகக் கேட்டுக் கொண்டார். அந்த நபருக்கு அந்த வேலை வழங்கப்படவில்லை. அவர்களுடைய நிறுவனத்தின் கலாச்சாரத்தோடு அவர் பொருந்த மாட்டார் என்று அவரிடம் நாசூக்காகச் சொல்லப்பட்டது. மார்க்கிற்கும் அவருடைய குழுவினருக்கும்:

> **அது ஒரு தெளிவான 'ஆமாம்' இல்லையென்றால், அது ஒரு தெளிவான 'இல்லை' ஆகும்.**

விட்சோ நிறுவனத்தின் இந்தக் கடுமையான ஆளெடுப்பு முறை, படிப்படியாக உருவான ஒன்று. எது வேலை செய்யும், எது வேலை செய்யாது என்பதைத் தொடர்ந்து அவதானித்து, அதற்கு ஏற்ப அவர்கள் தங்களுடைய முறைகளை மாற்றிக் கொண்டிருந்தனர். எடுத்துக்காட்டாக, குழந்தைப்பருவத்தில் 'லெகோ' என்ற, பிளாஸ்டிக்கால் ஆன கட்டுமான பொம்மைகளை வைத்து விளையாடிய நபர்கள் தங்கள் நிறுவனத்தின் கலாச்சாரத்திற்குள்

எளிதாகப் பொருந்திவிடுவார்கள் என்பதை அவர்கள் கற்றுக் கொண்டிருந்தனர். இது அவர்கள் ஏதோ ஊகித்தறிந்த ஒரு விஷயமல்ல. பல ஆண்டுகளின் ஊடாக அவர்கள் பலவற்றை முயன்றனர். சில வேலை செய்தன, பல வேலை செய்யவில்லை.

அந்நிறுவனத்தின் குழுவினர், விண்ணப்பதாரர்களை மதிப்பிடுவதற்கு வெளிப்படையான சில அளவுகோல்களை வைத்திருந்தனர். "இந்த நபர் நம் நிறுவனத்தின் கலாச்சாரத்திற்குள் கச்சிதமாகப் பொருந்துவாரா?" என்பது அவர்களுடைய முதன்மையான அளவுகோலாக இருந்தது. அதை அடிப்படையாகக் கொண்டே அவர்களுடைய மொத்த நேர்முகத் தேர்வும் அமைக்கப்பட்டிருந்தது. ஒரு கைதேர்ந்த அத்தியாவசியவாதியைப்போல, அவர்கள் தங்களுடைய தீர்மானத்தை, திட்டவட்டமான முறையில், போதுமான தகவல்களின் அடிப்படையில் எடுத்தனர்.

'பாக்ஸ்' நிறுவனத்தின் முதன்மை நிர்வாக அதிகாரி அரோன் லெவியும் வேலைக்கு ஆளெடுப்பதற்கு இது போன்றதொரு முறையைக் கையாள்கிறார். அவர் வெறுமனே, "இந்த நபரை வேலைக்கு எடுத்துக் கொண்டால், அவருடன் சேர்ந்து வேலை செய்ய நான் தயாராக இருப்பேனா?" என்ற கேள்வியைத் தனக்குத் தானே கேட்டுக் கொள்கிறார். "இந்த நபரால் இந்த நிறுவனத்தின் நிறுவனர்களில் ஒருவராக இருந்திருக்க முடியுமா?" என்ற கேள்விக்கான பதில் ஆமாம் என்று இருந்தால், அந்நபர் தன் நிறுவனத்திற்குள் கச்சிதமாகப் பொருந்துவார் என்று அரோன் தீர்மானிக்கிறார்.

கதவைத் தட்டும் வாய்ப்பு

எந்த வாய்ப்புகளைப் பின்தொடர்ந்து போகலாம் என்று தீர்மானிப்பது ஓரளவு எளிதானது. ஆனால், பல வாய்ப்புகள் வந்து நம் வாசற்கதவைத் தட்டும்போது அவற்றில் எதைத் தேர்ந்தெடுப்பது என்று தீர்மானிப்பது அதிகக் கடினமானது. எடுத்துக்காட்டாக, நாம் முற்றிலும் எதிர்பார்த்திராத ஒரு வேலையை ஒரு நிறுவனம் நமக்கு வழங்க முன்வரக்கூடும். நாம் பார்த்துக் கொண்டிருக்கின்ற வேலையைத் தவிர்த்து, அதனோடு சிறிதும் தொடர்பில்லாத, ஆனால் எளிதாகப் பணம் சம்பாதிக்க வாய்ப்பிருக்கின்ற ஒரு தற்காலிக வேலை நமக்கு அளிக்கப்படலாம். நாம் செய்ய விரும்புகின்ற ஒரு விஷயம் தொடர்பாக ஒருவர் நம்மிடம் உதவி கேட்கக்கூடும், ஆனால் அவர்களால் அதற்குப் பணம் தர முடியாமல்

இருக்கும். நமக்குத் தெரிந்த ஒருவர் தொலைதூரத்தில் இருக்கின்ற ஒரு சுற்றுலாத்தலத்தில் தான் வைத்திருக்கும் 'டைம்-ஷேரை' நமக்கு மலிவு விலையில் தரத் தயாராக இருக்கிறார். இது போன்ற சந்தர்ப்பங்களில் நாம் என்ன செய்ய வேண்டும்?

ஒரு நல்ல வாய்ப்பைத் தவறவிட்டுவிடுவோமோ என்ற பயம் உடனடியாக நம்மை ஆட்கொள்ளும். ஓர் அருமையான வாய்ப்பு வந்து நம் வாசற்கதவைத் தட்டும்போது அதை எவ்வாறு மறுப்பது? அதை நாம் துரத்திச் சென்றிருக்கவில்லை என்றாலும், அதுவாக இப்போது நம்மைத் தேடி வந்திருக்கிறது. நாம் 'சரி' என்றால் அது நம் மடியில் வந்து விழுந்துவிடும். அது எளிதாகப் பறிக்கப்படக்கூடிய ஒரு கனியாக இருக்கின்ற ஒரே காரணத்தால் அதை நாம் ஒப்புக் கொண்டால், பின்னர் அதைவிட அதிக அர்த்தம் வாய்ந்த ஒரு வாய்ப்பு வருகின்றபோது, அதை நாம் மறுக்க வேண்டியிருக்கலாம்.

கருத்துப் பரிமாற்ற நிறுவனம் ஒன்றைக் கட்டியெழுப்பிக் கொண்டிருந்த நான்சி டூவார்ட் இப்படிப்பட்ட ஒரு சிக்கலில்தான் மாட்டிக் கொண்டிருந்தார். 2000 ஆம் ஆண்டையொட்டி, அவருடைய நிறுவனம், வலைத்தளங்களை வடிவமைத்துக் கொடுத்தல், பெருநிறுவன அடையாளங்களை உருவாக்கிக் கொடுத்தல், அச்சடித்துக் கொடுத்தல், விளக்கவுரைகளைத் தயாரித்துக் கொடுத்தல் என்று பல வேலைகளில் ஈடுபட்டு வந்தது. ஆனால், தனித்துவமான எதுவும் அந்நிறுவனத்திற்கு இருக்கவில்லை. அதனால், பத்தோடு பதினொன்று என்ற நிலையில் அது இயங்கிக் கொண்டிருந்தது.

அச்சமயத்தில், நான்சி, ஜிம் காலின்ஸ் எழுதிய 'குட் டு கிரேட்' என்ற நூலைப் படித்தார். அதில் ஜிம், "நீங்கள் ஒரு குறிப்பிட்ட விஷயத்தில் தலைசிறந்தவராக இருந்து, அது குறித்துத் தணியாத தாகம் கொண்டிருந்தால், நீங்கள் அந்த ஒன்றை மட்டுமே செய்ய வேண்டும்," என்று வலியுறுத்தியிருந்தார். நான்சியின் நிறுவனத்தை ஒத்திருந்த நிறுவனங்கள் பொதுவாக விளக்கவுரைகளை வடிவமைத்துக் கொடுப்பதில் ஆர்வம் காட்டாமல் இருந்தன. அதனால், தான் அதை மட்டும் செய்தால், தன் நிறுவனத்தைத் தனித்துவப்படுத்திக் கொள்ள ஒரு வாய்ப்புக் கிடைக்கும் என்ற யோசனை அவருக்கு உதித்தது.

வேறு எவரும் செய்ய முன்வராத விளக்கவுரை வடிவமைப்பில் கவனத்தைச் செலுத்துவதன் மூலம், அது தொடர்பான அறிவு, கருவிகள், நிபுணத்துவம் ஆகியவற்றைப்

பெற்று அதில் உலக அளவில் ஒரு முன்னணி நிறுவனமாக ஆவதற்கான வாய்ப்பு அதில் இருந்தது. ஆனால், இதைச் சாதிப்பதற்கு, அவர்கள் மற்ற அனைத்தையும் ஒதுக்கித் தள்ள வேண்டும். நாட்டின் பொருளாதாரச் சூழல் மோசமாக இருந்தாலும் அவர்கள் அதைச் செய்ய வேண்டும். அது தொடர்பான வேலைகள் வந்தாலும் அவர்கள் அவற்றை மறுதலிக்க வேண்டும்.

ஒரு வாய்ப்பு உங்களுடைய வாசற்கதவைத் தட்டுகின்றபோது, அதைத் தேர்ந்தெடுப்பதற்கான அளவுகோல்களை வடிவமைத்துக் கொள்வதற்கான ஓர் எளிய திட்டம் இதோ. முதலில் அந்த வாய்ப்பை ஒரு காகிதத்தில் எழுதுங்கள். இரண்டாவதாக, அந்த வாய்ப்பு ஏற்றுக் கொள்ளப்படத்தக்க ஒன்றாகக் கருதப்படுவதற்கான மூன்று குறைந்தபட்ச அளவுகோல்களை எழுதுங்கள். மூன்றாவதாக, அந்த வாய்ப்பு ஏற்றுக் கொள்ளப்படத்தக்க ஒன்றாகக் கருதப்படுவதற்கான மூன்று உச்சபட்ச அளவுகோல்களை எழுதுங்கள். உங்கள் முன் இருக்கின்ற வாய்ப்பு, குறைந்தபட்ச அளவுகோல்களைத் தாண்டாவிட்டால், அது நிராகரிக்கப்பட வேண்டும் என்பது வெளிப்படை. உங்கள் முன் இருக்கின்ற வாய்ப்பு, மூன்று உச்சபட்ச அளவுகோல்களில் இரண்டில் தேறாவிட்டாலும் அதை நீங்கள் நிராகரித்துவிட வேண்டும்.

வாய்ப்பு உங்கள் வாசற்கதவைத் தட்டிக் கொண்டிருக்கின்ற வாய்ப்பு எது?			
குறைந்தபட்ச அளவுகோல்கள் இதற்கான குறைந்தபட்ச அளவுகோல் என்ன?			
உச்சபட்ச அளவுகோல்கள் இதற்கான உச்சபட்ச அளவுகோல் என்ன?			

புரூக்ளின் பகுதியிலேயே சிறந்த பிட்சா

வாழ்க்கையின் மிக முக்கியமான தீர்மானங்களை மேற்கொள்வதற்குக் கடினமான அளவுகோல்களை நிர்ணயிக்க வேண்டியிருக்கும்போது, நம்முடைய மூளை ஓர்

அதிநவீன கூகுள் தேடுபொறியைப்போலச் செயல்படும். கூகுளில், "புரூக்ளின் பகுதியிலேயே சிறந்த பிட்சா எங்கே கிடைக்கும்?" என்று தேடுவதற்கும், "நியூயார்க் நகரிலேயே சிறந்த உணவகம் எது?" என்று தேடுவதற்கும் இடையே ஒரு வித்தியாசம் இருக்கிறது. அதேபோல, நம்முடைய மூளையிடம், ஒரு நல்ல வேலை வாய்ப்பைத் தேடும்படி பணித்தால், அது ஏகப்பட்ட விஷயங்களை நம் முன் கொண்டு வந்து சமர்ப்பிக்கும். அதற்குப் பதிலாக, "நான் எதில் தணியாத தாகம் கொண்டுள்ளேன்?", "என் திறமையை நான் எப்படிப் பயன்படுத்திக் கொள்ளலாம்?", "இந்த உலகின் முக்கியமான தேவையை ஈடுகட்டுவது எது?" ஆகிய நுட்பமான கேள்விகளைக் கேளுங்கள். இவற்றுக்கு நிறைய பதில்கள் கிடைக்காது. ஆனால், நாம் இங்கு ஏகப்பட்ட நல்ல விஷயங்களைப் பார்த்துக் கொண்டிருக்கவில்லை. மிகச் சிறந்த பங்களிப்பை அளிக்க முடிகின்ற ஒன்றே ஒன்றைத்தான் நாம் தேடிக் கொண்டிருக்கிறோம்.

இந்த வழியில் தன் வாழ்வின் நோக்கத்தைப் பூர்த்தி செய்கின்ற ஒன்றை என்ரிக் சாலா கண்டுபிடித்தார். துவக்கக் காலத்தில், கலிபோர்னியாவிலுள்ள, பெரிதும் மதிக்கப்பட்ட ஸ்கிரிப்ஸ் கடலியல் கழகத்தில் அவர் ஒரு பேராசிரியராகப் பணியாற்றிக் கொண்டிருந்தார். ஆனால் அந்த வேலையில் அவருக்குத் திருப்தி ஏற்படாததால், அவர் அந்த வேலையை உதறித் தள்ளிவிட்டு, தன் சொந்த நாடான ஸ்பெயினுக்குத் திரும்பிச் சென்று, கடற்சூழலியல் பாதுகாப்புக்குக் குரல் கொடுக்கும் ஒரு வேலையில் ஈடுபட்டார். ஆனாலும், தான் தேடிக் கொண்டிருந்த கச்சிதமான வேலை அது அல்ல என்ற உணர்வை அவரால் உதறித் தள்ள முடியவில்லை. அதனால், அவர் நேஷனல் ஜியோகிராபிக் அமைப்பைத் தொடர்பு கொண்டு, ஆழ்கடல் பாதுகாப்பு தொடர்பான பணிகளைத் தான் மேற்கொள்ள விரும்பியதாக அவர்களிடம் கூறினார். அவர்கள் அதில் ஆர்வம் காட்டியவுடன், நேஷனல் ஜியோகிராஃபிக்குடன் சேர்ந்து அவர் ஓர் அமைப்பை நிறுவினார். அதன் மூலம், ஆழ்கடலில் பாதுகாப்புப் பூங்காக்களை அவர் உருவாக்கினார். இப்போது உலகளாவிய விதத்தில் செயல்பட்டுக் கொண்டிருக்கும் அவர், உலகச் சூழலியலில் குறிப்பிடத்தக்கத் தாக்கங்களை ஏற்படுத்திக் கொண்டிருக்கிறார்.

தான் மிகவும் நேசிக்கின்ற ஒரு விஷயத்தைச் செய்கின்ற அபூர்வமான நபர்களில் என்ரிக்கும் ஒருவர். அவர் தன் திறமைகளைப் பயன்படுத்தி, உலகின் முக்கியமான

தேவைகளை நிறைவேற்றுவதற்கான பங்களிப்புகளை ஒரு பிரம்மாண்டமான அளவில் மேற்கொண்டு வருகிறார். இதற்காக அவர் எண்ணற்றப் பரிசுகளையும் பாராட்டுகளையும் வாங்கிக் குவித்துள்ளார்.

களையெடுப்பு

அற்ப விஷயங்களைக் கண்டறிந்து நீக்குதல்

முன்பு நாம் பார்த்த ஆடை அலமாரி எடுத்துக்காட்டின் பக்கம் நாம் மீண்டும் திரும்பலாம். இந்நூலில் இதுவரை நாம் கடந்து வந்துள்ளதை வைத்துப் பார்த்தால், நாம் வெறுமனே அந்த அலமாரியில் இருக்கின்ற அனைத்தையும் கணக்கெடுத்திருக்கிறோம், அவ்வளவுதான். அந்த உடைகளில் எவற்றை வைத்திருக்க வேண்டும், எவை ஒழித்துக்கட்டப்பட வேண்டும் என்ற பிரித்தல் வேலையை நாம் செய்து முடித்திருக்கிறோம். ஒழித்துக்கட்டப்பட வேண்டும் என்று அடையாளம் காணப்பட்டுள்ளவற்றை ஒரு பையில் போட்டு வெளியே கொண்டு போட நீங்கள் தயாராக இருக்கிறீர்களா?

நம்முடைய நடவடிக்கைகள் மற்றும் முயற்சிகளில் எவை சிறப்பான பங்களிப்பை அளித்துக் கொண்டிருக்கவில்லை என்பதை அறிந்திருப்பது மட்டும் போதாது. அவற்றை நீங்கள் உண்மையிலேயே ஒழித்துக்கட்ட வேண்டும். அத்தியாவசியமற்றவற்றை எப்படி நீக்குவது என்பதை நாம் இப்பகுதியில் பார்க்கலாம். கூடவே, அதை, நம்முடைய மேலதிகாரிகள், சகாக்கள், வாடிக்கையாளர்கள் போன்றோர் மதிக்கின்ற விதத்தில் எப்படிச் செய்வது என்பதையும் நீங்கள் இப்பகுதியில் கற்றுக் கொள்வீர்கள்.

பழைய உடைகளை ஒழித்துக்கட்டுவது அவ்வளவு எளிதான காரியமல்ல. ஏனெனில், இப்போதும் நம்மை அரித்துக் கொண்டிருக்கும் ஒரு தயக்கம் நம்மிடம் இருந்து கொண்டுதான் இருக்கும். அந்தப் பழைய உடைகளைப் பிறருக்குக் கொடுத்ததற்காகப் பல ஆண்டுகள் கழித்து நாம் பின்வருத்தம் கொள்ளக்கூடும். இது ஓர் இயற்கையான உணர்வுதான். நாம் சொந்தம் கொண்டாடுகின்ற பொருட்களுக்கு அவற்றின் உண்மையான விலைமதிப்பைவிட நாம் அதிக மதிப்பளிக்கிறோம் என்று ஆய்வுகள் தெரிவிக்கின்றன.

அதனால், அவற்றைத் தூக்கியெறிவது நமக்குக் கடினமாக இருக்கிறது. ஒரு குறிப்பிட்ட உடையைத் தூக்கியெறிய நீங்கள் தயாராக இல்லையென்றால், உங்களிடம் நீங்களே இக்கேள்வியைக் கேளுங்கள்: "இது ஏற்கனவே என்னிடம் இல்லையென்றால், இதை வாங்குவதற்கு நான் எவ்வளவு பணம் செலவழிக்கத் தயாராக இருப்பேன்?" இதற்கான பதில் உங்களுடைய தீர்மானத்தை எளிதாக்கிவிடும். அதேபோல, வாழ்க்கையிலும் ஒரு குறிப்பிட்ட நடவடிக்கையை நீக்குவதற்கு நீங்கள் தயங்கிக் கொண்டிருந்தால், "இது என்னிடம் ஏற்கனவே இல்லாமல் இருந்திருந்தால், இதைப் புதிதாக சுவீகரித்துக் கொள்ள நான் தயாராக இருப்பேனா?" என்ற கேள்வியை உங்களிடம் கேளுங்கள்.

உங்களுடைய அலமாரியில் இருக்கின்ற பழைய உடைகளைத் தூக்கியெறிவதைவிடவும், உங்கள் வேலையிலும் உங்கள் வாழ்க்கையிலும் உங்கள் வழியே வருகின்ற நல்ல வாய்ப்புகளை ஒதுக்கித் தள்ளுவது அதிகக் கடினமானதாக இருக்கும். எப்போதெல்லாம் நீங்கள் அத்தியாவசியமற்ற விஷயங்களை வேண்டாம் என்று கூறத் தயங்குகிறீர்களோ, அப்போதெல்லாம் அவை வேண்டும் என்று நீங்கள் கூறுவதாகத்தான் அர்த்தம். அதனால், உங்கள் முன் இருக்கின்ற வாய்ப்புகளை நீங்கள் அலசி ஆராய்ந்த பிறகு, "இந்த முன்னுரிமைகளில் எதற்கு நான் சரி என்று கூற வேண்டும்?" என்ற கேள்வியை நீங்கள் கேட்கக்கூடாது; மாறாக, "இவற்றில் எவற்றுக்கெல்லாம் என்னால் முடியாது என்று கூற முடியும்?" என்ற கேள்வியைக் கேட்க வேண்டும். இக்கேள்வி உங்களுடைய உண்மையான முன்னுரிமைகளைச் சிறப்பாக வெளிப்படுத்திவிடும். இது உங்களுடைய உண்மையான இலட்சியத்தை வெளிப்படுத்தி, நீங்கள் இந்த உலகிற்கு மிகச் சிறப்பானதொரு பங்களிப்பை அளிக்க உங்களைத் தயார்படுத்தும். உங்களுடைய வாழ்க்கையிலும் வேலையிலும் மகத்தான சாதனைகளைப் படைக்கத் தேவையான தெளிவை இது உங்களுக்கு அளிக்கும்.

அத்தியாயம் 10

தெளிவு

ஆயிரம் தேர்ந்தெடுப்புகளுக்கு நிகரான ஒன்றைத் தேர்ந்தெடுத்தல்

"ஒற்றை நோக்கத்தைத் தடுமாற்றமின்றிப் பின்பற்றுவதுதான் வெற்றிக்கான இரகசியம்."

- அன்னா பாவ்லோவா

நாம் ஒரு விளையாட்டோடு இந்த அத்தியாயத்தைத் தொடங்கலாம். அடுத்தப் பக்கத்தில் மூன்று நிறுவனங்களைப் பற்றிய விபரங்கள் ஒரு புறமும், அதற்கு நேரெதிரே மற்றொரு வரிசையில் அவற்றின் குறிக்கோள் வாசகங்களும் கொடுக்கப்பட்டுள்ளன. எந்தக் குறிக்கோள் வாசகம் எந்த நிறுவனத்திற்குச் சொந்தமானது என்று நீங்கள் பொருத்த வேண்டும்.

இதில் இடம் பெற்றுள்ள நிறுவனங்களை அவற்றின் சரியான குறிக்கோள் வாசகங்களுடன் உங்களால் பொருத்த முடிந்ததா? அது உங்களால் முடியாமல் போனால், கவலைப்படாதீர்கள். இதில் ஏராளமானோர் உங்களுடன் இருக்கின்றனர். இங்கு இடம் பெற்றிருக்கின்ற இலட்சிய வாசகங்கள் மூன்றும் கிட்டத்தட்ட ஒரே தொனியில் இருப்பது உங்களுடைய வேலையைக் கடினமாக்குகிறது என்பது உண்மைதான். இப்படிப்பட்டப் பொத்தம் பொதுவான, வார்த்தை ஜாலங்களால் அலங்கரிக்கப்பட்டுள்ள குறிக்கோள் வாசங்களை இப்போதும் பல நிறுவனங்கள்

பயன்படுத்துகின்றன. ஆனால் இப்படிப்பட்ட வாசகங்களின் நோக்கமான, ஊழியர்களை ஊக்குவிப்பதை அவற்றால் ஒருக்காலும் அடைய முடியாது.

நிறுவனம்	குறிக்கோள் வாசகம்
1 அக்கோ டிராக்டர் போன்ற வேளாண் கருவிகள் மற்றும் அவற்றின் பாகங்களின் உற்பத்தி மற்றும் விநியோகத்தில் ஈடுபட்டுள்ள நிறுவனம்.	**அ** மிகத் தரமான வாடிக்கையாளர் சேவை, புதுமை, தரம், அர்ப்பணிப்பு ஆகியவற்றின் மூலமாக இலாபகரமான வளர்ச்சியை அடைதல்.
2 டோவர் கார்ப்பரேஷன் இங்க்ஜெட் பிரின்டர்கள், சர்க்கியூட் போர்டுகள் போன்ற மின்னணுச் சாதனங்கள், குப்பை லாரிகள் போன்றவற்றை உற்பத்தி செய்கின்ற நிறுவனம்.	**ஆ** எங்களுடைய வாடிக்கையாளர்கள் மற்றும் பங்குதாரர்களுக்கு நன்மை பயக்கின்ற விதத்தில் சேவை வழங்குகின்ற இடங்களில் நாங்கள் தலைமையிடத்தில் இருத்தல்.
3 டீன் ஃபுட்ஸ் கார்ப்பரேஷன் பால், பால் பொருட்கள், சோயா பொருட்கள் ஆகியவற்றை உற்பத்தி செய்கின்ற, உணவு மற்றும் பானங்கள் தயாரிப்பு நிறுவனம்.	**இ** நாங்கள் இயங்குகின்ற இடத்திலுள்ள சட்டங்களை மதித்து அறநெறி வழுவாமல் நடந்து கொள்கின்ற அதே வேளையில், எங்களுடைய நீண்டகாலப் பங்குதாரர்களின் மதிப்பை உச்சபட்சமாக அதிகரித்தல்.

நமக்கு அர்த்தம் வாய்ந்தவையாக இருக்கின்ற நடவடிக்கைகளில் நம்முடைய ஆற்றலைக் கொட்டுவதற்கு உதவியாக, அத்தியாவசியமற்ற விஷயங்களை எப்படி நீக்குவது என்பதைப் பற்றி இப்பகுதியில் நாம் பார்க்கலாம். அதற்கு முதலில் உங்களுடைய நோக்கம் என்ன என்பது குறித்தத் தெளிவு உங்களுக்கு இருக்க வேண்டும். அதை எப்படி அடைவது என்பதை நாம் இந்த அத்தியாயத்தில் பார்க்கலாம்.

ஓரளவு தெளிவு என்பதிலிருந்து தெள்ளத் தெளிவை நோக்கி

நான் இணைந்து வேலை பார்க்கின்ற நிறுவனங்களின் தலைவர்களில் பலர் தங்களுடைய நிறுவனங்களின் குறிக்கோள் வாசகங்கள் ஓரளவு தெளிவாக இருப்பதாகவே என்னிடம் தெரிவித்துள்ளனர். அதாவது, அது போதுமானது என்ற ரீதியில் அவர்களுடைய பதில்கள் இருக்கின்றன. ஓரளவு தெளிவுக்கும் தெள்ளத் தெளிவுக்கும் இடையே ஒரு பெரும் வேறுபாடு உண்டு என்பதை எல்லோரும் அறிவர். தனிநபர்களின் வேலை தொடர்பான நீண்டகால நோக்குக்கும் அது பொருந்தும். நான் மக்களிடம், "அடுத்த ஐந்து ஆண்டுகளில் உங்களுடைய தொழில்வாழ்க்கையிலிருந்து நீங்கள் உண்மையிலேயே என்ன எதிர்பார்க்கிறீர்கள்?" என்று கேட்டால், மிகச் சிலராலேயே அதற்கான பதிலைக் கூற முடிகிறது என்பது எனக்கு அதிர்ச்சியளிக்கிறது.

தன்னுடைய வேலையின் நோக்கம் குறித்து ஒருவர் எவ்வளவு அதிகத் தெளிவுடன் இருக்கிறாரோ, அவர் தன் வேலையை அவ்வளவு அதிகச் சிறப்பாகச் செய்கிறார். பெருநிறுவனங்களின் மேலதிகாரிகளின் குழுவுடன் நான் இணைந்து பணியாற்றுகின்றபோது, அவர்கள் தங்கள் நோக்கம் குறித்துத் தெள்ளத் தெளிவாக இல்லாதிருக்கின்றபோது என்ன நடக்கிறது என்பதை நான் கண்கூடாகப் பார்த்திருக்கிறேன்.

நோக்கம் தெளிவாக இல்லையெனில், ஊக்குவிப்பும் கூட்டுச் செயல்பாடும் கடுமையாகச் சிதைந்துவிடுகின்றன. தலைவர்களுக்கு, கருத்துப் பரிமாற்றத் திறன், இணைந்து செயல்படுகின்ற போக்கு, தங்களுக்கு மேலேயும் கீழேயும் இருக்கின்ற நபர்கள் குறித்த ஆய்வறிக்கைகளைச் சமர்ப்பித்தல் போன்றவற்றை எப்படியாவது கற்றுக் கொடுத்துவிடலாம். ஆனால், தங்களுடைய இலக்குகள் மற்றும் தாங்கள் வகிக்கவிருக்கின்ற பாத்திரங்கள் குறித்து அவர்களுக்குத் தெளிவு இல்லையெனில், பிரச்சனைகள் தோன்றிப் பல்கிப் பெருகும்.

இது என்னுடைய தனிப்பட்டக் கருத்தோ அல்லது ஏதோ ஒரு புத்தகத்தில் நான் வாசித்த ஒரு விஷயமோ அல்ல. ஆயிரத்திற்கும் மேற்பட்டக் குழுவினரோடு இணைந்து பணியாற்றியதிலிருந்தும், ஐந்நூற்றுக்கும் அதிகமான மக்களிடமிருந்து நான் சேகரித்துள்ள தரவுகளின் அடிப்படையிலும் நான் உருவாக்கியுள்ள ஒரு கருத்து இது.

குழுவினரிடம் தங்களுடைய இலக்கு குறித்தத் தெளிவு இல்லையெனில், அவர்களுக்குக் குழப்பமும் விரக்தியும் மன அழுத்தமும் ஏற்படும். அவர்களுக்குத் தெளிவு இருக்கும் பட்சத்தில், அவர்கள் தங்கள் வேலையில் சிறந்து விளங்குவர்.

நோக்கத்தில் தெளிவு இல்லாதபோது குழுவினரிடம் இரண்டு போக்குகள் தலைதூக்குவதை நான் பார்த்திருக்கிறேன்.

போக்கு 1: அலுவலக வம்புதும்புகள் அதிகரிக்கும்

தெளிவான நோக்கம் இல்லாதபோது, குழு உறுப்பினர்கள், மேலாளரின் கவனத்தைப் பெற அதிகமாக முயல்வர். விளையாட்டின் இலக்கு என்னவென்று தெரியாமல் இருந்தால், அதில் எப்படி வெல்ல வேண்டும் என்பது குறித்து அறியாமல், அக்குழு உறுப்பினர்கள், அந்த விளையாட்டிற்குத் தங்களுடைய சொந்த விதிகளை அமைத்துக் கொண்டு அதன்படி விளையாடுவர். சிறப்பான பங்களிப்பை அளிப்பதற்குப் பதிலாக, தங்களுடைய குழுவின் பிற உறுப்பினர்களைவிடத் தங்களை மேலானவர்களாகக் காட்டிக் கொள்ளுதல், தங்களுக்குத் தாங்களே சுயமுக்கியத்துவம் அளித்துக் கொள்ளுதல், மேலாளரின் ஒவ்வொரு கருத்தையும் ஒரு கிளிப்பிள்ளைபோல எதிரொலித்தல் போன்றவற்றில் அவர்கள் ஈடுபடுவர். இப்படிப்பட்ட நடவடிக்கைகள் அத்தியாவசியமற்றவை என்பதோடு, அவை நேரெதிரான விளைவுகளையே உண்டாக்கும்.

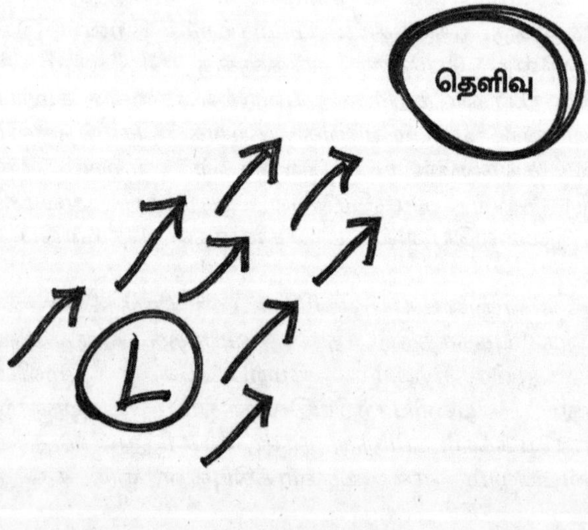

இதையேதான் நாம் நம்முடைய சொந்த வாழ்விலும் மேற்கொள்கிறோம். வாழ்க்கையில் நம்முடைய நோக்கம் என்ன என்பது குறித்து நமக்குத் தெளிவு இல்லாதிருக்கின்றபோது, நம்முடைய இலக்குகள், விழுமியங்கள் போன்றவை தெளிவாக வரையறுக்கப்பட்டிருக்காதபோது, நாம் நம்முடைய சொந்தச் சமுதாய விளையாட்டுகளைத் தொடங்குகிறோம், மற்றவர்களோடு ஒப்பிடுகையில் நாம் உயர்ந்து இருப்பதாகக் காட்டிக் கொள்ள முனைகிறோம். அதற்கு ஏராளமான நேரத்தையும் ஆற்றலையும் நாம் வீணாக்குகிறோம். ஒரு சொகுசான கார், வசதியான வீடு போன்ற அத்தியாவசியமற்ற விஷயங்களை நாம் அளவுக்கதிகமாக மதிப்பிடுகிறோம். டுவிட்டரில் எத்தனை நபர்கள் நம்மைப் பின்தொடர்கின்றனர், ஃபேஸ்புக்கில் நாம் தரவேற்றம் செய்துள்ள புகைப்படத்தை எத்தனை நபர்கள் விரும்புகின்றனர் என்பன போன்றவற்றுக்கும் நாம் தேவைக்கு அதிகமான முக்கியத்துவம் கொடுக்கிறோம். அதன் விளைவாக, நம்முடைய குடும்பத்தாருடன் நேரம் செலவிடுதல், நம் உடல் ஆரோக்கியத்தை மேம்படுத்துவதற்கான நடவடிக்கைகளில் ஈடுபடுதல், நம் ஆன்மாவுக்கு ஊக்கமளிக்கின்ற காரியங்களை மேற்கொள்ளுதல் போன்ற அத்தியாவசியமான நடவடிக்கைகளை நாம் உதாசீனப்படுத்துகிறோம்.

போக்கு 2: எல்லாம் நன்மைக்கே

எந்தவொரு நோக்கமும் இல்லாமல் இயங்குகின்ற குழுக்கள் தலைவர்களற்றுப் போகின்றன. செல்வதற்குச் சரியான திசை இல்லாமல் இருப்பதால், தங்களுடைய சொந்தக் குறுகியகால நலன்களை மேம்படுத்தும் நடவடிக்கைகளில் குழுவினர் இறங்குகின்றனர். குழுவின் நீண்டகால நோக்கத்திற்கு அது எத்தகைய பாதிப்பை ஏற்படுத்தும் என்பது குறித்து அவர்கள் அக்கறை காட்டுவதில்லை. இப்படி இயங்கிக் கொண்டிருக்கின்ற குழுவினர், ஓரடி முன்னால் எடுத்து வைத்தால் ஐந்து அடிகள் பின்னுக்குத் தள்ளப்படுகின்றனர்.

அதேபோல, குழுவின் உறுப்பினர்கள் தங்கள் இஷ்டத்திற்குத் தனித்தனியாக நடவடிக்கைகளில் ஈடுபட்டுக் கொண்டிருந்தால், குழுவின் நோக்கம் அடையப்படாமல் போய்விடும். எடுத்துக்காட்டாக, கல்லூரியில் இளங்கலைப் படிப்பு படிக்கும்போது, ஐந்து முக்கியப் பாடங்களை நீங்கள் எடுத்துக் கொண்டால், எதிலும் பட்டம் பெற முடியாமல் போய்விடும். அதேபோல, நீங்கள் ஐந்து தொழிற்துறைகளில்

ஐந்து வெவ்வேறு வேலைகளை மேற்கொண்டால், உங்களுடைய தொழில்வாழ்க்கையில் சிறப்பான முன்னேற்றம் அடைவது கடினமாக இருக்கும். தெளிவும் நோக்கமும் இல்லாமல், ஒரு விஷயம் நன்றாக இருப்பதற்காக அதைப் பின்தொடர்வது சிறப்பான பங்களிப்பை அளிப்பதற்கு உதவாது.

ஒரு குழுவில் இருக்கின்ற அனைவருக்கும் தங்கள் குழுவின் நோக்கமும், தங்களுடைய பாத்திரங்களின் நோக்கமும் தெளிவாகத் தெரிந்திருக்கும் பட்சத்தில், அக்குழுவின் செயல்பாடு மிகச் சிறப்பாக இருக்கும், குழு உறுப்பினர்களின் செயல்வேகம் அதிகரிக்கும், குழுவிற்கு அவர்கள் அளிக்கின்ற பங்களிப்பும் பெருகும்.

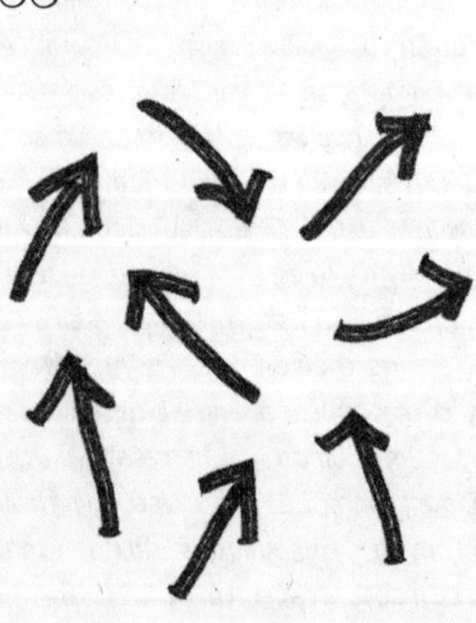

குழு உறுப்பினர்களிடமும் சரி, தனிப்பட்ட முறையிலும் சரி, எப்படி நோக்கத் தெளிவை ஏற்படுத்துவது? அதற்கான ஒரு வழி, அதன் அத்தியாவசிய நோக்கத்தைத் தீர்மானிப்பதாகும்.

அத்தியாவசிய நோக்கம்

எது அத்தியாவசிய நோக்கம் என்பதைப் புரிந்து கொள்வதற்கு, எது அத்தியாவசிய நோக்கம் அல்ல என்பதைக் கண்டறிவது வெகுவாக உதவும். கீழ்க்கண்ட வரைபடத்தின் மூலமாக இதை நம்மால் விளக்க முடியும்:

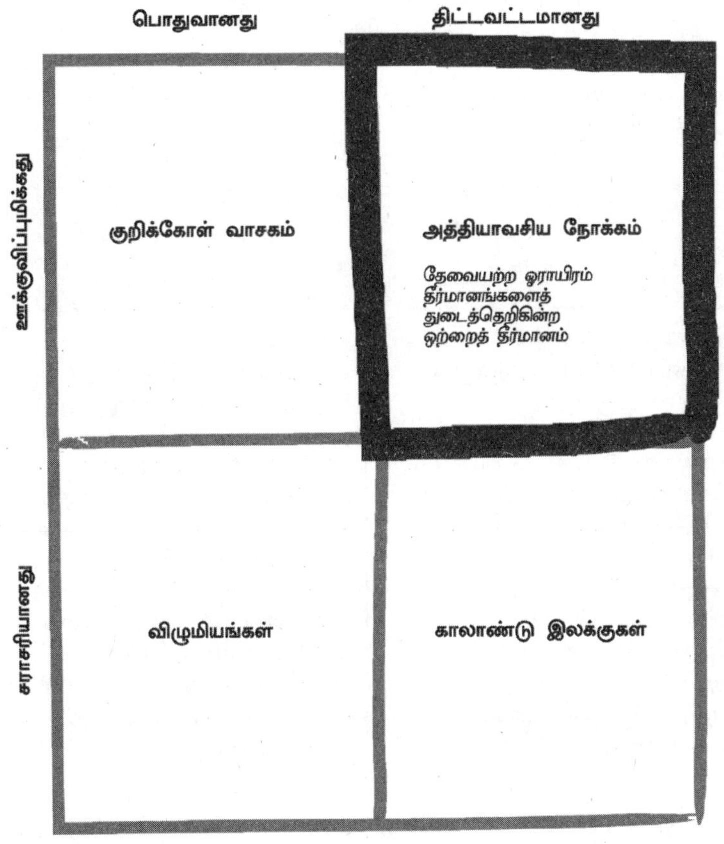

இந்த வரைபடத்தின் மேற்பகுதியின் இடப்புறமுள்ள கால்சதுரத்தில் 'குறிக்கோள் வாசகம்' என்று குறிப்பிடப்பட்டுள்ளது. "நாங்கள் இந்த உலகை மாற்ற விரும்புகிறோம்" என்பது போன்ற முழக்கங்கள் அதில் இடம் பெறக்கூடும். மேலோட்டமாகப் பார்த்தால் அவை உத்வேகமூட்டுபவையாகத் தோன்றினாலும், பொதுவாக அவை அலட்சியப்படுத்தப்படுகின்றன. அதேபோல, கீழ்ப்பகுதியின் இடப்புறமுள்ள கால்சதுரத்தில், "புதுமை," "தலைமைத்துவம்," "குழுப் பணி" போன்ற பொத்தம் பொதுவான விழுமியங்கள் இடம் பெற்றிருக்கும். ஆனால், இவை எந்த விதத்திலும் யாரையும் ஊக்குவிக்கப் போவதில்லை. கீழ்ப்பகுதியின் வலப்புறமுள்ள கால்சதுரத்தில், காலாண்டு இலக்குகள் என்ற தலைப்பின்கீழ், "இலாபத்தை, கடந்த ஆண்டைவிட 5 சதவீதம் உயர்த்துதல்" போன்றவை இடம் பெற்றிருக்கும். மேலோட்டமாகப் பார்ப்பதற்கு இவை திட்டவட்டமானவையாகத் தோன்றினாலும், இவை பெரிதாக ஊக்கமளிப்பதில்லை.

அத்தியாவசியவாதி அல்லாதவர்	அத்தியாவசியவாதி
பொத்தம் பொதுவான ஒரு குறிக்கோள் வாசகத்தைக் கொண்டிருப்பார்.	திட்டவட்டமான, உத்வேகமூட்டுகின்ற ஓர் உத்தியைக் கொண்டிருப்பார்.
காலாண்டு நோக்கங்களைக் கொண்டிருந்தாலும் அவை உத்வேகமூட்டுபவையாக இருக்காது.	அர்த்தமுள்ளதாகவும் மறக்கப்பட முடியாததாகவும் திகழ்கின்ற ஒரு நோக்கத்தைக் கொண்டிருப்பார்.
விழுமியங்கள் இருக்குமென்றாலும் அவற்றை வழிநடத்துவதற்கான கொள்கைகள் இருக்காது.	கொண்டிருக்கின்ற ஒற்றை அத்தியாவசிய நோக்கம், அத்தியாவசியமற்ற ஓராயிரம் நோக்கங்களை ஒதுக்கித் தள்ளிவிடும்.

மறுபுறம், அத்தியாவசிய நோக்கம் திட்டவட்டமானதாகவும் உத்வேகமூட்டக்கூடியதாகவும் இருக்கிறது. அது அர்த்தமுள்ளதாகவும் அளவிடத்தக்கதாகவும்

இருக்கிறது. சரியாக நிறைவேற்றப்பட்டால், ஒரே ஓர் அத்தியாவசிய நோக்கம், அத்தியாவசியமற்ற ஓராயிரம் நோக்கங்களை ஒதுக்கித் தள்ளிவிடும். நீங்கள் ஒரு வழக்கறிஞராக ஆவதற்குப் பதிலாக ஒரு மருத்துவராக ஆகத் தீர்மானிப்பது இதற்கான ஓர் எடுத்துக்காட்டு. ஒரு முக்கியமான தீர்மானம் உங்களுடைய வாழ்வின் அடுத்த ஐந்து, பத்து அல்லது இருபது ஆண்டுகளின் தலைவிதியை மாற்றக்கூடும். அந்த முக்கியமான தீர்மானத்தை நீங்கள் எடுத்தப் பிறகு, அதையடுத்து வருகின்ற தீர்மானங்களில் கவனம் செலுத்துவது எளிது.

மார்த்தா லேன் ஃபாக்ஸ் என்ற பிரிட்டிஷ் தொழிலதிபர், அந்நாட்டுப் பிரதமரால், புதிதாக உருவாக்கப்பட்ட 'டிஜிட்டல் சாம்பியன்' என்ற பதவியில் நியமிக்கப்பட்டார். அந்தப் பதவிக்கான நோக்கத்தைச் சுருக்கமாக விளக்குவதற்கான வாய்ப்பு அவருக்கு வழங்கப்பட்டது. பொத்தம் பொதுவான, உத்வேகமூட்டாத ஒரு வாசகத்தைத்தான் அவர் உருவாக்குவார் என்று அனைவரும் எதிர்பார்த்திருந்தனர்.

ஆனால், மார்த்தாவும் அவருடைய குழுவினரும் ஓர் அத்தியாவசிய நோக்கத்தை உள்ளடக்கிய ஒரு வாசகத்தை உருவாக்கினர்: "2012 ஆம் ஆண்டுக்குள் ஐக்கிய இராச்சியத்திலுள்ள அனைத்து மக்களையும் இணையப் பயன்பாட்டிற்குள் கொண்டு வருதல்." அது ஓர் எளிமையான, திட்டவட்டமான, உத்வேகமூட்டுகின்ற, எளிதாக அளவிடத்தக்க நோக்கமாக இருந்தது. அவருடைய குழுவில் இருந்த அனைவருக்கும் அந்த நோக்கம் தெள்ளத் தெளிவாகப் புரிந்தது. அவர்கள் எதில் தங்கள் கவனத்தைக் குவிக்க வேண்டும் என்பதை அது திட்டவட்டமாகச் சுட்டிக்காட்டியது. குழுவினர் அனைவருக்கும் அது அதிகாரமளித்தது.

இதுபோன்ற குறிக்கோள் வாசகங்கள்தாம் நிறுவனங்களுக்குத் தேவை. இப்படிப்பட்டத் திட்டவட்டமான, உத்வேகமூட்டுகின்ற, அர்த்தமுள்ள மற்றும் மறக்கப்பட முடியாத வாசகங்களை எப்படி உருவாக்குவது என்பதை இப்போது பார்க்கலாம்.

இதற்கு நீங்கள் ஒரு வார்த்தைச் சிற்பியாக இருக்க வேண்டியதில்லை

உங்களுடைய நிறுவனத்திற்கு, உங்களுடைய குழுவிற்கு அல்லது தனிப்பட்ட முறையில் உங்களுக்கு நீங்கள் ஒரு

குறிக்கோள் வாசகத்தை உருவாக்க முனைகின்றபோது, இந்த வார்த்தையைப் போட வேண்டுமா, அந்த வார்த்தையைப் போட வேண்டுமா என்பது போன்ற அற்பமான விஷயங்களில் கவனம் செலுத்துகின்ற ஒரு போக்கு எழக்கூடும். ஆனால், அத்தியாவசியவாதி ஒருவரின் குறிக்கோள் வாசகம் அழகாக இருக்க வேண்டிய அவசியமில்லை. அதன் சாரம்தான் முக்கியம். வருங்காலத்தில் நீங்கள் எதிர்கொள்ளவிருக்கின்ற ஒவ்வொரு தீர்மானத்தையும் எதிரொலிக்கின்ற விதத்தில் அந்த வாசகம் இருக்க வேண்டுமென்றால், நீங்கள் இப்படி ஒரு கேள்வியைக் கேட்க வேண்டும்: "எங்களால் ஒரு விஷயத்தில் தலைசிறந்து விளங்க முடியுமென்றால், அது என்னவாக இருக்கும்?"

உத்வேகம்

தெளிவான நோக்கம் என்று வருகின்றபோது, உத்வேகம் முக்கியமானது. ஆனால், பொதுவாக நாம் உத்வேகம் என்று யோசிக்கின்றபோது, வார்த்தை ஜாலங்கள் அங்கு இருக்க வேண்டும் என்று நாம் நினைப்போம். பேச்சலங்காரங்கள் உத்வேகமூட்டும் என்பது உண்மைதான் என்றாலும், திட்டவட்டமான நோக்கங்களுக்கும் அதே உத்வேகமூட்டும் ஆற்றல் இருக்கிறது என்பதை நாம் மறந்துவிடக்கூடாது.

பில் மீகன், மெக்கென்சி நிறுவனத்தில் தான் வேலை செய்த முப்பது ஆண்டுகளில், பெருநிறுவனங்களின் முதன்மை நிர்வாக அதிகாரிகளுக்கும் மூத்தத் தலைவர்களுக்கும் ஆலோசனை வழங்கி வந்தார். அதற்குப் பிறகு அவர் ஸ்டேன்ஃபோர்டு வணிகப் பள்ளியில் ஒரு பேராசிரியராகப் பணியாற்றினார். நான் அங்குப் படித்துக் கொண்டிருந்தபோது, அவருடைய வகுப்பு ஒன்றில் சேர்ந்து படித்தேன். அப்போது அவர், இலாப நோக்கற்று இயங்கும் நிறுவனங்களின் குறிக்கோள்/முன்னோக்கு வாசகங்களை மதிப்பீடு செய்யும்படி எங்களைக் கேட்டுக் கொண்டார்.

மாணவர்களாகிய நாங்கள் அப்படிப்பட்ட நூற்றுக்கணக்கான நிறுவனங்களின் குறிக்கோள் வாசகங்களை மதிப்பீடு செய்தபோது, பிரமாதமான வார்த்தை ஜாலங்களுடன் இருந்த குறிக்கோள் வாசகங்கள் மிகக் குறைந்த அளவுக்கு உத்வேகமூட்டுபவையாக இருந்ததை நாங்கள் கண்டோம். எடுத்துக்காட்டாக, "உலகின் பட்டினியை ஒழிப்பது எங்களுடைய இலட்சியம்," என்று முழங்கிய ஒரு நிறுவனத்தில் வெறும் ஐந்து பேர் மட்டுமே

வேலை செய்து கொண்டிருந்தனர். அதைத் தெரிந்து கொண்டபோது, அவர்களுடைய குறிக்கோள் வாசகம் ஒரு வெற்று முழக்கமாக இருந்ததை எங்களால் உணர முடிந்தது. இன்னொரு நிறுவனத்தின் குறிக்கோள் வாசகம் மிகவும் தனித்துவமானதாக இருந்தது. அது நாங்கள் முற்றிலும் எதிர்பாராத ஓரிடத்திலிருந்து வந்தது. அது ஹாலிவுட் நடிகர் பிராட் பிட்டின் நிறுவனம். அமெரிக்காவின் நியூ ஆர்லீன்ஸ் நகரைக் கத்ரீனா சூறாவளி புரட்டியெடுத்திருந்ததைத் தொடர்ந்து அந்நகரில் மேற்கொள்ளப்பட்டப் புனர்நிர்மாண நடவடிக்கைகளின் முன்னேற்றம் குறிப்பிடும்படியாக இல்லாததைக் கண்டு மனம் வெதும்பி பிராட் பிட் அந்த நிறுவனத்தைத் தொடங்கியிருந்தார். அதன் பெயர் 'மேக் இட் ரைட்.' அந்த நிறுவனத்தின் நோக்கம் இப்படிக் குறிப்பிடப்பட்டிருந்தது: "நியூ ஆர்லீன்ஸ் நகரில் 9வது வார்டில் வசிக்கின்ற குடும்பங்களுக்காக, மலிவான, சுற்றுச்சூழலை மாசுபடுத்தாத, சூறாவளியைத் தாக்குப்பிடிக்கின்ற 150 வீடுகளைக் கட்டித் தருவது." அதைப் படித்ததும் மொத்த வகுப்பே மெய்மறந்துவிட்டது. அதன் திட்டவட்டமான நோக்கம் அதன் நடைமுறைச் சாத்தியத்தைப் பறைசாற்றியது. அந்தச் சாத்தியக்கூறு மிகவும் உத்வேகமளிப்பதாக இருந்தது. "நாம் நம் இலக்கில் வெற்றி பெற்றுள்ளோம் என்பதை எப்படி அறிந்து கொள்வது?" என்ற கேள்விக்கு அது விடையளித்தது.

நோக்கத்துடன் வாழ்தல்

நோக்கம் நிறுவனங்களுக்கும் வேலைகளுக்கும் பொருந்துகின்ற அளவுக்கு உங்களுடைய தனிப்பட்ட வாழ்க்கைக்கும் சிறப்பாகப் பொருந்தும். எடுத்துக்காட்டாக, நெல்சன் மன்டேலா, 27 ஆண்டுகள் சிறையில் இருந்துவிட்டு வெளியே வந்தபோது ஓர் அத்தியாவசியவாதியாக வந்தார். 1962 இல் அவர் சிறைக்குள் தள்ளப்பட்டபோது, அவருடைய வீடு, அவருடைய பிரபலத்துவம், அவருடைய கர்வம் உட்பட அனைத்தும் அவரிடமிருந்து பறிக்கப்பட்டிருந்தன. சுதந்திரம் பறிக்கப்பட்டதைத் தனியாகக் குறிப்பிட வேண்டிய தேவையில்லை. அந்த இருபத்தேழு ஆண்டுகளையும், தன் வாழ்க்கையில் உண்மையிலேயே எவை அத்தியாவசியமானவையோ அவற்றின்மீது கவனத்தைக் குவிப்பதில் அவர் செலவிட்டார். மற்ற அனைத்தையும் அவர் புறந்தள்ளினார். அவருடைய எதிரிகள்மீதான வெறுப்பும் அவற்றில் அடக்கம். தென்னாப்பிரிக்காவில் நடைமுறையில்

இருந்த இனவொதுக்கல் கொள்கையை ஒழித்துக்கட்டுவதை அவர் தன் நோக்கமாக வரித்துக் கொண்டார். அவர் அதைச் சாதித்தும் காட்டினார்.

அத்தியாவசிய நோக்கம் ஒன்றை வரித்துக் கொள்வது கடினமானது. துணிச்சல், முன்னோக்கு, உள்நோக்கு ஆகியவை அதற்குத் தேவை. கடினமான கேள்விகள் கேட்கப்பட வேண்டியிருக்கும்; மற்ற முன்னுரிமைகள் தூக்கியெறியப்பட வேண்டியிருக்கும். ஆனால், அந்த முயற்சிகள் அதற்குத் தகுதியானவைதாம். ஒரு தெளிவான நோக்கத்துடன் இருந்தால் மட்டுமே தனிநபர்களாலும் குழுக்களாலும் நிறுவனங்களாலும் உண்மையிலேயே பிரமாதமான ஒன்றைச் சாதிக்க முடியும்.

அத்தியாயம் 11

துணிவு

முடியாது என்பதை இங்கிதமாக வெளிப்படுத்துதல்

"கடினமான சூழலிலும் அலட்டிக் கொள்ளாமல் இருப்பதுதான் துணிச்சல்."

- எர்னஸ்ட் ஹெம்மிங்வே

சரியான நேரத்தில் உதிர்க்கப்படுகின்ற 'முடியாது' என்ற வார்த்தைக்கு வரலாற்றின் போக்கையே மாற்றக்கூடிய ஆற்றல் உண்டு.

இதற்குப் பல எடுத்துக்காட்டுகளைக் கூற முடியும். அமெரிக்கக் கறுப்பினப் பெண்ணான ரோசா பார்க்ஸ் அவர்களில் ஒருவர். அப்போது அமெரிக்காவில் இனப்பாகுபாடு காரணமாக, கறுப்பின மக்களுக்கென்று பேருந்துகளின் பின் இருக்கைகளில் சில ஒதுக்கப்பட்டிருந்தன. ஒரு முறை ரோசா பார்க்ஸ் ஒரு பேருந்தில் பயணம் செய்தபோது, ஒரு வெள்ளையருக்காகத் தன் இருக்கையை விட்டுக்கொடுக்கும்படி அவர் பணிக்கப்பட்டபோது, தன் இருக்கையிலிருந்து எழுந்திருக்க முடியாது என்று மறுத்ததன் மூலம் அமெரிக்கச் சமுதாய உரிமைப் போராட்டத்திற்கு அவர் ஒரு மாபெரும் உத்வேகத்தைக் கொடுத்தார்.

இருக்கையிலிருந்து எழுந்து கொள்ளுமாறு ரோசா பார்க்ஸை அப்பேருந்தின் ஓட்டுநர் அதட்டியபோது 'முடியாது' என்று அவர் கூறியது, அக்கணத்தில் அவர் மேற்கொண்ட

ஒரு தீர்மானம். அவருக்குள் இருந்த ஆழமான நம்பிக்கை அப்படிப்பட்ட ஒரு முடிவை மேற்கொள்ள அவரைத் தூண்டியது. தன்னுடைய அத்தீர்மானம் அமெரிக்கச் சமுதாய உரிமை இயக்கத்திற்குப் பெரும் உத்வேகமளிக்கும் என்றோ, அது உலகெங்கும் பெரும் அதிர்வலைகளை ஏற்படுத்தும் என்றோ அவருக்குத் தெரியாது. ஆனால், ஒன்றை மட்டும் அவர் அறிந்திருந்தார். இதுபோன்ற அவமானங்களை இனியும் தன்னால் பொறுத்துக் கொண்டிருக்க முடியாது என்ற மனஉறுதிதான் அது. அப்படி அவமானகரமாக நடத்தப்படுவதை அனுமதிப்பதைவிடச் சிறைக்குச் செல்வது மேல் என்று அவர் முடிவு செய்தார். அது அவருக்கு அத்தியாவசியமாகப்பட்டது.

ரோசா பார்க்ஸ் எதிர்கொண்டது போன்ற சூழல்களை நாம் எதிர்கொள்வதற்கு நமக்கு வாய்ப்புகள் குறைவுதான் என்றாலும், அவரால் நாம் உத்வேகம் பெறலாம். முடியாது என்று சொல்வதற்கான துணிச்சல் நமக்குத் தேவைப்படுகின்றபோது, நாம் அவரை நினைத்துக் கொள்ளலாம். அத்தியாவசியமற்ற விஷயங்களுக்கு அடிபணிந்து போவதற்கு நம்மீது திணிக்கப்படுகின்ற சமுதாய அழுத்தங்களை எதிர்த்து நிற்க வேண்டிய தேவை நமக்கு ஏற்படுகின்றபோது, நாம் ரோசா பார்க்ஸின் மனஉறுதியை ஞாபகப்படுத்திக் கொள்ளலாம்.

ஒரு செயலை உங்களுக்குச் சரியென்று படுகின்ற விதத்தில் செய்ய நீங்கள் முற்படுகின்றபோது, அதை வேறு மாதிரி செய்ய வேண்டும் என்று பிறர் உங்களை வற்புறுத்துகின்ற இக்கட்டில் மாட்டிக்கொண்டு நீங்கள் எப்போதாவது முழித்திருக்கிறீர்களா? உங்களுடைய அகரீதியான நம்பிக்கைக்கும் புறரீதியான செயல்பாட்டுக்கும் இடையேயுள்ள முரண்பாட்டை நீங்கள் எப்போதாவது எதிர்கொண்டுள்ளீர்களா? தேவையற்ற உராய்வு அல்லது மனக்கசப்பைத் தவிர்ப்பதற்காக, முடியாது என்று சொல்ல ஆசைப்பட்டும் சரி என்று நீங்கள் எப்போதாவது சொல்லியிருக்கிறீர்களா? உங்களுடைய மேலதிகாரி, சகா, நண்பர், அடுத்த வீட்டுக்காரர், குடும்ப உறுப்பினர் போன்றவர்களை நீங்கள் ஏமாற்றத்திற்கு உள்ளாக்கிவிடக்கூடும் என்ற பயத்தால், அவர்களுடைய வேண்டுகோள்களை நிராகரிக்க நீங்கள் எப்போதாவது தயக்கம் காட்டியிருக்கிறீர்களா? இவை உங்களுக்கு நேர்ந்திருந்தால், கவலை கொள்ளாதீர்கள். அதில் நீங்கள் தனியாக இல்லை. இது போன்ற தருணங்களைத் துணிச்சலுடனும் நேர்த்தியுடனும் கடப்பது ஓர் அத்தியாவசியவாதியாக ஆவதற்கு நீங்கள் கற்றுக்

கொள்ள வேண்டிய முக்கியமான திறன்கள். ஆனால் அது அவ்வளவு எளிதான காரியமல்ல.

துணிச்சலைப் பற்றி ஓர் அத்தியாயம் எழுத வேண்டும் என்று நான் முதலில் திட்டமிட்டிருக்கவில்லை. ஆனால், அத்தியாவசியவாதத்தைப் பற்றி நான் ஆழமாக ஆராய்ந்தபோது, தேவையற்றவற்றை நீக்குவதற்குத் துணிச்சல் முக்கியம் என்பதை நான் உணர்ந்தேன். துணிச்சல் இல்லாவிட்டால், குறைவானவற்றைக் கொண்டு அதிகமானவற்றைச் சாதிப்பது சாத்தியப்படாது. நான்கு பேர் முன்னிலையில் மேற்கொள்ளப்படுகின்ற வாய்ச்சவடால்தான் அது. முக்கியமான விஷயங்களின்மீது கவனம் செலுத்த வேண்டும் என்று யார் வேண்டுமென்றாலும் பேசலாம். ஆனால் அதன்படி உண்மையிலேயே வாழ்ந்து கொண்டிருப்பவர்களைப் பார்ப்பது அபூர்வம்.

நான் இதை எந்தவிதமான எடைபோடுதல்களுமின்றிக் கூறுகிறேன். முடியாது என்று கூறுவதற்கு நாம் அஞ்சுவதற்கு நியாயமான காரணங்கள் இருக்கலாம். முடியாது என்று கூறுவதன் மூலம் நாம் ஓர் அருமையான வாய்ப்பைத் தவறவிட்டுவிடக்கூடும் என்று நாம் கவலைப்படலாம். நன்றாகச் சென்று கொண்டிருக்கின்ற நம்முடைய வாழ்க்கை ஆட்டம் கண்டுவிடுமோ என்ற குலைநடுக்கம் நமக்கு ஏற்படலாம். நாம் மிகவும் மதிக்கின்ற மற்றும் நேசிக்கின்ற நபரை நாம் ஏமாற்றத்திற்கு ஆளாக்கிவிடக்கூடும் என்ற வெறும் யோசனையே நமக்கு வேப்பங்காயாகக் கசக்கலாம். இவை எதுவும் நம்மை ஒரு மோசமான நபராக ஆக்கிவிடாது. இது மனித இயல்பு. ஆனால், ஒருவரிடம் முடியாது என்று சொல்வது எவ்வளவு கடினமானதாக இருந்தாலும், அதைச் செய்யாமல் இருப்பதன் மூலம், மிக முக்கியமான வாய்ப்புகளை நாம் நழுவவிடக்கூடும்.

சிந்தியா என்ற பெண்மணி, பல ஆண்டுகளுக்கு முன் தனக்கு நேர்ந்த ஓர் அனுபவத்தை என்னிடம் பகிர்ந்து கொண்டார். அப்போது அவருக்குப் பன்னிரண்டு வயது. அவருடைய தந்தை ஒரு பேச்சாளர். அவர் தன் தந்தையுடன் சான் பிரான்சிஸ்கோ நகருக்கு ஒரு நிகழ்ச்சிக்கு வந்திருந்தார். ஒரு நாள், சொற்பொழிவு முடிந்ததும் அன்றைய மாலைப் பொழுதையும் முன்னிரவுப் பொழுதையும் இருவரும் சேர்ந்து எப்படிக் குதூகலமாகக் கழிக்கலாம் என்று அவர்கள் திட்டம் தீட்டியிருந்தனர். சுமார் நான்கு மணியளவில் தன் சொற்பொழிவு முடிந்தவுடன் யாருக்கும் தெரியாமல் அந்தக் கருத்தரங்கு அரங்கிலிருந்து நழுவிவிடுவது என்று சிந்தியாவின்

தந்தை திட்டம் போட்டார். அதற்குப் பிறகு, ஊர் சுற்றிவிட்டு, அவர்களுக்குப் பிடித்தமான சீன உணவை உண்டுவிட்டு, ஒரு திரைப்படம் பார்த்துவிட்டு, ஓட்டலுக்குத் திரும்பி வந்து நீச்சல் குளத்தில் சிறிது நேரம் நீந்திவிட்டு, அறைக்குத் திரும்பி ஒரு பெரிய ஐஸ்கிரீமை வரவழைத்துச் சாப்பிட்டுவிட்டு, தொலைக்காட்சியில் இரவு வெகுநேரம்வரை நிகழ்ச்சிகளைப் பார்த்துவிட்டுத் தூங்கச் செல்வது என்று அவர்கள் விலாவாரியாகத் திட்டம் போட்டிருந்தனர்.

எல்லாம் சுமூகமாகத்தான் சென்று கொண்டிருந்தது – அவருடைய அப்பா, அந்த அரங்கத்திற்கு வெளியே தன்னுடைய பழைய நண்பரும் தொழிற்கூட்டாளியுமான ஒருவரைச் சந்திக்கும்வரை! அவர்கள் பல ஆண்டுகளுக்குப் பின்பு சந்தித்திருந்தனர். அவர்கள் இருவரும் ஒருவரையொருவர் கட்டி அணைத்ததையும் ஒருவரோடு ஒருவர் மகிழ்ச்சியாகப் பேசியதையும் சிந்தியா பார்த்துக் கொண்டிருந்தார். அவருடைய அப்பாவின் நண்பர், "நீங்கள் எங்களுடைய நிறுவனத்திற்காக இந்த நிகழ்ச்சியை நடத்திக் கொடுத்துக் கொண்டிருக்கிறீர்கள் என்று கேள்விப்பட்டுத்தான் நான் உங்களைப் பார்க்க வந்தேன். எனக்கு மிகவும் மகிழ்ச்சி. நானும் என் சகாக்களும் உங்களைக் கடற்கரையோரம் இருக்கும் ஒரு பிரபலமான கடல் உணவு உணவகத்திற்கு அழைத்துச் செல்ல விரும்புகிறோம். சிந்தியாவும் நம்முடன் வரட்டும்," என்று கூறினார். சிந்தியாவின் அப்பா, "பாப், உங்களைப் பார்த்ததில் எனக்கும் மகிழ்ச்சியே. கடல் உணவு உணவகத்திற்குச் செல்வது என்ற உங்கள் திட்டம் பிரமாதம்!" என்று பதிலளித்தார்.

சிந்தியா மனமொடிந்து போனார். அன்றைய மாலைப் பொழுது குறித்து அவர் கொண்டிருந்த கனவுகளும், சாப்பிட உத்தேசித்திருந்த பெரிய ஐஸ்கிரீமும் அக்கணத்தில் கரைந்து போயின. அதோடு, சிந்தியாவுக்குக் கடல் உணவு பிடிக்காது. மேலும், விடிய விடியப் பெரியவர்கள் பேசிக் கொண்டிருப்பதை அவர் கேட்டுக் கொண்டிருக்க வேண்டும். சிந்தியாவின் அப்பா தொடர்ந்து பேசினார்: "ஆனால், இன்று என்னால் வர முடியாது. இன்று நானும் சிந்தியாவும் வெளியே செல்ல ஏற்கனவே திட்டமிட்டுள்ளோம்." பின் அவர் சிந்தியாவை நோக்கிக் கண்களைச் சிமிட்டியபடி, "அப்படித்தானே?" என்று கேட்டார். பிறகு அவர் அவளுடைய கையைப் பிடித்து இழுத்துக் கொண்டு அந்த ஓட்டலைவிட்டு வெளியே ஓடினார். அவர்கள் இருவருக்கும் அந்த மாலைப் பொழுது மறக்கப்பட முடியாத ஒன்றாக அமைந்தது.

சிந்தியாவின் அப்பா வேறு யாருமல்லர்; 'அதிக ஆற்றல்வாய்ந்த மனிதர்களின் 7 பழக்கங்கள்' நூலின் ஆசிரியரான ஸ்டீபன் ஆர் கவிதான் அவர். சிந்தியா என்னிடம் இச்சம்பவத்தைக் கூறியதற்கு ஒரு சில வாரங்களுக்கு முன்புதான் ஸ்டீபன் ஆர் கவி இறந்திருந்தார். அதனால் சிந்தியா அச்சம்பவத்தை மிகவும் உணர்ச்சிப்பெருக்குடன் நினைவுகூர்ந்திருந்தார். "என் அப்பாவின் அந்த எளிய தீர்மானம், அவருடைய வாழ்வில் நான் எந்த அளவுக்கு முக்கியமானவள் என்பதைப் பறைசாற்றுவதாக அமைந்திருந்ததால், அவருடனான என் நெருக்கம் வாழ்நாள் முழுவதும் நீடித்தது," என்று சிந்தியா கூறினார்.

இந்தத் தலைமுறையின் பெரிதும் மதிக்கப்பட்டப் பேச்சாளரும், அதிகமாக வாசிக்கப்பட்டிருந்த நூலாசிரியருமான ஸ்டீபன் ஆர் கவி, ஓர் அத்தியாவசியவாதி. "ஒரு முக்கியமான விஷயத்தை, முக்கியமான விஷயமாக வைத்திருக்க வேண்டியது முக்கியமானது," போன்ற அத்தியாவசியவாதக் கொள்கைகளை எண்ணற்றோருக்குக் கற்றுக் கொடுத்ததோடு நின்றுவிடாமல், அவர் அவற்றின்படி வாழ்ந்தும் வந்தார். அவர் தன் மகளுடன் செலவழித்திருந்த கணங்கள் அவரையும் தாண்டி நிலைத்திருக்கின்ற நிலையைப் பெற்றுவிட்டன. இதுதானே சரியான செயல், இதில் சிலாகிப்பதற்கு என்ன இருக்கிறது என்று நீங்கள் கேட்கலாம். ஆனால், அவருடைய நிலையில் இருந்திருந்தால், பெரும்பாலான நபர்கள், நண்பரின் அழைப்பை நிராகரிப்பது இங்கிதமற்றச் செயலாக இருக்கும் என்று பயந்தோ அல்லது அதன் மூலம் கிடைக்கக்கூடிய வாய்ப்பை இழக்க நேரிடும் என்று கவலைப்பட்டோ அந்த அழைப்பை ஏற்றுக் கொண்டிருப்பர். அப்படியானால், அத்தியாவசியமான ஒன்றைத் தேர்ந்தெடுப்பது ஏன் கடினமாக இருக்கிறது?

எது அத்தியாவசியமானது என்பது குறித்து நம்மிடம் இருக்கின்ற தெளிவின்மைதான் அதற்கு முக்கியக் காரணம். அப்படி நிகழ்கின்றபோது, நம்மால் துணிச்சலாகச் செயல்பட முடியாது. மறுபுறம், நம்மிடம் சரியான தெளிவு இருக்கின்றபோது, ஏதோ ஒரு வலுவான சக்தி, பல பக்கங்களிலிருந்தும் நம்மை நோக்கிப் படையெடுத்து வருகின்ற அத்தியாவசியமற்ற விஷயங்களிலிருந்து நம்மைப் பாதுகாப்பதைப் போன்ற உணர்வு நம்மிடம் இருக்கும். ரோசா பார்க்ஸைப் பொறுத்தவரை, அவரிடமிருந்த ஆழமான, அறநெறிசார் தெளிவு அவருக்கு அசாதாரணமான துணிச்சலைக் கொடுத்தது. ஸ்டீபன் ஆர் கவியைப்

பொறுத்தவரை, தன்னுடைய மகளுடன் அன்றைய மாலைப் பொழுதைக் கழிப்பதற்கு அவர் கொண்டிருந்த தெளிவு அத்துணிச்சலைக் கொடுத்தது.

சமுதாயரீதியான அசௌகரிய உணர்வு

அத்தியாவசியமானவற்றைத் தேர்ந்தெடுப்பது கடினமாக இருப்பதற்கான இரண்டாவது காரணம், நம்மிடம் இயல்பாக இருக்கின்ற சமுதாயரீதியான அசௌகரிய உணர்வு. சக மனிதர்களுடன் சுமூகமாகப் பழகுவது என்பது மனித இயல்பு. என்ன இருந்தாலும், சில ஆயிரக்கணக்கான ஆண்டுகளுக்கு முன் நாம் ஒரு வேட்டையாடிச் சமுதாயமாக இருந்தபோது நாம் ஒரு குழுவாகத்தானே வாழ்ந்து வந்தோம்! அப்போது பரஸ்பரச் சார்பு நம்முடைய உயிர்பிழைத்திருத்தலுக்கு இன்றியமையாததாக இருந்தது. இன்று அப்பண்பு நம்முடைய வாழ்வா-சாவா நிலையைத் தீர்மானிக்காமல் இருக்கலாம். ஆனால் அது நம்முள் ஆழமாக ஊறிப் போயுள்ளது. அதனால்தான், நம்முடைய நண்பர் நம்மை இரவு உணவுக்கு அழைக்கின்றபோதோ அல்லது நம்முடைய மேலதிகாரி இன்னுமொரு ஒரு பொறுப்பை நம் தலையில் கட்டும்போதோ அல்லது நம் அண்டை வீட்டுக்காரர் நம்மைத் தன் உதவிக்கு அழைக்கின்றபோதோ, அவர்களிடம் முடியாது என்று சொல்ல வேண்டும் என்ற வெறும் எண்ணமே நமக்கு உடல்ரீதியான அசௌகரியத்தை உண்டாக்குகிறது. நாம் குற்றவுணர்வு கொள்கிறோம். பிறரைக் கைவிட நாம் விரும்புவதில்லை. அவர்களுடனான நம்முடைய உறவைக் கெடுத்துக் கொள்வோமோ என்று நாம் கவலைப்படுகிறோம். ஆனால், இந்த உணர்ச்சிகள் நம்மைக் குழப்புகின்றன. ஒன்று, நாம் அவர்களின் வேண்டுகோள்களுக்கு முடியாது என்று கூறிவிட்டு, ஒரு சில நிமிடங்கள் அது குறித்துப் பின்வருத்தம் கொண்டிருக்கலாம்; அல்லது, அதற்குச் சரி என்று கூறிவிட்டு, ஒரு சில நாட்களுக்கு, சில வாரங்களுக்கு, சில மாதங்களுக்கு அல்லது சில ஆண்டுகளுக்குப் பின்வருத்தம் கொண்டிருக்கலாம். இதுதான் எதார்த்தம். இரண்டில் ஒன்றை நீங்கள் தேர்ந்தெடுத்தாக வேண்டும்.

இந்தப் பொறியில் மாட்டிக் கொள்ளாமல் தப்பிப்பதற்கு ஒரே ஒரு வழிதான் இருக்கிறது. உறுதியாகவும், சந்தேகத்திற்கு இடமில்லாத வகையிலும், அதே நேரத்தில் நயமாகவும் 'முடியாது' என்று கூறுவதுதான் அது. அதை நாம் செய்கின்றபோதுதான், நாம் முடியாது என்று

கூறுவதன் மூலம் பிறருக்கு ஏமாற்றத்தையோ அல்லது கோபத்தையோ விளைவிக்கக்கூடும் என்ற யோசனை எந்த அளவு மிகைப்படுத்தப்பட்டுள்ளது என்பதை நம்மால் புரிந்து கொள்ள முடியும். இன்னும் சொல்லப் போனால், அப்படி உறுதியாக 'என்னால் முடியாது' என்று கூறுகின்ற துணிச்சல்காரர்களைப் பிறர் மதிக்கவே செய்கின்றனர் என்பதுதான் நான் அனுபவத்தில் கண்டறிந்துள்ள உண்மை.

நயமாக முடியாது என்று கூறுவதில் சிறந்து விளங்கியவர்களில் ஒருவர் பீட்டர் டிரக்கர். ஹங்கேரியப் பேராசிரியரும், உலகப் புகழ்பெற்ற 'ஃபுளோ' என்ற நூலின் ஆசிரியருமான மிஹாலி சிக்சென்ட்மிஹாலி, படைப்பாற்றல் குறித்துத் தான் எழுதிக் கொண்டிருந்த ஒரு நூலுக்காகப் பல படைப்பாளிகளைப் பேட்டியெடுத்துக் கொண்டிருந்தார். அவர் பீட்டர் டிரக்கரையும் தொடர்பு கொண்டார். அதற்குப் பீட்டர் டிரக்கர் அளித்த பதில் மிகவும் சுவாரசியமாக இருந்ததால், மிஹாலி, அக்கடிதத்தில் இருந்த வரிகளை அப்படியே பிரசுரித்திருந்தார். பீட்டர் டிரக்கரின் பதில் இவ்வாறு அமைந்திருந்தது: "பிப்ரவரி 14 அன்று நீங்கள் எனக்கு எழுதியனுப்பிய கடிதம் கண்டு நான் பெருமையும் மகிழ்ச்சியும் அடைந்தேன். ஏனெனில், பல ஆண்டுகளாக நான் உங்களுடைய தீவிர இரசிகனாக இருந்து வந்துள்ளேன். உங்களுடைய படைப்பிலிருந்து நான் பலவற்றைக் கற்றுக் கொண்டுள்ளேன். ஆனால், என் அன்புக்குரிய பேராசிரியரே, நான் உங்களுக்கு ஏமாற்றம் விளைவிக்கப் போவதற்காக உங்களிடம் மன்னிப்புக் கேட்டுக் கொள்கிறேன். நீங்கள் அனுப்பி வைத்திருந்த கேள்விகளுக்கு என்னால் பதிலளிக்க முடியாது. அக்கடிதத்தில் நீங்கள் என்னை ஒரு படைப்பாளி என்று அழைத்திருந்தீர்கள். அதற்கு என்ன அர்த்தம் என்று எனக்குத் தெரியாது. உற்பத்தித்திறனின் இரகசியங்களில் ஒன்று (உற்பத்தித்திறன்மீது எனக்கு நம்பிக்கை உண்டு, ஆனால் படைப்பாற்றல்மீது நம்பிக்கைக் கிடையாது), உங்களிடமிருந்து வந்துள்ளதைப்போல வருகின்ற அழைப்புகள் அனைத்தையும் தூக்கிப் போடுகின்ற அளவு ஒரு பெரிய குப்பைத்தொட்டியை வைத்திருத்தல் என்று நான் கூறினால், என்னை நீங்கள் ஓர் ஆணவக்காரனென்று நினைக்க மாட்டீர்கள் என்று நான் நம்புகிறேன். என்னைப் பொறுத்தவரை, உற்பத்தித்திறன் என்பது பிறருடைய வேலைக்கு உதவி செய்கின்ற ஒன்றைச் செய்வது அல்ல. மாறாக, கடவுள் உங்களை எதற்காகப் படைத்தாரோ அதைச் செவ்வனே செய்வதற்கு உங்களுடைய நேரம் முழுவதையும் பயன்படுத்துவதாகும்."

உண்மையான அத்தியாவசியவாதியாகத் திகழ்ந்த பீட்டர் டிரக்கர், "பிறருடைய வேண்டுகோள்களுக்கு 'முடியாது' என்று கூறுகின்ற காரணத்தால்தான் மக்கள் அதிக ஆற்றலுடன் செயல்படுகின்றனர்," என்று நம்பினார்.

அத்தியாவசியவாதியாக இல்லாதிருப்பவர்கள், சமுதாய நிர்ப்பந்தங்கள் காரணமாக எல்லாவற்றுக்கும் சரி என்று கூறிவிடுகின்றனர். ஆனால், பின்னர் தங்கள்மீது வருத்தம் கொள்கின்றனர், அதைத் தங்கள்மீது திணித்தவர்கள்மீதும் அவர்கள் வருத்தம் கொள்கின்றனர். அதற்காக, எல்லா வேண்டுகோள்களுக்கும் முடியாது என்று கூற வேண்டும் என்று அர்த்தமில்லை. அத்தியாவசியமற்றவற்றுக்கு மட்டுமே முடியாது என்று சொல்ல வேண்டும், அவ்வளவுதான். ஆனால், அது அதிக எண்ணிக்கையில் இருக்கும். அதனால், அதை நீங்கள் அடிக்கடிச் சொல்ல வேண்டியிருக்கும்.

அத்தியாவசியவாதி அல்லாதவர்	அத்தியாவசியவாதி
சமுதாய அழுத்தம் மற்றும் அசௌகரிய உணர்வுகளைத் தவிர்ப்பதற்காக முடியாது என்று சொல்வதைத் தட்டிக்கழிக்கிறார்.	உறுதியாகவும் நயமாகவும் முடியாது என்று கூறத் துணிகிறார்.
எல்லாவற்றுக்கும் சரி என்று கூறுகிறார்.	அர்த்தமுள்ள விஷயங்களுக்கு மட்டுமே சரி என்று கூறுகிறார்.

நயமாக முடியாது என்று எப்படிச் சொல்வது? அதற்கான சில வழிமுறைகள் இதோ:

உறவுகளிலிருந்து தீர்மானங்களைப் பிரித்துவிடுங்கள்

மக்கள் நம்மிடம் ஏதாவது செய்யுமாறு கேட்டுக் கொள்கின்றபோது, நாம் அந்த வேண்டுகோளை அவர்களுக்கும் நமக்கும் இடையே இருக்கும் உறவோடு சேர்த்துக் குழப்பிக் கொள்கிறோம். இவை இரண்டும் ஒன்றோடு ஒன்று பின்னிப் பிணைந்துள்ளதால், அந்த

வேண்டுகோளை நிராகரிப்பது என்பது அவர்களையே ஒதுக்கித் தள்ளுவதைப் போன்றது அல்ல என்பதை நாம் மறந்துவிடுகிறோம். ஒரு வேண்டுகோளை, அதை விடுத்த நபரிடமிருந்து பிரித்துப் பார்க்க முடிகின்றபோதுதான் நம்மால் தெளிவான தீர்மானங்களை எடுக்க முடியும், அதை அந்த நபரிடம் தெரிவிப்பதற்கான துணிச்சலை வளர்த்துக் கொள்ள முடியும்.

வேண்டுகோளை மறுப்பதற்கு 'முடியாது' என்ற வார்த்தையைப் பயன்படுத்த வேண்டிய அவசியமில்லை

அத்தியாவசியவாதிகள் முடியாது என்று கூறுவதை அடிக்கடித் தேர்ந்தெடுத்தாலும், உண்மையில் அந்த வார்த்தையைக் குறைவாகவே பயன்படுத்துகின்றனர். சில நேரங்களில் முகத்தில் அடித்தாற்போல முடியாது என்று கூறியே ஆக வேண்டிய சூழல்கள் இருக்கத்தான் செய்யும் என்றாலும், முடியாது என்ற வார்த்தையைப் பயன்படுத்தாமலேயே இங்கிதமாகவும் நாகரிகமாகவும் நயமாகவும் ஒருவருடைய கோரிக்கையை எளிதாக மறுத்துவிட முடியும். இதற்கான சில எடுத்துக்காட்டுகள் இதோ: "நீங்கள் என்னிடம் கேட்டது குறித்து நான் பெருமைப்படுகிறேன். ஆனால் தற்போது அது எனக்கு சௌகரியப்படாது."; "உங்களுடைய வேண்டுகோளை நிறைவேற்ற வேண்டும் என்று நான் உண்மையிலேயே விரும்புகிறேன். ஆனால், தற்போது நான் ஏற்கனவே நிறைய வேலைகளை இழுத்துப் போட்டுக் கொண்டுள்ளேன்."

சமரசப் பதிலீட்டில் கவனத்தைக் குவியுங்கள்

நம்மால் எல்லாவற்றையும் செய்ய முடியாது என்பது வெளிப்படை. அதனால், நாம் ஒருவருக்குச் சரி என்று சொல்லும்போது, அதற்காக எதை நாம் காவு கொடுக்க வேண்டியிருக்கப் போகிறது என்பதைப் பற்றி நாம் எவ்வளவு அதிகமாகச் சிந்திக்கிறோமோ, முடியாது என்று கூறுவது அவ்வளவு அதிக எளிதாகிவிடும். நாம் அதற்காகக் கொடுக்கவிருக்கின்ற விலை குறித்து நமக்கு ஒரு தெளிவான புரிதல் இல்லையென்றால், அத்தியாவசியமற்ற வேலைகளை இழுத்துப் போட்டுக் கொண்டு செய்கின்ற புதைகுழிக்குள் நாம் மாட்டிக் கொள்வோம். அது நமக்குக் கட்டுப்படியாகாது. நயமாக முடியாது என்று கூறுவதே இதற்கான தீர்வு.

எல்லோருமே ஏதோ ஒன்றை விற்றுக் கொண்டிருக்கின்றனர் என்பதை உங்களுக்கு நீங்களே நினைவுபடுத்திக் கொள்ளுங்கள்

அதற்காக நீங்கள் மக்கள் குறித்து ஓர் அவநம்பிக்கையாளராக இருக்க வேண்டும் என்று அவசியமில்லை. மக்கள் நம்பத்தக்கவர்கள் அல்லர் என்று நான் கூற வரவில்லை. எல்லோருமே ஏதோ ஒன்றை விற்றுக் கொண்டிருக்கின்றனர் என்றுதான் நான் கூறுகிறேன். அவர்கள் தங்களுடைய ஒரு யோசனையை, ஒரு கண்ணோட்டத்தை, அல்லது ஓர் அணுகுமுறையை உங்களிடம் விற்க முயல்கின்றனர். அதற்கு நீங்கள் உங்களுடைய நேரத்தை விலையாகக் கொடுக்க வேண்டியிருக்கும். நம்மிடம் என்ன விற்கப்பட்டுக் கொண்டிருக்கிறது என்பது குறித்து நாம் நம்முடைய கண்களையும் காதுகளையும் தீட்டிக் கொண்டு விழிப்புணர்வுடன் இருந்தால், அதை நாம் வாங்க வேண்டுமா, வேண்டாமா என்பதைத் தீர்மானிப்பது நமக்கு எளிதாகிவிடும்.

முடியாது என்று சொல்கின்றபோது நீங்கள் பிரபலத்துவத்தை இழக்கலாம் என்றாலும், பதிலுக்கு நன்மதிப்பைப் பெறுவீர்கள்

ஒருவருடைய வேண்டுகோளை நீங்கள் புறக்கணிக்கின்றபோது, அவருடனான உறவைக் குறுகியகால நோக்கில் அது பாதிக்கும் என்பது உண்மைதான். ஒருவர் மற்றவரிடம் ஒன்றைக் கேட்டு அது தனக்குக் கிடைக்காவிட்டால், உடனடியாக அவரிடம் ஏமாற்றம், எரிச்சல் அல்லது கோபம் தோன்றுவது இயல்புதான். இது அதிலிருக்கின்ற பாதகமான அம்சம். இது வெளிப்படையாகத் தெரிகின்ற ஒன்று. ஆனால், அந்தத் தற்காலிக ஏமாற்றம், எரிச்சல் அல்லது கோபம் தணிந்தவுடன், தங்கள் வேண்டுகோளை மறுத்த நபர்மீது அவர்களுக்கு ஓர் அபிமானம் ஏற்படும் என்பது இதிலுள்ள சாதகமான அம்சம். இது வெளிப்படையாகத் தெரியாது. ஆனால், நாம் ஆற்றல்மிக்க விதத்தில் முடியாது என்று கூறும்போது, நம்முடைய நேரம் பொன்னானது என்பதை அது அவர்களுக்குக் காட்டுகிறது. ஒரு தொழில்முறையாளரை ஒரு சாமானியரிடமிருந்து இது தனித்துவப்படுத்துகிறது.

ஆனானப்பட்ட ஸ்டீவ் ஜாப்ஸுக்கே முடியாது என்று சொல்லியவரின் கதையை இப்போது பார்க்கலாம். அவர் பெயர் பால் ரான்ட். அவர் ஒரு மிகப் பிரபலமான வரைகலை வடிவமைப்பாளர். ரான்ட் ஏற்கனவே ஐபிஎம், யூபிஎஸ், என்ரான், வெஸ்டிங்ஹவுஸ் போன்ற, உலகின் தலைசிறந்த நிறுவனங்களின் வணிகச் சின்னங்களை வடிவமைத்தவர். ஆப்பிள் நிறுவனத்திலிருந்து வெளியே தூக்கியெறியப்பட்டிருந்த ஸ்டீவ் ஜாப்ஸ் அப்போதுதான் 'நெக்ஸ்ட்' என்ற நிறுவனத்தைத் துவக்கியிருந்தார். அதற்கான வணிகச் சின்னத்தின் மாதிரிகள் சிலவற்றைத் தயாரித்துக் கொடுக்கும்படி, ஜாப்ஸ், ரான்ட்டைக் கேட்டுக் கொண்டார். ஆனால், ரான்ட் 'சில மாதிரிகளைத்' தயாரித்துக் கொடுக்கத் தயாராக இருக்கவில்லை. அவர் ஒரே ஒரு மாதிரியை மட்டுமே வரைந்து கொடுக்கத் தயாராக இருந்தார். அதனால், அவர் ஜாப்ஸிடம் இவ்வாறு கூறினார்: "நீங்கள் கேட்டதுபோல சில மாதிரிகளை என்னால் உங்களுக்குத் தயாரித்துக் கொடுக்க முடியாது. அப்படி உங்களுக்குத் தேவை என்றால், நீங்கள் வேறு நபர்களைத்தான் நாட வேண்டும். நான் உங்களுக்காக ஒரே ஒரு வணிகச் சின்ன முத்திரையை உருவாக்கிக் கொடுக்கிறேன். அதற்கு நீங்கள் எனக்குப் பணம் கொடுங்கள். அதை நீங்கள் பயன்படுத்திக் கொள்ள வேண்டுமா, வேண்டாமா என்று நீங்கள் தீர்மானித்துக் கொள்ளலாம். முடிவு உங்கள் கையில்." ரான்ட் கேட்டுக் கொண்டபடியே அவரிடம் அந்த வேலை ஒப்படைக்கப்பட்டது. அவரும் அற்புதமானதொரு வணிகச் சின்னத்தை உருவாக்கிக் கொடுத்துவிட்டார். ஆனால், இதிலுள்ள சுவாரசியமான விஷயம் என்னவென்றால், ரான்ட்டின் அணுகுமுறை ஜாப்ஸைக் கவர்ந்திருந்ததால்தான் அந்த வேலையை அவர் ரான்டுக்குக் கொடுத்திருந்தார். பின்னர் அது பற்றி ஸ்டீவ் ஜாப்ஸ் இவ்வாறு கூறினார்: "நான் இணைந்து பணியாற்றியுள்ள நபர்களிலேயே மிகச் சிறப்பான தொழில்நேர்த்தியுடன் பணியாற்றியவர்களில் ரான்ட்டும் ஒருவர். அவர் தனக்கும் தன் வாடிக்கையாளர்களுக்கும் இடையேயான உறவு குறித்து மிகத் தெளிவான கண்ணோட்டத்தைக் கொண்டுள்ளார்." ஜாப்ஸ் சொன்னபடி செய்ய ரான்ட் மறுத்தபோது, அந்த வேலை தனக்குக் கிடைக்காமல் போய்விடக்கூடிய அபாயம் இருந்தும் அவர் அதைத் துணிச்சலாகச் செய்திருந்தார். மரியாதை கிடைக்க வேண்டும் என்பதற்காகக் குறுகியகாலப் பிரபலத்துவத்தை அடகு வைக்க அவர் தயாராக இருந்ததால், அவருக்கு அந்த அரிய வாய்ப்புக் கிடைத்தது.

எல்லோரிடமும் எல்லா நேரங்களிலும் நல்ல பெயர் வாங்க முடியாது என்பதை அத்தியாவசியவாதிகள் அறிந்து வைத்துள்ளனர். எவ்வளவு நயமாக மறுத்தாலும்கூட, குறுகியகாலத்தில் அதற்கு நீங்கள் ஒரு விலையைக் கொடுக்க வேண்டியிருக்கலாம். ஆனால், ஓர் அத்தியாவசியவாதியைப்போல வாழ்வது என்பது, நீண்டகால நோக்கில் பிரபலத்துவத்தைவிட மரியாதை மிக அதிக மதிப்புடையது என்பதைப் புரிந்து வைத்திருப்பதாகும்.

ஓர் அசட்டையான 'சரி'யைவிட, ஒரு தெளிவான 'முடியாது' அதிக நயமானது

ஒரு விஷயம் உங்களால் முடியாது என்று தெரிந்தும் அதைச் செய்ய ஒப்புக் கொண்டுவிட்டு, பின்னர், "என்னால் முடிந்த மட்டும் பார்க்கிறேன்," என்றோ, "ஒருவேளை என்னால் இதைச் செய்ய முடியலாம்," என்றோ நீங்கள் இழுத்தடிப்பதைவிட, அவர்களிடம் நேரடியாக, "இம்முறை என்னை மன்னித்துக் கொள்ளுங்கள்," என்று நீங்கள் நயமாகக் கூறுவதையே எவரும் விரும்புவர். பொத்தம் பொதுவாகச் சரி என்று கூறுவதும், நயமாக முடியாது என்று கூறுவதும் ஒன்றல்ல. ஒரு விஷயத்தை இழுத்தடித்து, இறுதியில் அது முடியாது என்று நீங்கள் கூறும்போது, அதை உங்களிடம் கூறியவர், நீங்கள் நேரடியாக வேண்டாம் என்று கூறினால் அடைவதைவிட அதிக விரக்தியும் கோபமும் அடைவார்.

முடியாது என்று சொல்வதற்கான பல விதமான உத்திகள்

முடியாது என்ற வார்த்தையை அத்தியாவசியவாதிகள் எப்போதாவது மட்டும் பயன்படுத்துவது இல்லை. அது அவர்களுடைய வழக்கமான சொற்களஞ்சியத்தின் ஓர் அம்சம். அதை அவர்கள் விதவிதமான முறைகளில் பயன்படுத்துகின்றனர். அவற்றில் சில கீழே கொடுக்கப்பட்டுள்ளன:

1. ஓர் அசௌகரியமான இடைவெளி

ஓர் அசௌகரியமான மௌனத்தின் அச்சுறுத்தலால் கட்டுப்படுத்தப்படுவதற்குப் பதிலாக, அதை நீங்கள் திட்டமிட்ட முறையில் பயன்படுத்தக் கற்றுக் கொள்ளுங்கள். அதை ஒரு கருவியாக ஆக்கிக் கொள்ளுங்கள். ஆனால், இந்த

உத்தி நேரில் விடுக்கப்படும் வேண்டுகோள்களுக்கு மட்டுமே பொருந்தும். உங்களிடம் ஒருவர் ஒரு வேண்டுகோளை முன்வைக்கின்றபோது, சில கணங்கள் இடைவெளி விடுங்கள். உங்களுடைய பதிலைக் கூறுவதற்கு முன் ஒன்றிலிருந்து மூன்றுவரை எண்ணுங்கள். நீங்கள் இன்னும் துணிச்சலாகச் செயல்பட முடிவு செய்தால், அடுத்தவர் மீண்டும் தன் வாயைத் திறக்கும்வரை காத்துக் கொண்டிருங்கள்.

2. மென்மையான 'முடியாது'

சமீபத்தில் எனக்கு ஒரு மின்னஞ்சல் வந்தது. அதை அனுப்பியிருந்தவர், தன்னுடன் காபி அருந்த வருமாறு என்னை அழைத்திருந்தார். நான் அவருக்கு இவ்வாறு பதிலெழுதினேன்: "நான் இப்போது ஒரு புத்தகம் எழுதுவதில் மும்முரமாக இருக்கிறேன். அது முடிந்தவுடன் உங்களைச் சந்திக்க ஆவலாக இருக்கிறேன். இந்த ஆண்டு கோடைக்கால இறுதியில் சந்திப்பது உங்களுக்கு வசதிப்படுமா என்று தெரிவியுங்கள்." மென்மையாக முடியாது என்று சொல்வதற்கு மின்னஞ்சல் ஒரு நல்ல கருவி. ஏனெனில், நயமான தொனி வரும்வரை அதை நம்மால் மீண்டும் மீண்டும் திருத்தி எழுத முடியும். நேரில் ஒருவரிடம் முடியாது என்று கூறுகின்றபோது ஏற்படுகின்ற அசௌகரியம் மின்னஞ்சலில் பதிலளிக்கின்றபோது ஏற்படாது என்பது இதிலுள்ள கூடுதல் வசதி.

3. "என்னுடைய கால அட்டவணையைப் பார்த்துவிட்டு பதில் சொல்கிறேன்"

எனக்குத் தெரிந்த தலைவர் ஒருவர் இருக்கிறார். அவருடைய நேரம் எப்போதும் பிறரால் களவாடப்பட்டுக் கொண்டிருந்தது. அவர் எதற்கும் முடியாது என்று சொல்லாமல் இருந்து வந்ததால், எல்லோரும் எல்லாவற்றுக்கும் அவரிடமே படையெடுத்தனர். திடீரென்று ஒருவர் அவரிடம் ஓடி வந்து, "எனக்கு இத்திட்டத்தில் உங்களால் உதவ முடியுமா?" என்று கேட்பார். நல்ல பிள்ளையாக இருப்பதற்காக அவர் அதற்குச் சரியென்று சொல்வார். ஒரு கட்டத்திற்கு மேல் இது அவரால் பொறுத்துக் கொள்ள முடியாத அளவு பெருகியது. அவரை அணுகுபவர்களிடம், "நான் என் கால அட்டவணையைப் பார்த்துவிட்டு உங்களுக்கு பதில் சொல்கிறேன்," என்று அவர் கூறத் துவங்கியவுடன்

விஷயங்கள் மாறத் துவங்கின. நின்று நிதானித்து, அதைத் தன்னால் செய்ய முடியுமா என்பதை அலசி ஆராய்வதற்கு அது அவருக்கு வழிவகுத்துக் கொடுத்தது. இறுதியில் அவர் அந்த வேண்டுகோள்களை நிராகரித்துவிடுவார். இதனால், தன் சொந்தத் தீர்மானங்கள்மீதான கட்டுப்பாட்டை அவர் மீண்டும் பெற்றார்.

4. மின்னஞ்சலிலுள்ள தானியங்கி பதிலளிக்கும் வசதியைப் பயன்படுத்திக் கொள்ளுங்கள்

நீங்கள் ஒருவருக்கு ஒரு மின்னஞ்சல் அனுப்புகிறீர்கள். அச்சமயத்தில் அவர் வெளியூர் பயணம் ஏதேனும் மேற்கொண்டிருந்தாலோ அல்லது அலுவலகத்தில் இல்லாமல் இருந்தாலோ, அவருடைய மின்னஞ்சலிலிருந்து தானியங்கி முறையில் ஒரு பதில் கிடைத்தால், அதை யாரும் பெரிதுபடுத்துவதில்லை. சமுதாயரீதியாக எல்லோராலும் ஏற்றுக் கொள்ளப்படுகின்ற ஒரு 'முடியாது' அது. இங்கு மக்கள் உங்களுடைய மின்னஞ்சலுக்கு பதிலளிக்கத் தங்களுக்கு விருப்பமில்லை என்று கூறவில்லை. மாறாக, சில நாட்களுக்குத் தங்களால் பதிலளிக்க முடியாது என்று அவர்கள் தெரிவிக்கின்றனர், அவ்வளவுதான். இதை ஏன் நீங்கள் உங்கள் பயணத்தின்போது மட்டும் பயன்படுத்த வேண்டும்? நான் இப்புத்தகத்தை எழுதிக் கொண்டிருந்த காலகட்டம் முழுவதும், எனக்கு மின்னஞ்சல்கள் அனுப்பியவர்களுக்கு நான் ஒரு புதுமையான முறையில் தானியங்கி பதில் செல்லுமாறு ஏற்பாடு செய்து கொண்டேன். மின்னஞ்சல் தலைப்பில், 'மோன நிலை' என்று குறிப்பிடப்பட்டிருக்கும். அதன் உள்ளடக்கம் இவ்வாறு இருக்கும்: "அன்புள்ள நண்பரே, நான் தற்போது ஒரு நூலை எழுதிக் கொண்டிருக்கிறேன். அது என்னுடைய ஏராளமான நேரத்தைக் களவாடிக் கொண்டிருக்கிறது. அதனால், நான் விரும்புகின்ற விதத்தில் உங்களுடைய மின்னஞ்சலுக்கு என்னால் பதிலளிக்க முடியாத ஒரு நிலையில் நான் இருக்கிறேன். என்னை மன்னித்துக் கொள்ளுங்கள் – கிரெக்." இதில் வேடிக்கை என்ன தெரியுமா? மக்கள் என்னுடைய தற்காலிகத் தாமதத்திற்குப் பழகிக் கொண்டனர், நான் உடனடியாக பதிலளிக்காமல் இருந்ததை அவர்கள் ஏற்றுக் கொண்டனர்.

5. தீர்மானிக்கும் பொறுப்பை மேலதிகாரியிடம் தள்ளிவிடுதல்

தங்களுடைய மேலதிகாரியிடம் 'முடியாது' என்று சொல்வதைப் பலரால் யோசித்துக்கூடப் பார்க்க முடியாது. ஆனால், சரி என்று கூறுவதன் மூலம் உங்களுடைய வேலையில் நீங்கள் திறம்பட இயங்க முடியாமல் போய்விடும். அதுவும் உங்களுடைய கடமைதான். அதனால், இது போன்ற சமயங்களில், முடியாது என்று சொல்வதுதான் சரியான காரியமாக இருக்கும். அப்போது, நீங்கள் உங்களுடைய மேலதிகாரியிடம், அவர் கூறுகின்ற காரியத்தைச் செய்வதனால் வேறு எந்தக் காரியத்தை உங்களால் செய்ய முடியாமல் போகும் என்பதை எடுத்துரைப்பது இதற்கான ஒரு வழி. இதன் மூலம், உங்களுக்கு வழங்கப்பட்ட இரண்டு வேலைகளில் எதைச் செய்வது என்பதைத் தீர்மானிக்கும் பொறுப்பை நீங்கள் சாதுரியமாக அவருடைய தோளுக்கு மாற்றிவிடுகிறீர்கள். எனக்குத் தெரிந்த ஒரு நிர்வாகி இப்படிப்பட்ட ஒரு பதிலைத் தன் கீழ் வேலை பார்க்கும் ஒருவரிடமிருந்து பெற்றபோது, வேறு முக்கியமற்ற வேலைகளை அவரிடமிருந்து எடுத்து, அவற்றை வேறொருவருக்குக் கொடுத்துவிட்டார்.

6. நகைச்சுவையைக் கலத்தல்

என் நண்பர் ஒருவர் ஒரு நெடுந்தூர ஓட்டப் பந்தயத்தில் கலந்து கொள்ளத் திட்டமிட்டிருந்தார். அதற்கான பயிற்சியில் அவர் ஈடுபட்டிருந்தார். அப்பயிற்சியில் இணைந்து கொள்ளுமாறு அவர் என்னிடம் கேட்டார். அதற்கு நான், "என்னால் முடியாது," என்று பதிலளித்தேன். அதைக் கேட்ட அவர், சிரித்தவாறு, "ஓ! நீங்கள் எதைப் பயிற்றுவித்துக் கொண்டிருக்கிறீர்களோ, அதையே பின்பற்றுகிறீர்களா?" என்று கேட்டார். ஓர் அத்தியாவசியவாதி என்று பெயரெடுத்திருப்பதால் கிடைத்த நன்மை அது.

7. முடியாது என்பதற்குப் பதிலாக மாற்று ஏற்பாடு ஒன்றை வழங்க முன்வரலாம்

உங்கள் நண்பர் தன்னை ஓரிடத்திற்கு அழைத்துச் சென்று வருமாறு உங்களிடம் கேட்டுக் கொள்கிறார் என்று வைத்துக் கொள்வோம். நீங்கள் அவரிடம், "இதோ, என் கார் சாவி. நீ எங்கு வேண்டுமானாலும் போய்விட்டு வா," என்று கூறலாம்.

அப்போது நீங்கள் அவருடைய கோரிக்கையை மறுத்தாலும், அவருக்கு உதவ மறுக்கவில்லை. அதாவது, இங்கு நீங்கள், "என்னால் உன்னை அழைத்துக் செல்ல முடியாது," என்று நேரடியாகக் கூறவில்லை. நீங்கள் பிறருக்கு உதவ விரும்பி, அதே நேரத்தில் முழுமையாக உங்களை அதில் ஈடுபடுத்திக் கொள்ள விரும்பாதிருக்கும்போது, நீங்கள் இந்த உத்தியைப் பயன்படுத்தலாம். இது எனக்குப் பிடித்த ஓர் உத்தி. ஏனெனில், இங்கு, தேர்ந்தெடுப்பதற்கு மற்றவர்களுக்கு இருக்கின்ற வாய்ப்பை நீங்கள் மதிக்கிறீர்கள்.

8. 'என்னால் முடியாது. ஆனால், அதை இன்னாரால் செய்ய முடியும்.'

நம்முடைய உதவி தனித்துவமானது என்று நினைப்பது நம்முடைய அகங்காரத்திற்குத் தீனி போடும் என்பதால் அந்தச் சபலம் நம்முள் எழக்கூடும். ஆனால், உதவி கேட்கின்ற நபர், அந்த உதவியை யார் தனக்குச் செய்கின்றனர் என்பது குறித்துப் பெரிதாக அக்கறை கொள்வதில்லை. அதனால், அந்த வேண்டுகோளை நீங்கள் வேறொருவரின் பக்கம் திருப்பிவிட்டால், அதை அவர்கள் தவறாக எடுத்துக் கொள்ள மாட்டார்கள்.

முடியாது என்று சொல்வது தலைமைத்துவத் திறன்களில் ஒன்று. மற்றத் திறன்களைப்போலவே இதுவும் கற்றுக் கொள்ளப்படக்கூடியதுதான். முதலில் அதில் நாம் திறமை பெற்றிருக்க மாட்டோம். பின்னர் நாம் சில உத்திகளைக் கற்றுக் கொள்வோம், அதில் தவறுகள் புரிவோம், அத்தவறுகளிலிருந்து பாடம் கற்றுக் கொள்வோம், தொடர்ந்து அந்த உத்திகளைக் கடைபிடித்து வருவோம். ஒரு கட்டத்தில் நம்மிடம் விதவிதமான உத்திகள் சேர்ந்துவிடும். நாம் அவற்றில் நிபுணர்களாக ஆகிவிடுவோம். நமக்கு வருகின்ற வேண்டுகோள் எப்படிப்பட்டதாக இருந்தாலும், அது யாரிடமிருந்து வந்தாலும், அதை நயமாகக் கையாளக்கூடியவர்களாக நாம் மாறிவிடுவோம். 'ஹெய்ட்ரிக் அன்ட் ஸ்டிரகிள்ஸ்' நிறுவனத்தின் முன்னாள் முதன்மை நிர்வாக அதிகாரியாக இருந்த டாம் ஃபிரெயல், ஒரு முறை, "நாம் 'சரி' என்பதைத் தாமதமாகவும், 'முடியாது' என்பதை உடனடியாகவும் கூறப் பழகிக் கொள்ள வேண்டும்," என்று என்னிடம் கூறினார்.

அத்தியாயம் 12

ஈடுபாடின்மை

இழப்புகளைக் குறைப்பதன் மூலம் வெற்றி பெறுதல்

"நம் வாழ்க்கையிலுள்ள பிரச்சனைகளில் பாதிக்கும் மேற்பட்டவை, சரி என்று விரைவாகக் கூறியமையாலும், முடியாது என்று விரைவாகக் கூறாமல் இருந்தமையாலும் விளைந்தவையே."

- ஜோஷ் பில்லிங்ஸ்

எந்த விதத்தில் பார்த்தாலும், கன்கார்டு ஜெட் விமானம் வானூர்திப் பொறியியலில் ஒரு மகத்தான சாதனைதான். அந்த விமானத்தில் நீங்கள் லண்டனிலிருந்து நியூயார்க்கிற்கு மூன்று மணிநேரத்திற்குள் சென்றுவிடலாம். இது வழக்கமான விமானப் பயண நேரத்தில் பாதி மட்டுமே. அதுதான் உலகிலேயே மிக விரைவான பயணிகள் விமானமாகும்.

துரதிர்ஷ்டவசமாக, அது பொருளாதாரரீதியாக மகத்தான தோல்வியாகவும் விளங்கியது. எண்ணற்ற அற்புதமான யோசனைகள், புதுமைகள் மற்றும் பொருட்களுக்கு இக்கதி நேர்ந்துள்ளது. ஆனால், கன்கார்டைப் பொறுத்தவரை, அது தொடர்ந்து நாற்பது ஆண்டுகளுக்கும் மேலாக நஷ்டத்தைச் சந்தித்து வந்துள்ளது. ஒவ்வொரு முறையும் இழப்பு அதை விழுங்கத் துடித்தபோது, பிரெஞ்சு மற்றும் பிரிட்டிஷ் அரசாங்கங்கள் கோடிக்கணக்கான பவுன்டுகளை வாரி இறைத்து அதைக் காப்பாற்றிக் கொண்டிருந்தன.

தாங்கள் அதில் கொட்டிக் கொண்டிருந்த பணத்தைத் தங்களால் ஒருபோதும் திரும்பப் பெற முடியாது என்பதை அவ்விரு அரசுகளும் அறிந்திருந்தன. அந்த விமானத்தின் பிரம்மாண்டமான உற்பத்திச் செலவு, அந்த விமானத்திலிருந்த குறைவான இருக்கைகள், அந்த விமானங்களின் குறைவான விற்பனை ஆகியவற்றைக் கணக்கில் எடுத்துக் கொள்ளும்போது, அத்திட்டம் ஒருநாளும் இலாபம் ஈட்டித் தராது என்பது அந்நாடுகளுக்கு நன்றாகவே தெரியும்.

அத்திட்டம் ஒருக்காலும் இலாபகரமாக விளங்கப் போவதில்லை என்பது தெரிந்தும் ஏன் பிரான்ஸ் மற்றும் பிரிட்டனைச் சேர்ந்த அறிவார்ந்த அதிகாரிகள் அதை நீண்டகாலம் தொடர்ந்து கொண்டிருந்தனர்? 'மூழ்கிவிட்ட முதலீட்டுப் பக்கச்சாய்வு' என்ற கருத்தாக்கம் இதன் காரணங்களில் ஒன்று.

ஒரு விஷயம் உருப்படாது என்று தெரிந்தும் நாம் அதில் தொடர்ந்து நம்முடைய நேரத்தையோ, பணத்தையோ அல்லது ஆற்றலையோ பெருமளவு முதலீடு செய்வதுதான் மூழ்கிவிட்ட முதலீட்டுப் பக்கச்சாய்வாகும். அதில் கொட்டிய பணத்தை இலாபத்தின் வழியாக மீட்டெடுப்பதற்காக நாம் மேன்மேலும் அதிகப் பணத்தை அதற்குள் போடுவோம். அது ஒரு நச்சு வட்டமாகிவிடும். நாம் ஒன்றில் எவ்வளவு அதிகமாக முதலீடு செய்கிறோமோ, அதைக் கைகழுவுவது அவ்வளவு அதிகக் கடினமானதாக இருக்கும்.

இது தனிநபர்களுக்கும் பொருந்தும். நாம் ஒரு திரைப்படத்திற்குச் செல்வதாக வைத்துக் கொள்வோம். அது மகாமட்டமான படம் என்பது சிறிது நேரத்திலேயே தெரிந்துவிடுகிறது. ஆனால், அதற்கு ஏற்கனவே பணம் கொடுத்து நுழைவுச்சீட்டு வாங்கிவிட்டோம் என்பதால், பாதியில் எழுந்து வருவதற்கு மனம் இல்லாமல் மேலும் சில மணிநேரத்தை அதற்கு வீணாக்க நாம் தயாராக இருப்போம். வீட்டைப் புதுப்பிக்கிறோம் என்று சிலர் பணத்தை மேன்மேலும் அதில் கொட்டிக் கொண்டிருப்பர். அது முடிவே இல்லாமல் இழுத்துக் கொண்டே போகும். அதேபோல, ஒரு பேருந்து அல்லது இரயிலுக்கு வெகுநேரம் காத்திருந்த பிறகும் அது வராவிட்டாலும் ஒரு வாடகைக் கார் பிடித்துச் செல்ல நமக்கு மனம் வாரது. ஏனெனில், அதற்கு ஏற்கனவே ஏகப்பட்ட நேரத்தை வீணடித்துவிட்டிருக்கிறோம் என்ற மனப்புழுக்கம் நம்மிடம் இருக்கும். பெரும்பாலானோர் ஒரு மோசமான உறவைத் தொடர்வதும் இதனால்தான். இப்படி எக்கச்சக்கமான எடுத்துக்காட்டுகள் இருக்கின்றன.

இது போன்ற அனுபவங்கள் உங்களுக்கு ஏற்பட்டிருக்கின்றனவா? அத்தியாவசியவாதிகளாக இல்லாதிருப்பவர்களால் இதுபோன்ற பொறிகளிலிருந்து மீள முடியாது. ஓர் அத்தியாவசியவாதியால், தான் ஒரு தவறைச் செய்திருந்தோம் என்று துணிச்சலாக ஒப்புக் கொண்டுவிட்டு, அதிலிருந்து வெளியே வந்துவிட முடியும். அதுவரை அதில் தான் எவ்வளவு கொட்டியிருந்தோம் என்பது குறித்து அவர் அலட்டிக் கொள்ள மாட்டார்.

அத்தியாவசியவாதி அல்லாதவர்	**அத்தியாவசியவாதி**
"இத்திட்டத்தில் நான் ஏற்கனவே இவ்வளவு முதலீட்டைச் செய்துவிட்டுள்ளபோது, இப்போது ஏன் நான் இதை நிறுத்த வேண்டும்?" என்று கேட்பார்.	"இத்திட்டத்தில் இதுவரை நான் எந்தவிதமான முதலீடும் செய்திருக்காவிட்டால், இதில் இப்போது புதிதாக எவ்வளவு முதலீடு செய்ய நான் தயாராக இருப்பேன்?" என்று கேட்பார்.
"நான் தொடர்ந்து முதலீடு செய்தால், இதை என்னால் சரிசெய்துவிட முடியும்," என்று எண்ணுவார்.	"இதில் பணத்தையும் நேரத்தையும் செலவழிப்பதை நான் நிறுத்திவிட்டால், அவற்றை வேறு எங்கு இலாபகரமாக என்னால் முதலீடு செய்ய முடியும்?" என்று எண்ணுவார்.
தான் தவறு செய்துள்ளதை ஒப்புக் கொள்வதை வெறுப்பார்.	தான் தவறு செய்துள்ளதை ஒப்புக் கொள்ளத் தயங்க மாட்டார்.

'மூழ்கிவிட்ட முதலீட்டுப் பக்கச்சாய்வு' பரவலான ஒன்று என்றாலும், நாம் மாட்டிக் கொள்ளாமல் எச்சரிக்கையாக இருக்க வேண்டிய பொறிகள் பல இருக்கின்றன. அவற்றில் சில கீழே கொடுக்கப்பட்டுள்ளன. நாம் தப்பித்தவறி அவற்றில் மாட்டிக் கொண்டால், அவற்றிலிருந்து நயமாகவும், இங்கிதமாகவும், குறைவான செலவுடனும் வெளியே வருவது எப்படி என்பதையும் நாம் அலசலாம்.

உரிமை உணர்வு குறித்து எச்சரிக்கையாக இருங்கள்

இந்த உலகில் வாடகைக் காரை எவரும் கழுவ மாட்டார்கள் என்றொரு கூற்றை நீங்கள் கேள்விப்பட்டிருக்கலாம். இதற்குக் காரணம், உரிமை கொண்டாடுகின்ற உணர்வு. ஒரு பொருளை நாம் சொந்தம் கொண்டாடுகின்றபோது அதை அதிகமாகவும், சொந்தம் கொண்டாடாதபோது அதைக் குறைவாகவும் நாம் மதிப்போம்.

இது குறித்து, நோபல் விருதாளரான டேனியல் கானமேன் ஓர் ஆய்வு மேற்கொண்டார். அதில் கலந்து கொண்டவர்களை அவர் இரண்டு குழுக்களாகப் பிரித்தார். ஒரு குழுவினருக்கு அவர் காபி கோப்பைகளைக் கொடுத்தார். இன்னொரு குழுவினருக்கு அவர் எதுவும் கொடுக்கவில்லை. காபி கோப்பைகளைப் பெற்றிருந்த குழுவினர், அதை இரண்டாவது குழுவினரிடம் விற்க வேண்டும் என்று அவர்களிடம் கூறப்பட்டது. அவர்கள் அதை ஒரு கோப்பைக்கு *5.25* டாலருக்குக் குறைவாக விற்கத் தயாராக இருக்கவில்லை. ஆனால், அதை வாங்க முன்வந்திருந்த குழுவினர் அதற்கு *2.75* டாலருக்கு மேல் கொடுக்கத் தயாராக இருக்கவில்லை. முதல் குழுவினர் அக்கோப்பைகளைச் சொந்தம் கொண்டாடிய காரணத்தால், அவற்றை அதிகமாக மதிப்பிட்டிருந்தனர், அவற்றை விட்டுக்கொடுக்கத் தயாராக இருக்கவில்லை.

நீங்கள் ஒரு பொருளைத் தூக்கியெறியவோ அல்லது பிறருக்குக் கொடுக்கவோ முயலும்போது, அதை நீங்கள் அதிகமாக மதிப்பிடுவீர்கள். உங்களுடைய புத்தக அலமாரியில் பல ஆண்டுகளாக நீங்கள் தொட்டுக்கூடப் பார்க்காமல் வைத்திருக்கும் ஒரு புத்தகம், வாங்கிய நாளிலிருந்து அட்டைப்பெட்டியிலேயே இன்னும் தூங்கிக் கொண்டிருக்கும் ஒரு சமையலறை உபகரணம், உங்களுடைய அத்தை உங்களுக்குக் கொடுத்திருந்த ஸ்வெட்டர் போன்றவை இதற்கான எடுத்துக்காட்டுகள். அவற்றிலிருந்து நீங்கள் எந்தப் பயனையோ அல்லது மகிழ்ச்சியையோ பெறாவிட்டாலும்கூட, அவை உங்களுக்குச் சொந்தமானவையாக இருப்பதால், ஆழ்மனரீதியாக நீங்கள் அவற்றுக்கு அதிகமாக மதிப்பளிப்பீர்கள்.

துரதிர்ஷ்டவசமாக, தேவையற்ற நடவடிக்கைகள் விஷயத்திலும் நாம் இதே மனப்போக்கைக் கொண்டிருக்கிறோம். முடிவேயில்லாமல் நீண்டு கொண்டிருக்கின்ற ஒரு திட்டம் நம் தலைமையின் கீழுள்ள ஒரு குழுவால் செயல்படுத்தப்பட்டுக்

கொண்டிருக்கும்போது, அது முக்கியமானதாக ஆகிவிடுகிறது. உள்ளூர் நிகழ்வு ஒன்றை நீங்கள் ஏற்பாடு செய்கின்றபோது, அதில் நீங்கள் ஒரு தன்னார்வலராகக் கலந்து கொள்வதாக நீங்கள் கொடுத்திருந்த வாக்குறுதியிலிருந்து பின்வாங்குவது உங்களுக்குக் கடினமாக இருக்கும். இதற்கு இதோ ஓர் உத்தி:

அது உங்களுக்குச் சொந்தமில்லை என்பதுபோல பாவித்துக் கொள்ளுங்கள்

இந்தச் சிக்கலிலிருந்து விடுபடுவதற்கு டாம் ஸ்டாஃபோர்டு ஒரு வழியைப் பரிந்துரைக்கிறார். "இந்தப் பொருளுக்கு நான் என்ன மதிப்பிடுகிறேன்?" என்று கேட்பதற்குப் பதிலாக, "இது எனக்குச் சொந்தமாக இல்லாதிருந்தால், இதற்கு நான் எவ்வளவு கொடுக்கத் தயாராக இருப்பேன்?" என்று கேளுங்கள். வாய்ப்புகளுக்கும் இது பொருந்தும். "இந்த வாய்ப்பை நான் தவறவிட்டால், நான் எப்படி உணர்வேன்?" என்று கேட்பதற்குப் பதிலாக, "எனக்கு இந்த வாய்ப்புக் கிடைத்திருக்கவில்லை என்றால், இதைப் பெறுவதற்கு இப்போது நான் எந்த அளவு அர்ப்பணிப்போடு இருப்பேன்?" என்று கேளுங்கள். அதேபோல, "இத்திட்டத்தில் நான் ஏற்கனவே பங்கெடுத்துக் கொள்ளாமல் இருந்திருந்தால், இதில் ஈடுபடுவதற்கு நான் எந்த அளவுக்குக் கடினமாக உழைக்கத் தயாராக இருப்பேன்?" என்று கேளுங்கள்.

வீணாவது குறித்த பயத்திலிருந்து விடுபடுங்கள்

ஒஹையோ அரசுப் பல்கலைக்கழகத்தில் ஓர் உளவியல் பேராசிரியராக இருக்கின்ற ஹால் அர்கெஸ், தீர்மானம் எடுப்பதில் எடைபோடுதல் குறித்து ஆராய்ந்தபோது, ஒரு விஷயம் அவருக்குப் புரியாத புதிராக இருந்தது. 'மூழ்கிவிட்ட முதலீட்டுப் பக்கச்சாய்வைப்' பொறுத்தவரை, வளர்ந்தவர்கள் ஏன் குழந்தைகளைவிட அதிகப் பக்கச்சாய்வைக் கொண்டிருக்கின்றனர் என்பது அவரை உறுத்திக் கொண்டிருந்தது. அதற்கான பதிலையும் அவர் கண்டறிந்தார். சிறு வயதிலிருந்தே 'வீணாக்காதே!' என்று சொல்லிச் சொல்லி வளர்க்கப்பட்டதால் வந்த வினை அது என்கிறார் அர்கெஸ். நீங்கள் அதுவரை ஏராளமாக முதலீடு செய்திருக்கின்ற ஒரு திட்டத்தைக் கைவிடுதல் என்பது நீங்கள் அதுவரை மேற்கொண்டிருந்த முதலீடு அனைத்தையும் வீணாக்குவதற்குச் சமம்.

இதைப் பற்றி அர்கெஸ் ஓர் ஆய்வு மேற்கொண்டார். அவர் சில நபர்களை அந்த ஆய்வுக்காகச் சேர்த்துக் கொண்டார். அவர்களிடம் ஒரு நிகழ்வைப் பற்றி அவர் இப்படி விளக்கினார்: "இன்னும் சில வாரங்களில், ஒரு வார இறுதியில், மிச்சிகன் மாநிலத்தில் நடைபெறவுள்ள ஒரு பனிச்சறுக்கு விளையாட்டில் கலந்து கொள்வதற்கு நீங்கள் 100 டாலர்கள் கொடுத்து ஓர் அனுமதிச் சீட்டு வாங்கிக் வைத்துக் கொள்கிறீர்கள். அதற்குச் சில நாட்களுக்குப் பின்பு இதேபோல விஸ்கான்சின் மாநிலத்தில் ஒரு வார இறுதியில் நடைபெறவுள்ள ஒரு பனிச்சறுக்கு விளையாட்டில் கலந்து கொள்வதற்கு 50 டாலர்கள் கொடுத்து ஓர் அனுமதிச் சீட்டு வாங்கிக் வைத்துக் கொள்கிறீர்கள். சில நாட்கள் கழித்து நீங்கள் அந்த அனுமதிச் சீட்டுகளை எடுத்துப் பார்க்கும்போது, இரண்டும் ஒரே வார இறுதியில் நடைபெறவிருக்கின்றன என்பதை நீங்கள் கவனிக்கிறீர்கள். அவற்றில் ஒன்றை இரத்து செய்வதற்குக் காலம் கடந்துவிட்டுள்ளது." இப்படி விவரித்துவிட்டு, அந்த ஆய்வில் பங்கேற்றவர்களிடம் அர்கெஸ் இவ்வாறு கேட்டார்: "இவ்விரண்டில் நீங்கள் எந்த இடத்திற்குப் போவீர்கள்?" அவர்களில் பெரும்பாலானோர், "100 டாலர்கள் கொடுத்து வாங்கிய இடத்திற்கே செல்வோம் – ஒப்பீட்டளவில் அது மோசமாக இருந்தால்கூட!" என்று கூறினர். குறைந்த விலைக்கு வாங்கியிருந்த இடத்திற்குச் சென்றால், பண இழப்பு அதிகமாக இருக்கும் என்று அவர்கள் கணக்குப் போட்டனர். ஒரு தவறான தேர்ந்தெடுப்பின் விளைவாக ஏற்பட்ட இழப்பை ஏற்றுக் கொள்ள மனம் வருவதில்லை என்பது இயல்புதான் என்றாலும், கூடுதல் இழப்பைச் சரிக்கட்டுகின்ற நோக்கத்துடன் மேற்கொள்ளப்படுகின்ற தீர்மானத்தின் மூலம் அவர்கள் மேலும் அவதியுறக்கூடும்.

மாறாக, தோல்வியை ஒப்புக் கொண்டுவிட்டு வெற்றிப் பயணத்தைத் துவக்குங்கள்

என்னுடைய நண்பர் ஒருவர் புதிய இடங்களுக்குச் சென்றால், வழி தெரியாவிட்டால்கூட யாரிடமும் வழி கேட்க மாட்டார். அப்படிச் செய்வது என்பது, தான் தொலைந்து போயிருக்கிறோம் என்பதை அவர் ஒப்புக் கொள்வதுபோல ஆகிவிடும் என்பதுதான் அதற்குக் காரணம். அதனால், நாங்கள் நேரத்தையும் ஆற்றலையும் எரிபொருளையும் வீணாக்கிக் கொண்டு, சுற்றிச் சுற்றி வந்து கொண்டிருப்போம். அத்தியாவசியமற்ற நடவடிக்கைகளுக்கான உச்சகட்ட வாழும்

உதாரணமாக நாங்கள் இருப்போம்.

நாம் தவறு செய்துவிட்டோம் என்பதை ஒப்புக் கொள்கின்றபோதுதான், அந்தத் தவற்றை நம்மால் நம்முடைய கடந்தகாலத்தின் ஓர் அங்கமாக ஆக்கிக் கொள்ள முடியும். நாம் அதை ஏற்றுக் கொள்ளாமல் மறுத்துக் கொண்டே இருந்தால், ஒரு வட்டப் பாதையில் சுற்றிச் சுற்றி வந்து கொண்டிருக்க வேண்டியதுதான். நாம் தவறு செய்துவிட்டோம் என்று ஒப்புக் கொள்வதில் என்ன அவமானம் இருக்கிறது? அப்படிச் செய்வதன் மூலம், நாம் முன்பைவிட அதிகப் புத்திசாலியாக இருக்கிறோம் என்றுதானே நாம் ஒப்புக் கொள்கிறோம்?

ஒரு விஷயத்திற்குள் உங்களை வலுக்கட்டாயமாகப் பொருத்திக் கொள்ள முயலாதீர்கள்

டூட்சி என்ற ஹாலிவுட் படம் மிகவும் பிரபலமான ஒன்று. அதில் டஸ்டின் ஹாஃப்மேன் நடித்திருப்பார். நடிக்க வாய்ப்புக் கிடைக்காமல் அல்லாடிக் கொண்டிருக்கும் ஒரு நடிகரின் பாத்திரத்தில் அவர் அதில் நடித்திருப்பார். அவரை நடித்துக் காட்டுமாறு கூறுகின்ற நிறுவனங்கள் வெவ்வேறு காரணங்களைக் கூறி அவரை நிராகரிக்கும். ஓரிடத்தில், “நாங்கள் இன்னும் அதிக வயதான ஒருவரை எதிர்பார்க்கிறோம்,” என்று அவர்கள் கூறுவர். மற்றோர் இடத்தில், “நாங்கள் இன்னும் இளமையான ஒருவரை எதிர்பார்க்கிறோம்,” என்று தெரிவிப்பர். வேறோர் இடத்தில், “உங்களுடைய உயரம் சரியில்லை,” என்று கூறுவர். எப்படியாவது வேலை கிடைத்தால் போதும் என்ற மனநிலையில் இருக்கும் ஹாஃப்மேன், “நான் உயரம் அதிகமான காலணிகளை அணிந்திருக்கிறேன், அவற்றைக் கழற்றிவிட்டால், என் உயரம் குறைந்துவிடும்,” என்று கூறுவார். அதற்கு அந்த நிர்வாகி, “அது எனக்குப் புரிகிறது. நாங்கள் வித்தியாசமான ஒரு நபரை எதிர்பார்க்கிறோம்,” என்று பதிலளிப்பார். ஹாஃப்மேன் விடாப்பிடியாக, “என்னால் வித்தியாசமாக ஆக முடியும்,” என்று வற்புறுத்துவார். இங்கு நான் கூற வருகின்ற விஷயம் இதுதான்: ஹாஃப்மேனைப்போலவே நாமும் பல நேரங்களில், நாம் எப்படி இருக்கிறோமோ அப்படி இல்லாத ஒன்றாக ஆவதற்குக் கடுமையாக முயற்சிக்கிறோம். நம்முடைய தனிப்பட்ட வாழ்க்கையிலும் சரி, தொழில்வாழ்க்கையிலும் சரி, பொருத்தமற்ற ஒன்றை வலுக்கட்டாயமாகத் திணிப்பதற்கான சபலம் நமக்கு ஏற்படுகிறது. அதற்கான தீர்வு?

நடுநிலையான இரண்டாவது அபிப்பிராயத்தைப் பெறுங்கள்

நமக்குப் பொருத்தமில்லாத ஒரு விஷயத்தோடு நாம் உணர்ச்சிபூர்வமாக மல்லுக்கட்டிக் கொண்டிருந்தால், ஒரு மூன்றாவது நபரின் அறிவுரையைக் கேட்பது சிறப்பாகப் பலனளிக்கும். அவர் அதில் உங்களைப்போல உணர்ச்சிபூர்வமாக ஈடுபட்டிருக்க மாட்டார் என்பதால், அவரால் தள்ளியிருந்து உங்களுடைய நிலையைப் பார்த்துச் சரியான அணுகுமுறையைக் கூற முடியும்.

ஒரு முறை, எனக்கு ஒத்துவராத ஒரு திட்டத்தில் நான் ஈடுபட்டிருந்தேன். அதில் நான் ஏற்கனவே பல மாதங்களைச் செலவிட்டிருந்ததால், அதிலிருந்து வெளியே வரவும் நான் விரும்பவில்லை. நான் என் ஆற்றலை வீணடித்துக் கொண்டிருந்தேன் என்பதை எனக்கு நானே ஒப்புக் கொள்ள முடியாமல் தவித்தேன். இறுதியில் என் விரக்தி உச்சகட்டத்தை அடைந்தபோது, என் நண்பன் ஒருவனிடம் என் மனக்குறையைக் கொட்டினேன். என் புலம்பலைப் பொறுமையாகக் கேட்டுக் கொண்டிருந்த அவன், இறுதியில், "நீ ஒன்றும் அத்திட்டத்தோடு குடும்பம் நடத்திக் கொண்டிருக்கவில்லை," என்று மட்டும் சொன்னான். எனக்குப் பொறி தட்டியதுபோல இருந்தது. நான் அதிலிருந்து கழன்று கொண்டேன்.

நிலைமையை அப்படியே தக்கவைத்துக் கொள்கின்ற போக்கு

நாம் ஒரு விஷயத்தை வெகுநாட்களாகச் செய்து வந்து கொண்டிருக்கின்ற காரணத்தால், அதைத் தொடர்ந்து செய்து வர வேண்டும் என்ற எண்ணம், நிலைமையை அப்படியே தக்கவைத்துக் கொள்கின்ற போக்கு என்று அழைக்கப்படுகிறது. நான் முன்பு வேலை பார்த்துக் கொண்டிருந்த ஒரு நிறுவனத்தில், அதன் ஊழியர்களை ஆண்டுதோறும் மதிப்பீடு செய்வதற்குக் கடைபிடிக்கப்பட்டு வந்த முறை மிகவும் பழையதாக இருந்ததைக் கண்டு நான் வியந்தேன். அது எப்போதிருந்து நடைமுறையில் இருந்து வந்திருந்தது என்று தெரிந்து கொள்ள நான் விரும்பினேன். அந்த நிறுவனத்தில் நீண்டகாலமாக மனிதவளத் துறையில் வேலை பார்த்து வந்த

அதன் தலைவருக்கே அது தெரிந்திருக்கவில்லை. அவர் அந்த நிறுவனத்தில் பணியாற்றிய பத்தாண்டு காலமும் எவரும் அந்த அமைப்புமுறை குறித்துக் கேள்வி எழுப்பியிருக்கவில்லை என்பதை நான் கேள்விப்பட்டபோது, நான் மேலும் வியந்தேன். ஒன்று, பல ஆண்டுகளாக நடைமுறையில் இருந்து வந்திருக்கின்ற காரணத்தால், அதைக் கேள்வி கேட்காமல் அப்படியே ஏற்றுக் கொள்வது எளிது. இதற்கான தீர்வு?

பூஜ்ஜியத்தின் அடிப்படையிலான வரவுசெலவுத் திட்டத்தைப் பின்பற்றுங்கள்

பொதுவாக, நிறுவனங்களில் பணியாற்றுகின்ற கணக்காளர்கள், ஒரு புதிய ஆண்டுக்கான வரவுசெலவுத் திட்டத்தை உருவாக்கும்போது, முந்தைய ஆண்டின் வரவுசெலவுகளை அடித்தளமாக வைத்துக் கொண்டு இந்த ஆண்டின் வரவுசெலவுகளைக் கணிப்பர். ஆனால், பூஜ்ஜியத்தின் அடிப்படையிலான வரவுசெலவுத் திட்டம், பூஜ்ஜியத்தை அடிப்படை எண்ணாக எடுத்துக் கொள்ளும். அதாவது, அதில் இடம் பெற்றிருக்கும் ஒவ்வோர் அம்சமும் நியாயப்படுத்தப்பட வேண்டும். இதற்கு அதிக முயற்சி தேவைப்படும் என்றாலும், இதில் பல அனுகூலங்கள் இருக்கின்றன. இங்கு வளங்கள், முந்தைய ஆண்டுகளில் அவை இடம் பெற்றிருந்தன என்ற காரணத்தின் அடிப்படையில் அல்லாமல், அவற்றின் தேவையின் அடிப்படையில் ஒதுக்கீடு செய்யப்படும்; மிகைப்படுத்தப்பட்ட வரவுசெலவுகளை இதனால் எளிதில் கண்டுகொள்ள முடியும்; காலாவதியாகிப் போயுள்ள செயல்திட்டங்களை இது சுட்டிக்காட்டும்; மக்கள் தங்களுடைய நோக்கங்கள் குறித்துத் தெளிவுடன் இருப்பதை இது ஊக்குவிக்கும்.

இந்த அணுகுமுறையை நீங்கள் உங்களுடைய தனிப்பட்ட முயற்சிகளிலும் பயன்படுத்திக் கொள்ளலாம். எடுத்துக்காட்டாக, நீங்கள் உங்களுடைய நேர நிர்வாகம் குறித்துக் கணக்கிடுகின்றபோது, ஏற்கனவே நீங்கள் ஒப்புக் கொண்டிருக்கின்ற திட்டங்களின் அடிப்படையில் செய்யாமல், எல்லாவற்றையும் முதலிலிருந்தே துவக்க வேண்டும். அதாவது, ஒன்றிலிருந்து துவக்கி, ஒவ்வொன்றாக அதில் புதிதாகச் சேர்த்துக் கொண்டே வாருங்கள். இதை நீங்கள் உங்களுடைய பொருளாதாரக் கடமைகளிலிருந்து உறவுகள்வரை அனைத்திற்கும் பயன்படுத்தலாம்.

உங்களுடைய நேரம், ஆற்றல் மற்றும் பிற வளங்களைப் பயன்படுத்துகின்ற ஒவ்வொன்றும் அதில் இடம் பெறுவதற்கு நியாயமான காரணங்களை நீங்கள் முன்வைக்க வேண்டும். ஒன்று சரியாகப் பொருந்தி வரவில்லை என்றால், அதை ஒட்டுமொத்தமாகத் தூக்கிவிடுங்கள்.

யோசிக்காமல் வாக்குறுதி வழங்காதீர்கள்

பிறரிடம் யோசிக்காமல் வழங்குகின்ற வாக்குறுதிகளை நிறைவேற்றுவதிலேயே பலருக்கு முழு நாளும் போய்விடும். அதை அவர்கள் பேசிக் கொண்டிருக்கும்போது அல்லது வேறு ஏதாவது வேலை செய்து கொண்டிருக்கின்றபோது பெரிய தீவிரத்தன்மை எதுவும் இல்லாமல் கூறியிருப்பார்கள். எடுத்துக்காட்டாக, தான் ஒரு புதிய உணவகத்திற்குப் போய் அங்கிருக்கும் உணவுப் பதார்த்தங்களைச் சுவைத்துப் பார்க்க உத்தேசித்திருந்ததாகக் கூறிய உங்கள் நண்பரிடம், அது ஒரு நல்ல யோசனை என்று நீங்கள் கூறியிருந்திருக்கக்கூடும். அதை அவர் உடும்புப்பிடியாகப் பிடித்துக் கொள்வார். நீங்கள் தேவையில்லாமல் அவரோடு அங்குச் சென்றாக வேண்டிய கட்டாயத்திற்கு ஆளாவீர்கள்.

பேசுவதற்கு முன்பு சிறிது இடைவெளி விடுங்கள்

இதில் புதிதாக என்ன இருக்கிறது, இது எல்லோருக்கும் தெரிந்த விஷயம்தானே என்று நீங்கள் கூறக்கூடும். ஒருவர் உங்களிடம் ஒரு வேண்டுகோளை முன்வைக்கின்றபோது, சிறிது இடைவெளி விட்டுவிட்டு உங்களுடைய பதிலைக் கூறினால், பின்னர் நீங்கள் வருத்தப்பட வேண்டியிருக்கின்ற ஒரு காரியத்தில் ஈடுபடாமல் தப்பிக்கலாம். "நீங்கள் கூறுவது நன்றாகத்தான் இருக்கிறது. நானும் அதில் என்னை இணைத்துக் கொள்கிறேன்," என்ற வார்த்தைகள் உங்களுடைய வாயிலிருந்து உதிர்வதற்கு முன்பாக, "இது அத்தியாவசியமானதா?" என்று உங்களை நீங்களே கேட்டுக் கொள்ளுங்கள். ஏற்கனவே முட்டாள்தனமாக அதற்கு நீங்கள் ஒத்துக் கொண்டிருந்தால், அதிலிருந்து நயமாக உங்களை எப்படி விடுவித்துக் கொள்வது என்று யோசியுங்கள். அவர்களிடம் மன்னிப்புக் கேட்டுவிட்டு, நீங்கள் யோசிக்காமல் ஒத்துக் கொண்டிருந்ததாகவும், அது சாத்தியமில்லை என்றும் தெரிவித்துவிடுங்கள்.

தவறவிட்டுவிடுவோமோ என்ற பயத்திலிருந்து விடுபடுங்கள்

நம்மில் பெரும்பாலானோர் இயல்பாகவே எதையும் இழக்க விரும்பாதவர்கள் என்பதை நாம் ஏற்கனவே பார்த்தோம். அதன் விளைவாக, நாம் ஏற்கனவே ஒத்துக் கொண்ட விஷயத்திலிருந்து கழன்று கொள்வதன் மூலம் பெரிதாக எதையேனும் இழந்துவிடுவோமோ என்ற பயம் நமக்கு ஏற்படும். ஆனால், இதிலிருந்து விடுபடுவது எப்படி?

தலைகீழ் சோதனை முறையைச் சோதியுங்கள்

சமீப காலங்களில் வணிக வட்டாரங்களில் பிரபலமாகிக் கொண்டிருக்கும் ஒரு யோசனை, மாதிரி வடிவம் ஒன்றைத் தயாரிப்பதாகும். தங்களுடைய ஒரு புதிய யோசனையை அல்லது பொருளைச் செயல்படுத்துவதற்கு முன்பாக, அதன் பெரிய மாதிரி ஒன்றைத் தயாரித்து அதன் நடைமுறைச் சாத்தியத்தைச் சோதிப்பதுதான் அது. சோதிக்காமல் ஒன்றில் ஏராளமான மூலதனம் கொட்டப்படுவது இதில் தவிர்க்கப்படுகிறது.

இதற்கு நேர் தலைகீழான ஒன்று இருக்கிறது. அதை டேனியல் ஷாப்பரோ, 'தலைகீழ் சோதனை' என்று அழைக்கிறார். இதில் அத்தியாவசியமற்ற ஒன்று ஒரு செயல்முறையிலிருந்து நீக்கப்படும். அதனால், அச்செயல்முறையில் எதிர்மறையான பாதிப்பு எதுவும் ஏற்படுகிறதா என்று பார்க்கப்படும். அப்படி எதுவும் நேரவில்லை என்றால், அதை நீங்கள் நீக்கிவிடலாம். எடுத்துக்காட்டாக, நான் இணைந்து பணியாற்றிய ஒரு நிர்வாக அதிகாரி ஒரு புதிய நிறுவனத்தில் ஒரு பெரிய பதவியில் சேர்ந்தார். அந்த நிறுவனத்தில் அவருக்கு முன்பு அப்பதவியை வகித்தவர் ஒரு விலாவாரியான அறிக்கை சமர்ப்பிப்பு முறையை அமல் செய்துவிட்டுச் சென்றிருந்தார். இந்த அதிகாரி அது பெரிய அளவில் பலனளித்ததாக நம்பவில்லை. அதனால், அவர் தலைகீழ் சோதனையைச் செய்து பார்க்க முடிவு செய்தார். அதனால், அவர் சொல்லாமல் கொள்ளாமல் அந்த அறிக்கையை நிறுத்திவிட்டார். அந்த அறிக்கை வருவது நின்று போயிருந்ததைப் பெரும்பாலானோர் உணரவேயில்லை. எனவே, சிறிது காலம் கழித்து அவர் அதை மொத்தமாக நிறுத்திவிட்டார். ஏனெனில், அது நிர்வாகத்திற்கு அத்தியாவசியமானதல்ல என்ற முடிவுக்கு அவர் வந்திருந்தார்.

இதை நீங்கள் உங்களுடைய தனிப்பட்ட வாழ்க்கையிலும் தொழில்வாழ்க்கையிலும் முயன்று பார்க்கலாம். உங்களுடைய வாடிக்கையாளர்கள், சகாக்கள், நண்பர்கள் மற்றும் குடும்ப உறுப்பினர்களுக்குச் சில காரியங்களைச் செய்து கொடுப்பதாக நீங்கள் வாக்களித்திருக்கலாம். அவை அவர்களுடைய வாழ்க்கையில் ஒரு பெரும் தாக்கம் ஏற்படுத்துவதாக நீங்கள் நம்பிக் கொண்டிருக்கலாம். உண்மையில் அதை அவர்கள் பெரிதாக எடுத்துக் கொள்ளாமல் இருக்கலாம். இதைப் பரிசோதிப்பதற்கு, அதை நீங்கள் நிறுத்தியோ அல்லது குறைத்தோ பார்க்கலாம். இதன் மூலம், சில நாட்களில் அல்லது சில வாரங்களில், அது உண்மையிலேயே அவர்களுடைய வாழ்க்கையில் ஏதாவது குறிப்பிடத்தக்கத் தாக்கம் ஏற்படுத்துகிறதா என்பதை உங்களால் கண்டுபிடித்துவிட முடியும்.

* * *

உங்களால் இந்த உத்திகளை வெற்றிகரமாகப் பயன்படுத்த முடிந்தால்கூட, முதலிலேயே முடியாது என்று சொல்வதைவிட, சொல்லிய பிறகு பின்வாங்குவது அதிகக் கடினமானதாகத்தான் இருக்கும் என்பதை மறுப்பதற்கில்லை. கொடுத்த வாக்கிலிருந்து பின்வாங்குவது எவருக்குமே கடினம்தான். ஆனால், இதை எப்படிச் செய்வது என்பதைக் கற்றுக் கொள்வது, ஓர் அத்தியாவசியவாதியாக ஆவதற்கு இன்றியமையாதது.

அத்தியாயம் 13

தொகுப்பாக்கம்

வெளிப்படையாகத் தெரியாத கலை

"நான் அந்தப் பளிங்குக் கல்லில் தேவதைகளைப் பார்த்தேன். அவை வெளிப்படும்வரை நான் செதுக்கிக் கொண்டே இருந்தேன்."

- மைக்கேல் ஏஞ்சலோ

ஆஸ்கார் விருதுகளில் மிகவும் குறிப்பிடத்தக்க விருது, சிறந்த திரைப்படத்திற்கு வழங்கப்படுகின்ற விருதுதான். ஆஸ்கார் நிகழ்ச்சி நடைபெறுவதற்குச் சில வாரங்களுக்கு முன்பே, அந்தப் படம் விருது பெறும், இந்தப் படம் விருது பெறும் என்ற கணிப்புகளை ஊடகங்கள் வெளியிடும். அந்த நிகழ்ச்சி நடைபெறுகின்ற அன்று, எண்ணற்றத் திரைப்பட இரசிகர்கள் தொலைக்காட்சி முன் தவம் கிடப்பர். அதில் அதிகக் கவனம் பெறாத ஒன்று, படத்தொகுப்புக்கு வழங்கப்படுகின்ற ஆஸ்கார் விருது. அந்த விருது அறிவிக்கப்படும்போது, அதைத் தொலைக்காட்சியில் பார்த்துக் கொண்டிருக்கும் இரசிகர்கள், சமையலறைப் பக்கம் சென்று காபி போன்ற எதையாவது தயாரித்துக் கொண்டிருப்பர் அல்லது வேறு சேனல் ஒன்றுக்கு மாறியிருப்பர். ஆனால், இந்த இரண்டு விருதுகளும் ஒன்றோடொன்று நெருங்கிய தொடர்புடையவை என்பது பலருக்குத் தெரியாது. 1981 ஆம் ஆண்டிலிருந்து சிறந்த திரைப்பட விருதைப் பெற்றிருந்த அனைத்துத் திரைப்படங்களும், படத்தொகுப்புக்கும் பரிந்துரைக்கப்பட்டிருந்தன. இன்னும் சரியாகச் சொல்ல

வேண்டுமென்றால், சிறந்த படத்தொகுப்புக்காகப் பரிந்துரைக்கப்பட்டிருந்த திரைப்படங்களில் மூன்றில் இரண்டு படங்கள் சிறந்த படங்களுக்கான விருதை வென்றிருந்தன.

ஆஸ்கார் வரலாற்றிலேயே அதிகமான எண்ணிக்கையில் படத்தொகுப்புக்காகப் பரிந்துரைக்கப்பட்டவர்களில் முன்னணியில் நிற்பவர் மைக்கேல் கான். அவர் எட்டு முறை பரிந்துரைக்கப்பட்டிருந்தார். அவர் மூன்று முறை ஆஸ்கார் விருதைப் பெற்றிருக்கிறார். அவரைப் பற்றிப் பலருக்கும் தெரியாது என்றாலும், அவர் தொகுத்தளித்துள்ள படங்களை அனைவரும் அறிவர். அவற்றில், 'ரைடர்ஸ் ஆஃப் த லாஸ்ட் ஆர்க்', 'ஷின்ட்லர்ஸ் லிஸ்ட்', 'சேவிங் பிரைவேட் ரயன்', 'லிங்கன்' போன்றவை குறிப்பிடத்தக்கவை. முப்பத்தேழு ஆண்டுகளாக, ஸ்டீவன் ஸ்பீல்பெர்க்கின் கிட்டத்தட்ட அனைத்துத் திரைப்படங்களையும் அவர் தொகுத்தளித்திருந்தார். அதன் மூலம் அவர் ஸ்பீல்பெர்க்கின் வலதுகரமாக ஆகியிருந்தார். ஆனாலும் விரல்விட்டு எண்ணப்படக்கூடிய நபர்களுக்கே அவருடைய பெயர் தெரியும். படத்தொகுப்பு, 'கண்ணுக்குப் புலப்படாத கலை' என்று வர்ணிக்கப்படுவதற்கு ஒரு நல்ல காரணம் இருக்கிறது.

தேவையற்ற, முக்கியத்துவமற்ற, பொருத்தமற்றப் பகுதிகளை ஈவிரக்கமற்று நீக்குவதை உள்ளடக்கிய படத்தொகுப்பு, அடிப்படையில் ஓர் அத்தியாவசியவாதியின் கலை. எது ஒருவரை ஒரு சிறந்த படத்தொகுப்பாளராக ஆக்குகிறது? ஆஸ்கார் அமைப்பின் வல்லுநர் குழு, படத்தொகுப்புப் பிரிவுக்குப் பரிந்துரைக்கப்பட்டுள்ள திரைப்படங்களைப் பார்க்கும்போது, "படத்தொகுப்பு என்பது எங்கும் துருத்திக் கொண்டு இல்லாமல் இருக்கிறதா என்றுதான் பார்ப்பார்கள்," என்று திரைப்படத் துறை தொடர்பான விஷயங்களை எழுதுகின்ற பத்திரிக்கையாளரான மார்க் ஹாரிஸ் கூறுகிறார். அதாவது, ஒரு நல்ல படத்தொகுப்பாளர், அத்திரைப்படத்தில் அத்தியாவசியமாக இடம் பெற வேண்டிய அம்சங்களைத் தவிர மற்ற அனைத்தையும் நீக்கிவிடுவார்.

ஓர் அத்தியாவசியவாதியாக இருப்பதற்கு, நீங்கள் ஒரு பத்திரிகையாளரைப்போல, கேள்வி கேட்டல், காது கொடுத்துக் கேட்டல், முக்கியமான சிலவற்றை அற்பமான பலவற்றிலிருந்து பிரித்தெடுப்பதற்காகப் பல விஷயங்களைத் தொடர்புபடுத்துதல் ஆகியவற்றில் ஈடுபட வேண்டும் என்று ஆறாவது அத்தியாயத்தில் நாம் பார்த்தோமல்லவா? அதற்கு அடுத்தக் கட்டமாக, அத்தியாவசியமற்றவற்றை நீக்குவதற்கு நீங்கள் உங்கள் வாழ்வில் ஒரு படத்தொகுப்பாளரைப்போலச்

செயல்பட வேண்டும்.

ஜாக் டோர்சி, டுவிட்டர் நிறுவனத்தை உருவாக்கியவர். ஸ்குயர் என்ற அலைபேசிப் பண வழங்கல் நிறுவனத்தின் நிறுவனர் அவர். அவர் தன் நிறுவனங்களை அத்தியாவசியவாதக் கண்ணோட்டத்தின்படி நிர்வகித்து வருகிறார். அது அபூர்வமானது. அவருடைய சொற்பொழிவு ஒன்றை நான் நேரில் கேட்டேன். அப்போது அவர், ஒரு நிறுவனத்தின் முதன்மை நிர்வாக அதிகாரியின் பாத்திரம், ஒரு திரைப்படத் தொகுப்பாளரின் பாத்திரத்தை ஒத்தது என்று தான் கருதியதாகக் குறிப்பிட்டார். பின்னர் ஸ்டேன்ஃபோர்டு பல்கலைக்கழகத்தில் நடைபெற்ற ஒரு கூட்டத்தில் அவர் அதை மேலும் விளக்கினார். "ஒரு நிறுவனத்தில் நாம் செய்யக்கூடிய ஓராயிரம் வேலைகள் இருக்கும். ஆனால், அவற்றில் ஒன்றிரண்டு மட்டுமே முக்கியமானவையாக இருக்கும். ஒரு நிறுவனத்தில் இருக்கின்ற பொறியாளர்கள், வடிவமைப்பாளர்கள் மற்றும் பிற துறைகளைச் சேர்ந்தவர்களிடமிருந்து தொடர்ந்து உள்ளீடுகள் வந்து கொண்டே இருக்கும். இவற்றில் எவை எங்கள் நிறுவனத்தின் செயல்பாட்டிற்கு அத்தியாவசியமானவை என்று நான் ஒரு படத்தொகுப்பாளரைப்போலப் பிரித்தறிய வேண்டும்."

ஒரு படத்தொகுப்பாளர் என்பவர் வெறுமனே எல்லாவற்றையும் வேண்டாம் என்று நிராகரிக்கும் ஒருவர் அல்லர். அதை ஒரு குழந்தைகூடச் செய்துவிடும். ஒரு படத்தொகுப்பாளர் கண்மூடித்தனமாக ஏராளமானவற்றை நீக்குபவரும் அல்லர். யோசனைகளுக்கு, கதைக்கு, மற்றும் பாத்திரங்களுக்கு உயிரூட்டுகின்ற விதத்தில், தேவையில்லாதவற்றை நீக்குபவர் அவர்.

உங்கள் வாழ்க்கையிலும் நீங்கள் இதைப் பின்பற்றலாம். உங்கள் வாழ்க்கையில் உண்மையிலேயே முக்கியமானவையாக நீங்கள் கருதுகின்ற விஷயங்களில் நீங்கள் உங்களுடைய கவனத்தைக் குவிக்க அது உதவும். அர்த்தமுள்ள உறவுகளும் பிற நடவடிக்கைகளும் செழித்து வளர்வதற்குத் தேவையான இடத்தை அது அளிக்கும்.

இது பத்திரிகைகள் மற்றும் புத்தகங்களின் தொகுப்பாசிரியர்களுக்கும் பொருந்தும். ஒரு புத்தகத் தொகுப்பாசிரியர் இவ்வாறு கூறுகிறார்: "என் வாசகர்கள் சிரமமின்றிப் படிப்பதற்குத் தேவையானவற்றைச் செய்வதுதான் என் வேலை. ஒரு நூலில் குறிப்பிடப்பட்டுள்ள தலையாய செய்தியை ஒரு வாசகர் தெள்ளத் தெளிவாகப் புரிந்து கொள்ள உதவுவதே என் குறிக்கோள்."

தொகுக்கின்றபோது, சமரசம் செய்து கொள்வதைத் தவிர்க்க முடியாது. எல்லாவற்றையும் உள்ளே நுழைக்க முடியாது என்பதால், ஒரு திரைப்படத் தொகுப்பாளர், "இந்தக் கதாபாத்திரம், நிகழ்வு அல்லது கதைத் திருப்பம் இத்திரைப்படத்தை மேம்படுத்துமா?" என்று யோசிக்க வேண்டும். அதேபோல, அச்சுத் துறையில், வெகுவாகப் பாடுபட்டு எழுதியுள்ளவற்றை நீக்க அதன் படைப்பாளர்களுக்கு மனம் வராது. பல வாரங்களிலிருந்து சில ஆண்டுகள்வரை பார்த்துப் பார்த்து எழுதியவற்றிலிருந்து ஒரு பத்தியை, சில பக்கங்களை அல்லது ஓர் அத்தியாயத்தை நீக்க முயல்வது வலிமிக்கச் செயலாக இருக்கும். ஆனால், திட்டமிட்ட முறையில் மேற்கொள்ளப்படுகின்ற இதுபோன்ற நீக்குதல்கள்தாம் இக்கலைக்கு மெருகூட்டுகின்றன. பிரபல நாவலாசிரியரான ஸ்டீபன் கிங் இவ்வாறு கூறியிருக்கிறார்: "கதையில் உங்களுக்குப் பிடித்தமானவர்களை நீங்கள் கொன்றுவிட வேண்டும். அது உங்களுடைய 'எழுத்தாளர் மமதை'யைக் காயப்படுத்தினாலும் பரவாயில்லை, உங்களுக்குப் பிடித்தமானவர்களைக் கொன்றுவிடுங்கள்."

அத்தியாவசியவாதி அல்லாதவர்	அத்தியாவசியவாதி
விஷயங்களை மேம்படுத்துதல் என்பது அவற்றில் கூடுதலாகச் சேர்ப்பதுதான் என்று எண்ணுகிறார்.	விஷயங்களை மேம்படுத்துதல் என்பது அவற்றிலுள்ள சிலவற்றை நீக்குவது என்று எண்ணுகிறார்.
ஒவ்வொரு வார்த்தையோடும், பிம்பத்தோடும், பிற அம்சங்களோடும் உணர்ச்சிபூர்வமாகப் பிணைந்துள்ளார்.	கவனச்சிதறல் ஏற்படுத்துகின்ற வார்த்தைகள், பிம்பங்கள் மற்றும் பிற அம்சங்களை நீக்குகிறார்.

வாழ்க்கைக்குக் கத்தரி போடுதல்

ஒரு திரைப்படத்தை அல்லது ஒரு புத்தகத்தைத் தொகுப்பதும், உங்களுடைய வாழ்க்கையைத் தொகுப்பதும் ஒன்றல்ல என்பது உண்மைதான். ஏற்கனவே நடந்து முடிந்துவிட்ட ஓர் உரையாடலையோ, ஒரு சந்திப்புக்கூட்டத்தையோ, அல்லது ஒரு விளக்கவுரையையோ உங்களால் திருத்த முடியாது. ஆனாலும், நம்முடைய வாழ்க்கையிலுள்ள அத்தியாவசியமற்றச் சில விஷயங்களைக் கத்தரிப்பதற்கு உதவுகின்ற நான்கு எளிய வழிமுறைகளை இப்போது நாம் பார்க்கலாம்:

சாத்தியக்கூறுகளின் எண்ணிக்கையைக் குறையுங்கள்

படத்தொகுப்பு, பத்திரிகைத் தொகுப்பு போன்றவற்றில், கத்தரி போடுதல் என்பது, ஒரு கதையில் தெளிவின்மையை உருவாக்குகின்ற விஷயங்களையும் வாசகர்களைக் குழப்புகின்ற விஷயங்களையும் கத்தரித்து நீக்குவதை உள்ளடக்கியது என்பது வெளிப்படை. மிகச் சிறப்பாகத் தொகுக்கப்பட்டத் திரைப்படங்களும், ஒரு தொகுப்பாசிரியரால் செப்பனிடப்பட்ட நூல்களும் கண்களுக்கும் மூளைக்கும் இலகுவாக இருக்கும் என்பதில் சந்தேகமில்லை.

தீர்மானங்கள் எடுக்கும்போது, சாத்தியக்கூறுகளின் எண்ணிக்கையைக் குறைத்தல் என்ற எண்ணமே பயமுறுத்துவதாக இருக்கும். ஆனாலும், அது தீர்மானித்தலின் அடிப்படைகளில் ஒன்று. இன்னும் சொல்லப் போனால்:

தொகுத்தல் என்ற ஆங்கிலச் சொல்லின் மூலமான இலத்தீனச் சொல்லின் அர்த்தம் 'வெட்டுதல் அல்லது கொல்லுதல்' ஆகும்.

குறைவான சாத்தியக்கூறுகள் இருப்பது 'கண்களுக்கும் மூளைக்கும் இலகுவாக இருக்கும்' விதத்தில் தீர்மானங்களை மேற்கொள்ள உதவும். அந்த வாய்ப்புகளில் சில நன்றாகக்கூட இருக்கலாம். ஆனால், அவை நம் இலக்குக்குக் குறுக்கே வந்தால், அவற்றை நீக்குவதற்கான துணிச்சல் நமக்கு இருக்க வேண்டும். அது வலிமிக்கதாக இருக்கக்கூடும். இப்படிப்பட்டக்

களையெடுப்புகள் நீண்டகால நோக்கில் நமக்கு மகிழ்ச்சியைக் கொடுக்கும். ஏனெனில், அப்படி ஒன்றை நீக்குவதன் மூலம் நமக்குக் கிடைக்கின்ற நேரத்தை மேம்பட்டக் காரியங்களுக்கு நம்மால் பயன்படுத்திக் கொள்ள முடியும். அதனால்தான் ஸ்டீபன் கிங் இவ்வாறு கூறியுள்ளார்: "எழுதுவது மனிதச் செயல், தொகுப்பது தெய்வீகச் செயல்."

செறிவாக்குதல்

"நான் இதற்காக உங்களிடம் மன்னிப்புக் கேட்டுக் கொள்ள வேண்டும். எனக்குக் கூடுதல் நேரம் கிடைத்திருந்தால், நான் இதை இன்னும் சுருக்கமாக எழுதியிருந்திருப்பேன்," என்ற கூற்றை நீங்கள் கேள்விப்பட்டிருக்கலாம். கலையிலும் சரி, வாழ்க்கையிலும் சரி, குறைவாகச் செய்வது கடினமானதுதான். ஒவ்வொரு வார்த்தையும், ஒவ்வொரு திரைக்காட்சியும், ஒவ்வொரு நடவடிக்கையும் அதிகமானவற்றை வெளிப்படுத்த வேண்டும். படத்தொகுப்பாளரும் சரி, புத்தகத் தொகுப்பாசிரியரும் சரி, ஒவ்வொரு வார்த்தையும் அர்த்தமிக்க விதத்தில் பயன்படுத்தப்பட வேண்டும் என்பதில் கறாராக இருப்பர். இரண்டு வாக்கியங்களில் சொல்லப்படுவதை ஒரு வாக்கியத்தில் சொல்ல முடியுமா? இப்போது இரண்டு வார்த்தைகள் பயன்படுத்தப்பட்டுக் கொண்டிருக்கின்ற ஓரிடத்தில் அவற்றுக்குப் பதிலாக ஒரே ஒரு வார்த்தையை வைத்துச் சமாளிக்க முடியுமா? 'தொகுப்பாசிரியர் என்பவர் யார்?' என்ற பிரபலமான கட்டுரையில் ஆலன் டி வில்லியம்ஸ் இவ்வாறு கூறியுள்ளார்: "ஒரு நூலின் தொகுப்பாசிரியர், தான் தொகுத்துக் கொண்டிருக்கும் நூலின் ஆசிரியரிடம் இரண்டு அடிப்படைக் கேள்விகளைக் கேட்க வேண்டும்: (1) 'நீங்கள் எதைக் கூற விரும்புகிறீர்களோ, அதைச் சொல்லிக் கொண்டிருக்கிறீர்களா?' (2) 'அதை நீங்கள் உங்களால் முடிந்த அளவு தெளிவாகவும் சுருக்கமாகவும் சொல்லிக் கொண்டிருக்கிறீர்களா?' " செறிவாக்குதல் என்றால், முடிந்த அளவு தெளிவாகவும் சுருக்கமாகவும் கூறுவதாகும்.

வாழ்க்கையிலும் செறிவாக்குதலை நீங்கள் முயற்சி செய்யலாம். அப்படிச் செய்கின்றபோது, நீங்கள் குறைவானவற்றை வைத்து அதிகமானவற்றை மேற்கொள்ள முயற்சிக்கிறீர்கள். கிரகாம் ஹில், நியூயார்க் நகரில் 420 சதுர அடிகள் கொண்ட ஒரு வீட்டில் குடியேறியபோது, தன் உடைமைகள் அனைத்தையும் செறிவூட்ட முனைந்தார். அதை அவர் 'என்னுடைய குட்டி நகைப்பெட்டி' என்று அழைத்தார்.

அது அவருக்குச் சிறப்பாகப் பலனளித்தது. ஏனெனில், அவரிடமிருந்த அறைகலன்கள் அனைத்திற்கும் ஒன்றுக்கு மேற்பட்டப் பலன்கள் இருந்தன. அந்த அறையின் இடதுபுறச் சுவர், திரைப்படங்கள் போன்றவற்றைத் திரையிடுவதற்கான ஒரு பெரிய புரொஜெக்டர் திரையாகச் செயல்பட்டது. கூடவே, அச்சுவரில் இரண்டு படுக்கைகளும் மறைத்து வைக்கப்பட்டிருந்தன. யாராவது விருந்தாளிகள் வந்தால், அவர் அவற்றை இழுத்துப் போட்டுப் பயன்படுத்திக் கொள்வார். வலதுபுறச் சுவரில் அவர் படுப்பதற்காகப் பயன்படுத்திய கட்டிலைச் சாய்த்து வைத்துவிடலாம். அங்கிருந்த ஒவ்வொரு பொருளும் இரண்டு அல்லது மூன்று வேலைகளைச் செய்தன. அதாவது, அங்கிருந்த பொருட்கள் அனைத்தும், ஒரு சிறிய அபார்ட்மென்ட் வாழ்க்கைக்கு, ஒன்றுக்கு மேற்பட்ட விதங்களில் பங்களித்தன. அவற்றை அவர் தன் சொந்தத் தேவைக்கு மட்டுமே உருவாக்கியிருந்தபோதிலும், அந்த வடிவமைப்பு மிகவும் புதுமையானதாக இருந்ததால், அதை அவர் ஒரு தொழிலாகவே மாற்றிவிட்டார்.

செறிவாக்கம் என்பது ஒரே நேரத்தில் பல வேலைகளைச் செய்வது அல்ல என்பதை நீங்கள் புரிந்து கொள்ள வேண்டும். இங்கு வீணாக்குதல் குறைவு, அவ்வளவுதான். யோசனைகளுக்கும் வார்த்தைகளுக்கும் இடையேயுள்ள விகிதத்தையும், வசிப்பிடத்தின் அளவுக்கும் பயன்பாட்டுக்கும் இடையுள்ள விகிதத்தையும், முயற்சிகளுக்கும் விளைவுகளுக்கும் இடையேயுள்ள விகிதத்தையும் குறைத்தல் என்று அதற்கு அர்த்தம். செறிவாக்கத்தை நாம் நம்முடைய வாழ்க்கையில் பயன்படுத்துவதற்கு, செயல்நடவடிக்கைகளுக்கும் அர்த்தத்திற்கும் இடையேயான விகிதத்தை நாம் சுருக்க வேண்டும். எண்ணற்ற அர்த்தமற்ற நடவடிக்கைகளைத் தூக்கியெறிந்துவிட்டு, அந்த இடத்தில் அர்த்தமுள்ள நடவடிக்கைகளை அரங்கேற்ற வேண்டும். எடுத்துக்காட்டாக, எனக்குத் தெரிந்த ஒருவர் ஒரு நிறுவனத்தில் வேலை பார்த்து வந்தார். அவர் அந்நிறுவனத்தில் தன்னை நன்றாக நிலை நிறுத்திக் கொண்டிருந்தார். அவர்கள் தன்னை வேலையைவிட்டுத் தூக்க மாட்டார்கள் என்பதை அவர் அறிந்து வைத்திருந்தார். அதனால், தேவையற்றச் சந்திப்புக்கூட்டங்களில் கலந்து கொள்வதை அவர் தவிர்த்தார். அவற்றில் கலந்து கொண்டவர்களிடம், அங்கு என்ன நடந்தது என்பதை அவர் சுருக்கமாகக் கேட்டுத் தெரிந்து கொள்வார். இதன் மூலம் அவர் ஏராளமான நேரத்தைச் சேமித்து, அதைத் தன் வேலையில் ஆக்கபூர்வமான வழிகளில் பயன்படுத்தினார்.

திருத்துதல்

ஒரு புத்தகத் தொகுப்பாசிரியரின் வேலை வெறுமனே வெட்டித் தூக்கி எறிவதும் செறிவாக்குவதும் மட்டும் அல்ல. தேவையானவற்றைச் சரி செய்வதும் அதில் அடங்கும். அது, இலக்கணப் பிழைகளை அகற்றுதல் போன்ற ஒரு சிறு விஷயமாக இருக்கலாம் அல்லது உரையாடல்களில் ஏற்படுகின்ற குறைபாடுகளை நீக்குவதாக இருக்கலாம். இதைச் சரியாகச் செய்வதற்கு, அந்தத் தொகுப்பாசிரியர் எதைச் செப்பனிட்டுக் கொண்டிருக்கிறாரோ அதன் நோக்கம் குறித்த ஒரு தெளிவான புரிதல் அவருக்குத் தேவை. மைக்கேல் கான் எப்போதும் ஸ்பீல்பெர்க் சொல்வதை அப்படியே செய்வதில்லை. ஸ்பீல்பெர்க் உண்மையிலேயே என்ன விரும்புகிறார் என்று மைக்கேல் கருதுகிறாரோ, அதையே அவர் செய்கிறார். மொத்தத் திரைப்படத்தையும் குறித்த ஒரு தெளிவான புரிதல் மைக்கேலுக்கு இருப்பதால், ஸ்பீல்பெர்க்கால் வார்த்தைகளில் வடிக்க முடியாததையும் புரிந்து கொண்டு அதற்கேற்ப அவர் திருத்தங்களை மேற்கொள்கிறார்.

அதேபோல, நாமும் நம்முடைய தொழில்வாழ்க்கையிலும் சரி, தனிப்பட்ட வாழ்க்கையிலும் சரி, நம்முடைய அடிப்படை நோக்கம் என்ன என்பதைத் தெளிவாகப் புரிந்து கொண்டு அதற்கேற்ப மாற்றங்களையும் திருத்தங்களையும் மேற்கொள்ள வேண்டும். நாம் பத்தாவது அத்தியாயத்தில் பார்த்ததுபோல, நம்முடைய நோக்கம் குறித்தத் தெளிவு நம்மிடம் இருக்கின்றபோது, நம்முடைய நடவடிக்கைகள் நம்முடைய நோக்கத்தோடு ஒத்திசைவாக இருக்கின்றனவா என்று நம்மால் தொடர்ந்து கண்காணித்து வர முடியும். அவை சரியாக இல்லையெனில், அவற்றை நம்மால் சரிசெய்து கொள்ள முடியும்.

குறைவாகச் செப்பனிடுங்கள்

இது நான் இதுவரை கூறி வந்துள்ளதற்கு நேர்மாறாக இருப்பதாக நீங்கள் நினைக்கலாம். ஆனால், சிறந்த தொகுப்பாசிரியர்கள் எல்லாவற்றையும் மாற்ற வேண்டும் என்று நினைக்க மாட்டார்கள். சிலவற்றை உள்ளது உள்ளபடி விட்டுவிடுவதே சரியாக இருக்கும் என்று அவர்கள் நம்புகின்றனர். அதிகமான தையல்களைப் போடுபவரை

எப்படி ஒரு சிறந்த அறுவை சிகிச்சை நிபுணராகக் கருத முடியாதோ, அதுபோலவே, சிறந்த தொகுப்பாசிரியர்கள், தேவைக்கு அதிகமாகப் பிறருடைய படைப்பில் கை வைக்க மாட்டார்கள்.

நம் வாழ்க்கையெனும் புத்தகத்தைச் செப்பனிடுகின்ற ஒரு தொகுப்பாசிரியராக நாம் ஆகின்றபோது, எப்போது கடிவாளத்தை இழுத்துப் பிடிக்க வேண்டும் என்பதை நாம் அறிந்திருக்க வேண்டும். எல்லாவற்றிலும் மூக்கை நுழைக்கின்ற மனப்போக்கைக் கட்டுப்படுத்திக் கொள்வது அதற்கான ஒரு வழி. எடுத்துக்காட்டாக, பலருக்கு ஒன்றாக அனுப்பப்படுகின்ற ஒரு மின்னஞ்சலுக்கு, மற்றவர்களுக்கு முன்பாக அவசரக்குடுக்கைத்தனமாக பதிலனுப்ப வேண்டும் என்ற சபலத்தை அடக்கிக் கொள்வது நல்லது. நாம் ஒரு சந்திப்புக்கூட்டத்தில் கலந்து கொள்கின்றபோது, நாமும் பேச வேண்டும் என்பதற்காக எதையாவது திருவாய் மலர்ந்தருள்வதைத் தவிர்க்கலாம். அதற்குப் பதிலாக, அங்கு நடந்து கொண்டிருக்கின்ற விஷயங்களைக் கூர்ந்து அவதானிக்கலாம், விஷயங்கள் எப்படி மலர்கின்றன என்று பார்க்கலாம்.

* * *

நிலைமை கைமீறிப் போகின்றபோதுதான் செப்பனிடுதலில் இறங்க வேண்டும் என்று அத்தியாவசியவாதியாக இல்லாதிருப்பவர் எண்ணுகிறார். ஆனால், நடவடிக்கையில் இறங்குவதற்கு நீங்கள் நீண்டகாலம் காத்திருந்தால், நாம் அதிகமான விஷயங்களை நீக்க வேண்டிய நிலைமை உருவாகக்கூடும். தொடர்ச்சியாக நாம் செப்பனிடுதலில் ஈடுபட்டு வந்தால், அவ்வப்போது சிறு சிறு மாற்றங்களையும் திருத்தங்களையும் நம்மால் மேற்கொள்ள முடியும். அத்தியாவசியவாதியாக ஆதல் என்பது, கத்தரித்தல், சுருக்குதல், திருத்துதல் போன்றவற்றை நம்முடைய அன்றாட வழக்கங்களின் ஒரு பகுதியாக ஆக்கிக் கொள்வதாகும்.

அத்தியாயம் 14

மட்டுப்படுத்துதல்

எல்லைகளை வகுப்பதற்கான சுதந்திரம்

" 'முடியாது' என்பது ஒரு முழுமையான வாக்கியம்."

- ஆன் லாமோட்

கொரியாவிலுள்ள ஒரு தொழில்நுட்ப நிறுவனத்தில் ஜின்யுங் என்ற பெண் வேலை பார்த்து வந்தார். அவருக்குத் திருமணம் நிச்சயமாகியிருந்தது. அவர் தன்னுடைய திருமண வேலைகளில் மும்முரமாக இருந்தார். திருமண நாளுக்கு மூன்று வாரங்களுக்கு முன்பு அந்நிறுவனத்தின் நிர்வாகக் கூட்டம் ஒன்று ஏற்பாடு செய்யப்பட்டிருந்தது. அக்கூட்டத்தில் ஜின்னும் அவருடைய மேலாளர் ஹயோரியும் சேர்ந்து வழங்கவிருந்த சொற்பொழிவையும் விளக்கப்படங்களுடன்கூடிய விளக்கவுரையையும் தயாரித்துக் கொடுக்கும்படி ஜின்னை அவருடைய மேலாளர் கேட்டுக் கொண்டார். ஜின் தினமும் பதினைந்து மணிநேரம் என்ற கணக்கில் பல நாட்கள் உழைத்து, தனக்குக் கொடுக்கப்பட்டிருந்த வேலையை விரைவாகவே முடித்துவிட்டார். இனி அடுத்த ஐந்து நாட்களுக்குத் தான் தன்னுடைய திருமண வேலைகளில் நிம்மதியாக இறங்கலாம் என்பதற்காகத்தான் ஜின் அவ்வாறு செய்திருந்தார். வேலை சீக்கிரமாகவே முடிந்துவிட்டிருந்தது குறித்து ஹயோரியும் மகிழ்ச்சியடைந்தார்.

ஆனால், ஹயோரியிடமிருந்து ஜின்னுக்கு ஒரு செய்தி வந்தது. நிர்வாகக் கூட்டத்திற்கு முன்பாக அவசரத் திட்டம் ஒன்றை முடித்துக் கொடுக்குமாறு அவர் ஜின்னைக் கேட்டுக்

கொண்டிருந்தார். ஜின், ஹயோரிடம் பல ஆண்டுகளாக வேலை பார்த்து வந்திருந்தார். அதுவரை ஒரு முறைகூட ஹயோரி கூறிய எதற்கும் ஜின் மறுப்புத் தெரிவித்திருக்கவில்லை. பல நேரங்களில் அது ஜின்னின் வாழ்க்கையில் ஏகப்பட்டக் குளறுபடிகளைத் தோற்றுவித்திருந்தபோதிலும், அதை அவர் சகித்துக் கொண்டார். ஆனால் இம்முறை, தன்னால் அந்த வேலையைச் செய்ய முடியாது என்று அவர் ஹயோரியிடம் கூறிவிட்டார். ஜின் அதை மன்னிப்புக் கேட்கும் ஒரு தொனியிலும் கூறவில்லை, தன் செயலை நியாயப்படுத்தவும் இல்லை. அவர் வெறுமனே, "நான் என்னுடைய திருமணத்திற்காக வெகுகாலமாகத் திட்டமிட்டு வந்துள்ளேன். நான் அதற்காகக் கடுமையாக உழைத்துள்ளேன். நான் அந்த நாளை ஆனந்தமாக அனுபவிப்பதற்குத் தகுதியானவள் – அதுவும், எந்தக் குற்றவுணர்வுமின்றி!" என்று கூறிவிட்டார்.

அதைத் தொடர்ந்து, எதிர்பாராத ஒரு விஷயம் நடந்தது. ஜின்னின் அலுவலகத்தில் இருந்த எவரும் அத்திட்டத்தைச் செய்ய ஒப்புக் கொள்ளவில்லை. இறுதியில் ஹயோரியே அதைச் செய்ய வேண்டியதாயிற்று. முதலில் ஹயோரி அது குறித்துத் தனக்குள் குமுறினார். அதைச் செய்து முடிக்க அவருக்கு ஒரு வாரத்திற்கு மேல் ஆனபோதிலும், அது முடிந்தபோது அது அவருக்கு மகிழ்ச்சியளிக்கவில்லை. பல நாட்கள் கஷ்டப்பட்டப் பிறகு, ஒரு மேலாளர் என்ற முறையில் தான் செயல்பட்டுக் கொண்டிருந்த விதத்தில் ஏகப்பட்டக் குறைபாடுகள் இருந்ததை ஹயோரியால் உணர முடிந்தது. தான் ஆற்றல்மிக்கதொரு மேலாளராக இருக்க வேண்டுமென்றால், தான் தன் வழிமுறைகளை மாற்றிக் கொள்ள வேண்டும் என்பது அவருக்குப் புரிந்தது. தன் குழுவிலிருந்த ஒவ்வொருவருக்கும் திட்டவட்டமான பொறுப்புகளைக் கொடுத்து அவற்றை அவர்கள் நிறைவேற்றுவதை உறுதி செய்ய வேண்டும் என்று அவர் உறுதி பூண்டார். இறுதியில், தன்னுடைய நிர்வாகப் பாணியில் இருந்த குறைபாடுகளைத் தான் கண்டறிய உதவியதற்காக அவர் ஜின்மீது நன்றியுடையவராகவே இருந்தார். அலுவலக வேலையில் ஒரு திட்டவட்டமான எல்லையை வகுத்துக் கொண்டதன் மூலம் ஜின் தனக்கு மரியாதையைச் சம்பாதித்துக் கொண்டதோடு, தன் மேலாளர் தன் வழிமுறைகளை மாற்றிக் கொள்ளவும் அவருக்கு மறைமுகமாக உதவியிருந்தார்.

அத்தியாவசியவாதத்தைப் பின்பற்றாமல் இருக்கும்போது, எல்லைக்கோடுகள் மறைந்துவிடுகின்றன. வேலைக்கும் குடும்பத்திற்கும் இடையே நிலவிய கோட்டைப் புதிய

தொழில்நுட்பங்கள் நீர்த்துப் போகச் செய்துள்ளது சமீபத்தில் ஏற்பட்டுள்ள மாற்றம். இப்போதெல்லாம், நாம் எப்போது வேலையில் இருக்க வேண்டும் என்பது குறித்து நம்முடைய மேலதிகாரிகள் கொண்டுள்ள எதிர்பார்ப்புக்கு எந்த எல்லைக்கோடும் இல்லாமல் போய்விட்டது. சமீபத்தில் என் வாடிக்கையாளர்களில் ஒருவர், குறிப்பிட்டச் சில நாட்கள் என்னைச் சந்திக்க ஏற்பாடு செய்திருந்தார். அதில் ஒரு சனிக்கிழமை காலை வேளையும் அடங்கியிருந்தது. அங்கு அதற்கான அவசரம் எதுவும் இருக்கவில்லை என்றபோதிலும், அவர் சனிக்கிழமையையும் தேர்ந்தெடுத்திருந்தார். 'நாட்டில் என்ன நடந்து கொண்டிருக்கிறது?' என்று நான் யோசித்தேன். இதில் எல்லைக்கோடுகள் மங்கிக் கொண்டிருப்பது மட்டும் பிரச்சனையல்ல; வேலைக்கான அந்தக் கூடுதல் நேரம், குடும்பத்திற்கான நேரத்திலிருந்து திருடப்பட்டுக் கொண்டிருக்கிறது என்பதையும் பெரும்பாலான மக்கள் உணர்வதில்லை. ஊழியர்கள் திங்கட்கிழமையன்று தங்கள் குழந்தைகளுடன் அலுவலகத்திற்கு வந்தால் பெரும்பாலான அதிகாரிகள் கண்டிப்பாக அதைச் சகித்துக் கொள்ள மாட்டார்கள். ஆனால், அதே ஊழியர்களை, சனி அல்லது ஞாயிறன்று அலுவலகத்திற்கு வரச் சொல்வதில் அவர்களுக்கு எந்தப் பிரச்சனையும் இருப்பதில்லை.

ஹார்வர்டு வணிகப் பள்ளியின் பேராசிரியரும் பிரபல நூலாசிரியருமான கிளேட்டன் கிறிஸ்டென்சன் இதுபோன்ற தியாகத்தை மேற்கொள்ளுமாறு ஒரு முறை கேட்டுக் கொள்ளப்பட்டார். அப்போது அவர், நிர்வாக ஆலோசனை வழங்குகின்ற நிறுவனம் ஒன்றில் வேலை பார்த்துக் கொண்டிருந்தார். அப்போது, அந்நிறுவனத்தின் நிர்வாகிகளில் ஒருவர் கிளேட்டனிடம் வந்து, ஒரு குறிப்பிட்டத் திட்டத்தில் உதவுவதற்காக ஒரு சனிக்கிழமையன்று அலுவலகத்திற்கு வருமாறு அவரிடம் கேட்டுக் கொண்டார். கிளேட்டன் அவரிடம், "மன்னிக்கவும். என்னால் வர முடியாது. ஒவ்வொரு சனிக்கிழமையையும் என் மனைவியுடனும் குழந்தைகளுடனும் செலவழிப்பதாக நான் அவர்களுக்கு வாங்குக் கொடுத்துள்ளேன்," என்று கூறிவிட்டார்.

அந்த நிர்வாகி அதைக் கேட்டு மகிழ்ச்சியடையவில்லை. மாறாக, அவர் அங்கிருந்து கோபமாக வெளியேறிவிட்டார். சிறிது நேரத்திற்குப் பிறகு அவர் மீண்டும் திரும்பி வந்து, கிளேட்டனிடம், "நான் உங்கள் குழுவிலுள்ள ஒவ்வொருவரிடமும் பேசிவிட்டேன். அவர்கள் அனைவரும் சனிக்கிழமைக்குப் பதிலாக ஞாயிற்றுக்கிழமையன்று

வருவதற்குச் சம்மதித்துள்ளனர். அதனால், நீங்களும் அன்று வர வேண்டும் என்று நான் எதிர்பார்க்கிறேன்," என்று கூறினார். கிளேட்டன் பெருமூச்செறிந்துவிட்டு, "நீங்கள் இப்படி முயற்சி செய்ததற்கு நன்றி. ஆனால், ஞாயிற்றுக்கிழமையும் எனக்குச் சரிப்பட்டு வராது. ஏனெனில், அந்த தினத்தை நான் கடவுளுக்கு கொடுத்துள்ளேன்," என்று கூறினார்.

தன் நிலையில் உறுதியாக இருந்ததற்காகக் கிளேட்டன் அவருடைய வேலையிலிருந்து நீக்கப்படவில்லை. அக்கணத்தில் அவருடைய தேர்ந்தெடுப்பு அவருடைய நிர்வாகிக்கு எரிச்சலூட்டியிருந்தபோதிலும், இறுதியில், அப்படி ஒரு முடிவு எடுத்ததற்காக அவர் மதிக்கப்பட்டார். அவர் தனக்குத் தானே வகுத்துக் கொண்டிருந்த எல்லைக்கோடு அவருக்குச் சிறப்பாக வேலை செய்தது.

பின்னர் அது குறித்துக் கிளேட்டன் இவ்வாறு நினைவுகூர்ந்தார்: "அது எனக்கு ஒரு முக்கியமான படிப்பினையைக் கற்றுக் கொடுத்தது. அன்று மட்டும் நான் விதிவிலக்கு அளித்திருந்தால், அது அன்றைய தினத்தோடு நின்றிருக்காது. அது பல முறை தொடர்ந்திருக்கும்." எல்லைக்கோடுகள் மணற்கோட்டைகளின் சுவர்களைப் போன்றவை. ஒரு முறை ஒரு சுவர் இடிந்து விழ நாம் அனுமதித்துவிட்டால், மற்றச் சுவர்களும் எளிதாகக் கீழே விழுந்துவிடும்.

எல்லைகளை வகுத்துக் கொள்வது கடினம்தான் என்பதை நான் மறுக்கவில்லை. ஜின்னுக்கும் கிளேட்டனுக்கும் இது வேலை செய்திருந்த காரணத்தால், அது எல்லோருக்கும் வேலை செய்யும் என்று கட்டாயமில்லை. ஓர் எல்லையை வகுத்துக் கொண்ட காரணத்திற்காக ஜின் தன் வேலையை இழந்திருக்கக்கூடும், கிளேட்டனுக்கு வேலையில் முன்னேற்றம் பாதிப்படைந்திருக்கக்கூடும். எல்லைகளை வகுத்துக் கொள்வதற்கு நீங்கள் ஓர் உயர்ந்த விலையைக் கொடுக்க வேண்டியிருக்கலாம். ஜின்னுக்கு வேலையிடத்தில் மரியாதையும், கிளேட்டனுக்குத் தன்னுடைய குடும்பத்துடனான நேரமும் மிகவும் முக்கியத்துவம் வாய்ந்தவையாக இருந்தன. அதனால் அவர்கள் அவற்றுக்கு முன்னுரிமை அளிப்பதைத் தேர்ந்தெடுத்தனர். நீங்கள் எல்லைகளை வகுத்துக் கொள்ளாமல் இருந்தால், எல்லைகள் என்ற ஒன்றே இருக்காது. சரியாகச் சொல்ல வேண்டுமென்றால், எல்லைகள் இருக்கும், ஆனால் அவை நீங்கள் வகுத்தவையாக இருக்காது!

எல்லைகளை வகுத்துக் கொள்வது தங்களுடைய அதிஉற்பத்தித்திறன் வாய்ந்த வாழ்க்கைக்குக் இடைஞ்சலாக இருக்கும் என்று அத்தியாவசியவாதிகளாக இல்லாதிருப்பவர்கள் நினைக்கின்றனர். அவர்களைப் பொறுத்தவரை, அது பலவீனத்திற்கான சான்று. தாங்கள் வலுவானவர்களாக இருந்தால், தாங்கள் எல்லைகளை வகுத்துக் கொள்ளத் தேவையில்லை என்று அவர்கள் கருதுகின்றனர். தங்களால் எல்லாவற்றையும் சமாளித்துக் கொள்ள முடியும் என்று அவர்கள் நினைக்கின்றனர். ஆனால், எல்லைகளை வகுத்துக் கொள்ளாமல் இருக்கும்போது, ஒரு கட்டத்தில் அவர்களால் எதையும் ஒழுங்காகச் செய்ய முடியாமல் போய்விடுகிறது.

மறுபுறம், அத்தியாவசியவாதிகள், எல்லைகளை வகுத்துக் கொள்வது தங்களுக்கு அதிகாரமளிப்பதாக உணர்கிறார்கள். எல்லைகளை வகுத்துக் கொள்வது, தங்களுடைய நேரத்தைப் பிறர் திருடிவிடாமல் பாதுகாத்துக் கொள்ள உதவுவதாக அவர்கள் கருதுகின்றனர். அதோடு, தேவையில்லாமல் முடியாது என்று சொல்ல வேண்டிய இக்கட்டுக்கு அவர்கள் ஆளாகாதபடி அது அவர்களைப் பாதுகாக்கிறது.

அத்தியாவசியவாதி அல்லாதவர்	அத்தியாவசியவாதி
எல்லைகளை வகுத்துக் கொள்வது தன்னைச் சுருக்கிவிடும் என்று நினைக்கிறார்.	எல்லைகள் இருந்தால் தன்னால் எல்லையற்ற முறையில் செயல்பட முடியும் என்று நம்புகிறார்.
எல்லைகள் தன்னை நெருக்குவதாக உணர்கிறார்.	எல்லைகள் தன்னிடம் சுதந்திர உணர்வை ஏற்படுத்துவதாக உணர்கிறார்.
முடியாது என்று சொல்வதற்குக் கடுமையான முயற்சி தேவைப்படுவதாகக் கருதுகிறார்.	நேரடியாக முடியாது என்று சொல்வதற்கான தேவையை நீக்க உதவும் விதத்தில், முன்கூட்டியே எல்லைகளை வகுத்துக் கொள்கிறார்.

மற்றவர்களுடைய பிரச்சனை உங்களுடைய பிரச்சனை அல்ல

எல்லைகளை வகுத்துக் கொள்வது என்ற சவால் வெறுமனே நம்முடைய வேலைச் சூழலோடு நின்றுவிடுவதில்லை. நம்முடைய தனிப்பட்ட வாழ்க்கையில், சிலர் நம்முடைய நேரத்தை வேண்டுகின்றபோது எல்லைகள் எதையும் வகுத்துக் கொள்வதில்லை. எத்தனை முறை உங்களுடைய சனிக்கிழமைகளும் ஞாயிற்றுக்கிழமைகளும் பிறரால் களவாடப்பட்டுள்ளன? உங்களுடைய தனிப்பட்ட வாழ்க்கையில், தாங்கள் எல்லை மீறிக் கொண்டிருக்கிறோம் என்ற உணர்வு இல்லாமல் யாரேனும் நடந்து கொண்டுள்ளார்களா?

நம்முடைய வாழ்க்கையில், பிறரோடு ஒப்பிடுகையில் சிலர் நம்முடைய நேரத்தையும் பிற வளங்களையும் அதிகமாகத் திருடிக் கொண்டிருக்கக்கூடும். இத்தகைய நபர்கள், அவர்களுடைய பிரச்சனைகளை நம்முடைய பிரச்சனைகளாக ஆக்கிவிடுகின்றனர், நம்முடைய இலக்குகளிலிருந்து நம்முடைய கவனம் சிதறும்படி செய்கின்றனர். அவர்களுக்குத் தங்களுடைய காரியங்கள் மட்டுமே முக்கியம். அவர்கள் அவ்வாறு நடந்து கொள்ள நாம் அனுமதித்தால், நம்முடைய நேரத்தையும் பிற வளங்களையும், நமக்கு அத்தியாவசியமாக இருக்கின்ற விஷயங்களில் செலவழிப்பதற்குப் பதிலாக, அவர்களுக்கு அத்தியாவசியமாக இருக்கின்ற விஷயங்களில் நாம் செலவிட்டுக் கொண்டிருப்போம்.

இப்படிப்பட்ட நபர்களிடமிருந்து நம்மைப் பாதுகாத்துக் கொள்ளும் விதமாக நமக்கு நாமே எல்லைகளை வகுத்துக் கொள்வது எப்படி? அதற்கான சில வழிமுறைகளை இப்போது நாம் பார்க்கலாம்.

மக்களுடைய பிரச்சனைகளை அவர்களிடமிருந்து பறிக்காதீர்கள்

அதற்காக, பிறருக்கு உதவியே செய்யக்கூடாது என்று நான் சொல்ல வரவில்லை. நாம் பிறரை நேசிக்க வேண்டும், பிறருக்குச் சேவை செய்ய வேண்டும், பிறருடைய வாழ்க்கையில் வித்தியாசத்தை ஏற்படுத்த வேண்டும் என்பதில் மாற்றுக் கருத்து இருக்க முடியாது. ஆனால், மக்கள்

தங்களுடைய பிரச்சனைகளை உங்களுடைய பிரச்சனைகளாக ஆக்குகின்றபோது, உண்மையில் நீங்கள் அவர்களுக்கு உதவி செய்வதில்லை, மாறாக, அப்பிரச்சனைகளை நீங்கள் தத்தெடுத்துக் கொள்கிறீர்கள். நீங்கள் அவர்களுடைய பிரச்சனைகளை சுவீகரித்துக் கொண்டவுடன், அப்பிரச்சனைகளைத் தீர்ப்பதற்கான அவர்களுடைய ஆற்றலை நீங்கள் அவர்களிடமிருந்து அபகரித்துவிடுகிறீர்கள்.

இத்தகைய ஒரு சூழ்நிலையைப் பற்றிய ஒரு கதையை ஹென்ரி கிளவுட் தன்னுடைய 'பவுன்ட்ரீஸ்' என்ற நூலில் குறிப்பிட்டுள்ளார். ஒரு முறை, தங்களுடைய 26 வயது மகனைத் 'திருத்துமாறு' கோரி அவனுடைய பெற்றோர் ஹென்ரியை அணுகினர். ஹென்ரி அவர்களிடம், "நீங்கள் ஏன் உங்களுடைய மகனைக் கூட்டிக் கொண்டு வரவில்லை?" என்று கேட்டார். அதற்கு அவர்கள், "தன்னிடம் பிரச்சனை எதுவும் இருப்பதாக அவன் நினைக்கவில்லை," என்று கூறினர். ஹென்ரி அவர்கள் கூறிய கதையை முழுவதுமாகக் கேட்டுவிட்டு, அவர்களுக்கு வியப்பேற்படுத்தும் விதத்தில் அவர்களிடம் இவ்வாறு பதிலளித்தார்: "உங்கள் மகன் நினைப்பது சரிதான். அவனிடம் எந்தப் பிரச்சனையும் இல்லை. பிரச்சனை உங்களிடம்தான் இருக்கிறது. அவனுக்காக நீங்கள் திட்டமிடுகிறீர்கள், அவனுக்காகச் செலவழிக்கிறீர்கள், அவனுக்காகக் கவலைப்படுகிறீர்கள், அவனுக்காகப் புலம்புகிறீர்கள், அவனுக்காக உங்களுடைய ஆற்றலைச் செலவிடுகிறீர்கள். அவனுக்கு எந்தப் பிரச்சனையும் இல்லை. ஏனெனில், நீங்கள் அதை அவனிடமிருந்து பிடுங்கிவிட்டீர்கள்."

பின்னர் ஹென்ரி அவர்களிடம் ஓர் உருவகக் கதையைக் கூறினார். "உங்கள் அண்டைவீட்டுக்காரர் பில், தன் வீட்டுப் புல்வெளிக்கு ஒருபோதும் நீர் பாய்ச்சுவதில்லை. ஆனால், நீங்கள் உங்களுடைய வீட்டிலுள்ள தானியங்கி நீர்பாய்ச்சிக் குழாயைத் திறந்துவிடும்போது, உங்கள் புல்வெளியை விடுத்து, நீர் உங்கள் அண்டைவீட்டுக்காரரின் புல்வெளியில் விழுகிறது. உங்களுடைய புல் பழுப்பு நிறத்திற்கு மாறி மெதுவாகச் செத்துக் கொண்டிருக்கிறது. ஆனால், பில், தன்னுடைய பசுமையான புல்வெளியைப் பார்த்து, "என் புல்வெளி நன்றாகத்தான் இருக்கிறது," என்று நினைத்துக் கொள்கிறார். இங்கு எல்லோருக்குமே இழப்பு ஏற்படுகிறது. உங்களுடைய முயற்சி வீணாகிறது. தன்னுடைய சொந்தப் புல்வெளிக்கு நீர் பாய்ச்சுகின்ற பழக்கத்தை பில் ஒருபோதும் வளர்த்துக் கொள்ளவில்லை. இதற்கான தீர்வு? அதற்கு ஹென்ரி இவ்வாறு விடையளிக்கிறார்: "ஓர் எல்லைச்சுவரை

உருவாக்கிக் கொள்வதுதான் இதற்கான தீர்வு. அப்போது பில்லின் பிரச்சனை அவருடைய பிரச்சனையாக மட்டுமே இருக்கும்."

வேலைச் சூழ்நிலைகளில், மக்கள் எல்லா நேரங்களிலும் நம்முடைய தானியங்கி நீர்பாய்ச்சி இயந்திரத்தைப் பயன்படுத்தித் தங்களுடைய புல்வெளிக்கு நீர் பாய்ச்சிக் கொண்டிருக்கின்றனர். தனக்குப் பிடித்தமான ஒரு திட்டத்தில் தனக்குப் பதிலாக உங்களைப் போடுகின்ற உங்களுடைய மேலதிகாரியின் வடிவிலும், தான் சரியாகச் செய்திருக்காத ஒரு வேலையை அல்லது அரைகுறையாகத் தயாரித்திருக்கின்ற ஓர் அறிக்கையை அல்லது விளக்கவுரையை மேம்படுத்த உதவுமாறு கேட்டுக் கொள்கின்ற உங்களுடைய சக ஊழியர் ஒருவரின் வடிவிலும் அவர்கள் உங்களைப் பயன்படுத்திக் கொள்ளக்கூடும்.

உங்களுடைய நேரத்தையும் ஆற்றலையும் திருட யார் முயன்றாலும் சரி, அதற்கான ஒரே தீர்வு, வேலி அமைத்துக் கொள்வதுதான். அவர்கள் வேண்டுகோள்களை முன்வைக்கின்ற அக்கணத்தில் நீங்கள் வேலி அமைக்க முயற்சிக்கக்கூடாது. வேலிகள் வெகு முன்னதாகவே அமைக்கப்பட்டுவிட வேண்டும். எது எல்லை என்பதை நீங்கள் தெளிவாகவும் திட்டவட்டமாகவும் அறிவித்துவிட வேண்டும். அப்படிச் செய்தால், உங்களுடைய நேரத்தை வீணாக்க முயற்சிப்பவர்களுக்கும் எல்லை தாண்டிக் குதிக்க முயற்சிப்பவர்களுக்கும் உங்களால் கடிவாளம் போட்டுவிட முடியும். தங்களுடைய பிரச்சனைகளைத் தாங்களே தீர்த்துக் கொள்வதற்கு மக்களை நிர்ப்பந்திப்பது அவர்களுக்கும் நல்லது, உங்களுக்கும் நல்லது என்பதை நினைவில் வைத்துக் கொள்ளுங்கள்.

எல்லைகள் சுதந்திரத்திற்கான ஓர் ஆதாரம்

இதிலுள்ள உண்மையை, போக்குவரத்து அதிகமாக இருந்த ஒரு சாலைக்கு அருகேயிருந்த ஒரு பள்ளிக்கூடத்தின் கதை நேர்த்தியாக விளக்குகிறது. முதலில் அக்குழந்தைகள் அப்பள்ளியை ஒட்டியிருந்த ஒரு சிறிய மைதானத்தில் விளையாடிக் கொண்டிருந்தனர். அது சாலைக்கு அருகே இருந்ததால், பெரியவர்கள் எப்போதும் அக்குழந்தைகள்மீது ஒரு கண் வைத்திருக்க வேண்டியிருந்தது. பின்னர், யாரோ ஒருவர் அந்த மைதானத்தைச் சுற்றி ஒரு பாதுகாப்பு வேலியை அமைத்தார். இப்போது, அக்குழந்தைகளால் பயமின்றி

அந்த மைதானத்தில் விளையாட முடிந்தது. அதனால், அவர்களுடைய சுதந்திரம் இரட்டிப்பாயிற்று.

அதேபோல, நாம் நம்முடைய வாழ்வில் எல்லைகளை வகுத்துக் கொள்ளாமல் இருந்தால், பிறர் நமக்காக வகுத்துக் கொடுக்கின்ற ஒரு குறிப்பிட்ட எல்லைக்குள்ளாகவே நாம் இயங்க வேண்டியிருக்கும். நாம் தெளிவான எல்லைகளை வகுத்துக் கொண்டுவிட்டால், மொத்தச் சாத்தியக்கூறுகளையும் நம்மால் முயன்று பார்க்க முடியும்.

குறுக்கிடுபவர்களைக் கண்டுபிடியுங்கள்

நிறுவனங்களில் உயர் பதவிகளில் இருப்பவர்களிடம் அவர்களுடைய எல்லைக்கோடுகளை அவர்களால் சுட்டிக்காட்ட முடியுமா என்று நான் கேட்டபோது, அவர்களில் பெரும்பாலானோரால் அது முடியவில்லை. ஒரு சில எல்லைக்கோடுகளைத் தாங்கள் வகுத்திருந்ததாக மொட்டையாகத்தான் அவர்களால் கூற முடிந்தது, அவற்றைத் துல்லியமாக வார்த்தைகளில் வடிக்க அவர்களால் முடியவில்லை. நீங்கள் வகுத்துள்ள எல்லைக்கோடுகளை உங்களுக்கோ அல்லது பிறருக்கோ உங்களாலேயே தெளிவாகச் சொல்ல முடியவில்லை என்றால், அவற்றைப் பிறர் புரிந்து கொள்ள வேண்டும் என்றோ அல்லது அவர்கள் அவற்றை மதிக்க வேண்டும் என்றோ நீங்கள் எதிர்பார்ப்பது எப்படி எதார்த்தமானதாக இருக்க முடியும்?

நீங்கள் உங்களுடைய அத்தியாவசியவாதப் பாதையில் பயணிக்கின்றபோது அதற்கு இடைஞ்சலாக இருக்கின்ற நபர்களின் பட்டியல் ஒன்றைத் தயாரியுங்கள். அடுத்து, எந்தெந்த வேண்டுகோள்களால் நீங்கள் பாதிப்படைகிறீர்கள் என்பதைக் கண்டுபிடியுங்கள். தொடர்ந்து அப்படிப்பட்ட வேண்டுகோள்களை விடுக்கின்ற நபர்களைக் கட்டம் கட்டுங்கள். அந்த வேண்டுகோள்கள் எப்போதுமே உங்களுடைய அத்தியாவசியப் பாதையிலிருந்து உங்களைத் தடம்புரளச் செய்கின்ற அளவுக்குப் பெரிதாக இருக்க வேண்டும் என்று அவசியமில்லை. உங்களுக்கு எரிச்சலை உண்டுபண்ணுகின்ற காரியங்களையும் நீங்கள் கணக்கில் எடுத்துக் கொள்ளலாம். தேவையற்ற அழைப்புகளை விடுத்தல், நீங்கள் கேட்காமலேயே உங்களுக்கு 'வாய்ப்புகளை' வழங்க முன்வருதல், சிறு சிறு நன்மைகளை அடிக்கடி உங்களிடமிருந்து பெற முயற்சித்தல் போன்றவை அவற்றில் அடங்கும். உங்களுடைய மறைவான எல்லைக்கோடுகளை

வெளிச்சத்திற்குக் கொண்டுவருவதற்கான வேளை வந்துவிட்டதற்கான அறிகுறிகள் இவை.

சமூக ஒப்பந்தங்களை உருவாக்கிக் கொள்ளுங்கள்

ஒரு முறை நான் என்னுடைய அலுவலக சகா ஒருவருடன் ஒரு திட்டத்திற்காக இணைந்து வேலை செய்ய வேண்டியிருந்தது. அவர் எல்லாவற்றையும் எனக்கு நேரெதிராக அணுகுகின்ற மனப்போக்கைக் கொண்டிருந்தார். எங்களுக்கு இடையில் நன்றாக முட்டிக் கொள்ளும் என்று எங்களைச் சுற்றியிருந்தவர்கள் எதிர்பார்த்தனர். ஆனால், அப்படி எதுவும் நடைபெறவில்லை. எங்களுடைய பணி சுமூகமாகவே சென்றது. அதற்கு என்ன காரணம்? அத்திட்டம் தொடர்பாக நாங்கள் முதன்முதலாகச் சந்தித்தபோதே, அத்திட்டக் காலம் முழுவதற்கும் என்னுடைய முன்னுரிமைகள் என்னவாக இருக்கும் என்பதையும், கூடுதலாக நான் என்னென்ன வேலைகளைச் செய்வேன், என்னென்ன வேலைகளைச் செய்ய மாட்டேன் என்பதையும் நான் அவரிடம் மிகத் தெளிவாக எடுத்துரைத்தேன். நான் அவரையும் அவ்வாறு செய்யுமாறு கூறினேன்.

அதாவது, ஒருவிதமான ‘சமூக ஒப்பந்தம்’ ஒன்றை நாங்கள் எங்களுக்கிடையே ஏற்படுத்திக் கொண்டோம். இது ஜின்னுக்கும் அவருடைய மேலதிகாரிக்கும் இடையே நிலவிய ‘புரிதலைப்’ போன்ற ஒன்றல்ல. அத்திட்டத்தின் மூலம் நாங்கள் உண்மையிலேயே எதைச் சாதிக்க முயன்றோம் என்பதையும், பிறருடைய நேரத்தை வீணாக்காமல் இருப்பதற்கும், தேவையற்ற வேண்டுகோள்கள் மூலம் பரஸ்பரம் ஒருவரையொருவர் வருத்தப்பட வைக்காமல் இருப்பதற்கும், கவனச்சிதறல்களை ஏற்படுத்தாமல் இருப்பதற்கும் நாங்கள் வகுத்து கொள்ள வேண்டிய எல்லைகள் எவை என்பதையும் குறித்து நாங்கள் முதலிலேயே ஒப்புக் கொண்டிருந்தோம். அதன் விளைவாக, எங்கள் இருவராலுமே அத்திட்டத்தில் எங்களுடைய உச்சபட்சப் பங்களிப்பை வழங்க முடிந்தது, எங்களுக்கு இடையேயிருந்த கருத்து முரண்பாடுகளையும் மீறி எங்களால் ஒருவரையொருவர் அனுசரித்துப் போக முடிந்தது.

பழகப் பழக உங்களுடைய வரம்பெல்லைகளைப் பிறரிடம் செயல்படுத்துவது மேன்மேலும் எளிதாகிக் கொண்டே இருக்கும்.

செயலாக்கம்

முக்கியமானவற்றைச் சிரமமின்றிச் செய்தல்

ஒரு விஷயத்தின் செயலாக்கம் பற்றிச் சிந்திக்க இரண்டு வழிகள் இருக்கின்றன.

அத்தியாவசியவாதியாக இல்லாதிருப்பவர்கள், செயலாக்கத்தைத் திணிக்கின்ற போக்கைக் கொண்டிருப்பர். அத்தியாவசியவாதிகளோ, அத்தியாவசியமற்ற விஷயங்களை ஒதுக்கித் தள்ளுவதன் மூலம் தங்களுக்குக் கிடைக்கின்ற நேரத்தை, செயலாக்கத்தைச் சிரமமின்றிச் செய்வதற்கு ஓர் அமைப்புமுறையை உருவாக்குவதற்குச் செலவிடுவர்.

ஒன்றாம் அத்தியாயத்தில், நம்முடைய வாழ்க்கை என்பது எப்படி அளவுக்கதிகமான பொருட்களால் நிரம்பி வழிகின்ற ஓர் ஆடை அலமாரியை ஒத்திருக்கிறது என்று நாம் பார்த்தோம். மேலும், அதை நிர்வகிக்க ஓர் அத்தியாவசியவாதி எத்தகைய அணுகுமுறையைத் தேர்ந்தெடுப்பார் என்பதையும் நாம் பார்த்தோம். சீராக்கப்பட்ட ஓர் அலமாரியைத் தொடர்ந்து அப்படியே வைத்திருப்பதற்கு நீங்கள் ஒரு வழக்கத்தை ஏற்படுத்திக் கொள்ள வேண்டும் என்பதையும் நாம் பார்த்தோம். தூக்கியெறிவதற்கானவற்றைப் போட்டு வைக்க ஒரு பெரிய பையையும், பயன்படுத்துவதற்கானவற்றுக்கு ஒரு சிறிய பையையும் வைத்திருக்க வேண்டும். தூக்கியெறிவதற்கென்று நீங்கள் பிரித்து வைத்துள்ளவற்றை எங்குக் கொண்டு சேர்க்க வேண்டும் என்பதையும், எந்த நேரத்தில் அதை நீங்கள் செய்யப் போகிறீர்கள் என்பதையும் நீங்கள் தீர்மானித்திருக்க வேண்டும்.

வேறு வார்த்தைகளில் கூற வேண்டுமென்றால், எந்தெந்த நடவடிக்கைகளை நீங்கள் உங்களுடைய வாழ்க்கையில் தொடர்ந்து வைத்திருக்க வேண்டும்

என்று நீங்கள் தீர்மானித்தப் பிறகு, அவற்றைச் செயல்படுத்துவதற்கு நீங்கள் ஓர் அமைப்புமுறையை உருவாக்க வேண்டும். மீண்டும் உங்களுடைய அலமாரி நிறைந்து வழிவதற்காக நீங்கள் காத்துக் கொண்டிருக்கக்கூடாது. முதலிலேயே நீங்கள் அதற்கு ஒரு வழிமுறையை உருவாக்கிக் கொள்ள வேண்டும்.

எளிதான காரியங்களைச் செய்ய விரும்புவது மனித இயல்பு. இந்த நான்காவது பகுதியில், அத்தியாவசியமான விஷயங்களை, எந்த அளவுக்கு எளிதாகவும் உராய்வுகளற்ற முறையிலும் செய்ய முடியுமோ அந்த அளவுக்குச் சிறப்பாகச் செயல்படுத்துவது எப்படி என்பதை நீங்கள் கற்றுக் கொள்வீர்கள்.

அத்தியாயம் 15

இடையகம்

நியாயமற்ற அனுகூலம்

"ஒரு மரத்தை அறுப்பதற்கு எனக்கு ஆறு மணிநேரம் கொடுக்கப்பட்டால், அதில் முதல் நான்கு மணிநேரத்தை என்னுடைய இரம்பத்தைக் கூர்தீட்டுவதில் நான் செலவிடுவேன்."

- ஆபிரகாம் லிங்கன்

எகிப்தில் தலைவிரித்தாடிய கொடூரமான பஞ்சத்திலிருந்து அந்நாட்டைக் காப்பாற்றிய ஜோசப்பைப் பற்றிய ஒரு கதை ஹீப்ரு பைபிளில் வருகிறது. எகிப்தியப் பேரரசர் ஒரு கனவு கண்டார். அதை அவரால் புரிந்து கொள்ள முடியவில்லை. அதனால், அவர் தன் அமைச்சர்களிடம் அதற்கான விளக்கத்தைக் கேட்டார். அவர்கள் எவராலும் அதற்கான விளக்கத்தை அளிக்க முடியவில்லை. அந்த அமைச்சர்களில் ஒருவருக்கு ஜோசப்பின் நினைவு வந்தது. கனவுகளுக்கு அர்த்தம் சொல்வதில் சிறந்தவர் என்று பெயரெடுத்திருந்தவர் அவர். ஆனால், ஜோசப் அப்போது சிறையில் அடைக்கப்பட்டிருந்தார். அதனால் அவர் சிறையிலிருந்து அழைத்து வரப்பட்டார்.

தான் கண்ட கனவில், பேரரசர் ஓர் ஆற்றின் கரையோரம் நின்று கொண்டிருக்கிறார். அப்போது, ஏழு கொழுத்தப் பசுக்கள் அந்த ஆற்று நீரிலிருந்து கரையேறி அங்கிருந்த புல்லை மேய்கின்றன. அதைத் தொடர்ந்து மேலும் ஏழு பசுக்கள் அந்த நீரிலிருந்து வெளியேறுகின்றன. ஆனால், அவை நலிந்தும்

மெலிந்தும் இருக்கின்றன. இந்த மெலிந்த பசுக்கள், கொழுத்தப் பசுக்களைத் தின்றுவிடுகின்றன. இந்தக் கனவைக் கேட்ட ஜோசப் அதற்கு இவ்வாறு விளக்கமளித்தார்: “எகிப்தில் முதலில் ஏழு ஆண்டுகள் செழிப்பு நிறைந்திருக்கும். அதைத் தொடர்ந்து ஏழு ஆண்டுகள் கடும் பஞ்சம் தலைவிரித்தாடும்.” பின் அந்தப் பஞ்சத்தை எதிர்கொள்வதற்கான ஒரு வழியையும் அவர் கூறினார். பேரரசர், ஒவ்வோர் ஆண்டும், அந்த ஆண்டின் விளைச்சலில் ஐந்தில் ஒரு பகுதியைத் தனியாக எடுத்துச் சேமித்து வைத்துவிட வேண்டும் என்றும், அடுத்து வரவிருந்த ஏழு ஆண்டுகாலப் பஞ்சத்தை அந்தச் சேமிப்பைக் கொண்டு சுலபமாகச் சமாளித்துவிடலாம் என்றும் அவர் அறிவுறுத்தினார். இதற்குப் பொறுப்பாக அறிவார்ந்த ஒருவரைப் பேரரசர் நியமிக்க வேண்டும் என்றும் அவர் பரிந்துரைத்தார். அப்பேரரசர், ஜோசப்பையே அந்தப் பொறுப்பில் நியமித்தார். அதன்படி, ஜோசப், பேரரசருக்கு அடுத்த அதிகாரமிக்க நிலையில் இருந்தார். அவர் தன்னுடைய திட்டத்தைக் கச்சிதமாக நிறைவேற்றினார். ஏழு ஆண்டுகாலப் பஞ்சம் வந்தபோது எகிப்து அதற்குத் தயாராக இருந்ததால், எண்ணற்ற மக்கள் காப்பாற்றப்பட்டனர். அத்தியாவசியவாதிகள் திட்டங்களைச் சிரமமின்றிச் செயல்படுத்துவதற்கு மேற்கொள்கின்ற தலையாய ஆற்றல்மிக்க நடவடிக்கை இந்த எளிய கதையில் நமக்குச் சுட்டிக்காட்டப்படுகிறது.

அடுத்து என்ன நடக்கும் என்று ஊகித்தறிய முடியாத ஓர் உலகில் நாம் வாழ்ந்து கொண்டிருக்கிறோம் என்பதுதான் எதார்த்தமான உண்மை. எப்போதாவது வருகின்ற பஞ்சம் போன்ற அதிதீவிரமான இயற்கைப் பேரழிவுகளை விட்டுவிட்டுப் பார்த்தாலும், நாம் ஏராளமான எதிர்பாராத விஷயங்களைத் தொடர்ந்து எதிர்கொண்டு வருகிறோம். நாம் பயணிக்கவிருக்கின்ற விமானம் தாமதமாகுமா அல்லது இரத்து செய்யப்படுமா என்று நமக்குத் தெரியாது. நாளை நாம் ஒரு சாலையில் நடந்து செல்கின்றபோது, ஏதோ தடுக்கிக் கீழே விழுந்து நம் மணிக்கட்டை உடைத்துக் கொள்ளக்கூடும். அதேபோல, வேலையிடத்தில் கச்சாப் பொருட்களை வழங்குகின்ற நபர் அவற்றைத் தாமதமாக வழங்கக்கூடும்; சக ஊழியர் நம்முடைய காலை வாரிவிடக்கூடும்; வழக்கமான வாடிக்கையாளர் கடைசி நேரத்தில் தன் மனத்தை மாற்றிக் கொள்ளக்கூடும். எதிர்பாராத விஷயங்களை நாம் எதிர்கொள்வோம் என்பதுதான் இங்கு உறுதியான விஷயம். அதனால், ஒன்று, நாம் அது நிகழ்வதற்காகக் காத்துக்

கொண்டிருந்துவிட்டு, பிறகு அதற்கு எதிர்வினையாற்றலாம். அல்லது, அதை எதிர்கொள்ள முதலிலேயே நம்மைத் தயார்படுத்திக் கொள்ளலாம். அதாவது, நாம் ஓர் இடையகத்தை உருவாக்கிக் கொள்ளலாம்.

இரண்டு விஷயங்கள் ஒன்றோடொன்று மோதி, ஒன்றுக்கொன்று தீங்கு விளைவிப்பதைத் தடுக்கின்ற ஓர் அம்சம்தான் அந்த இடையகம். பாதுகாக்கப்பட்டச் சுற்றுச்சூழல் பகுதி ஒன்றைச் சுற்றி ஓர் இடையகப் பகுதி இருக்கும். அது, அந்தப் பாதுகாக்கப்பட்டப் பகுதிக்கும், அதை ஊடுருவக்கூடிய அச்சுறுத்தல்களுக்கும் இடையே கூடுதல் இடைவெளியை உருவாக்குவதற்குப் பயன்படுத்தப்படுகிறது. அது அந்தப் பாதுகாக்கப்பட்டப் பகுதிக்கு ஒரு கூடுதல் பாதுகாப்பு அரண்போலச் செயல்படுகிறது.

ஒரு முறை, இடையகம் என்ற கருத்தாக்கத்தை நான் என் குழந்தைகளுக்கு விளக்க முயன்று கொண்டிருந்தேன். அப்போது நாங்கள் ஒரு காரில் பயணித்துக் கொண்டிருந்தோம். அக்கருத்தை ஒரு விளையாட்டின் வடிவில் விளக்க நான் தீர்மானித்தேன். நான் அவர்களிடம், "மூன்று மைல்களுக்கு அப்பால் இருக்கின்ற, நாம் சென்றடைய வேண்டிய இடத்தை, நம்முடைய காரை எங்கும் நிறுத்தாமல் நாம் அடைய வேண்டும்," என்று கூறினேன். குழந்தைகள் அதில் பொதிந்திருந்த சவாலை உடனே அடையாளம் கண்டுகொண்டனர். எங்களுக்கு முன்னாலும் எங்களைச் சுற்றிலும் நடக்கவிருந்த விஷயங்களை எங்களால் முன்கூட்டியே கணிக்க முடியவில்லை. போக்குவரத்துச் சந்திப்புகளில் பச்சை விளக்கு எவ்வளவு நேரம் நீடிக்கும் என்பதோ, அல்லது எங்களுக்கு முன்னால் சென்று கொண்டிருந்த வாகனம் திடுதிடுப்பென்று இடப்புறமோ அல்லது வலப்புறமோ திரும்பி பிரேக் போட்டு நின்றுவிடுமோ என்பதோ எங்களுக்குத் தெரியவில்லை. எங்களுடைய இரண்டு வாகனங்களும் மோதிக் கொள்வதைத் தவிர்ப்பதற்கு எங்களுக்கு இருந்த ஒரே வழி, எங்கள் வாகனத்திற்கும் எங்களுக்கு முன்னால் சென்று கொண்டிருந்த வாகனத்திற்கும் இடையே கூடுதல் இடைவெளியை உருவாக்கிக் கொள்வதுதான். நாங்கள் அவ்வாறே செய்தோம். அந்தக் கூடுதல் இடைவெளி ஓர் இடையகமாகச் செயல்பட்டது. மற்றக் கார்கள் திடீரென்று தாறுமாறாக நடந்து கொண்டால் அச்சூழ்நிலைக்கு ஏற்ப எங்களைத் தகவமைத்துக் கொள்வதற்கும் நிதானமாகச் செயல்விடை அளிப்பதற்குமான நேரத்தை அது எங்களுக்குக் கொடுத்தது. இதனால் நாங்கள் எங்கும் நிற்காமல்

எங்களுடைய இடத்திற்குப் போய்ச் சேர்ந்துவிட்டோம்.

இதுபோலவே, நம்முடைய தனிப்பட்ட வாழ்க்கையிலும் தொழில்வாழ்க்கையிலும் நாம் அத்தியாவசியமாகக் கருதுகின்ற விஷயங்களைச் செயல்படுத்த முயல்கின்றபோது உண்டாகக்கூடிய உராய்வுகளைத் தடுக்க இதுபோன்ற ஓர் இடையகத்தை நாம் உருவாக்கிக் கொள்ளலாம்.

எங்களுடைய கார் விளையாட்டின்போது, நான் என் குழந்தைகளுடன் பேசிக் கொண்டிருந்தபோது. என்னுடைய கவனச்சிதறல் காரணமாக நான் இடையகப் பகுதியை மறந்துவிட்டு, முன்னால் சென்று கொண்டிருந்த வாகனத்திற்கு மிக நெருக்கமாகச் சென்றதை அவர்கள் கவனித்தனர். அப்படி நேர்ந்தபோதெல்லாம், நான் என் பிரேக்கை வேகமாக அழுத்தி என் காரின் வேகத்தைக் குறைக்க வேண்டியிருந்தது. நம் வாழ்க்கையிலும் நாம் நம்முடைய இடையகத்தை மறக்கின்றபோது இது நிகழக்கூடும். நாம் ஒரு காரியத்தில் ஈடுபட்டிருக்கின்றபோது, கவனச்சிதறல் காரணமாக அது தாமதமாகி, அதைச் சமர்ப்பிக்க வேண்டிய காலக்கெடு திடீரென்று வந்துவிட்டுள்ளதை நாம் எதிர்கொண்டிருக்கலாம்.

உங்களுடைய தொழில்வாழ்க்கையில் நீங்கள் சந்திப்புக்கூட்டங்களில் கலந்து கொள்கின்றபோது, விளக்கவுரைகள் நிகழ்த்துகின்றபோது, அல்லது கருத்தரங்குகளில் கலந்து கொள்கின்றபோது, இது எவ்வளவு அடிக்கடி நிகழ்கிறது என்று அவதானியுங்கள். விளக்கவுரைகளை நிகழ்த்திக் கொண்டிருப்பவர் அளவுக்கதிகமான விளக்கப்படங்களைத் திரையில் போட்டு விளக்க முயற்சிப்பதை நீங்கள் பார்த்திருக்கலாம். அதேபோல, சில கருத்தரங்குகளில், அதை நடத்திக் கொண்டிருக்கின்ற நபர், அடுத்தத் தலைப்புக்குச் செல்ல வேண்டும் என்பதால், தான் பேசிக் கொண்டிருக்கின்ற அர்த்தமுள்ள ஒரு விஷயத்தை அப்படியே நிறுத்திவிடுவதையும் நீங்கள் கவனித்திருக்கலாம். இது போன்றவற்றை நான் ஏராளமாகப் பார்த்திருக்கிறேன். ஒரு முறை, கருத்தரங்கு நடத்துபவர் ஒருவரோடு இணைந்து நான் பணியாற்றிக் கொண்டிருந்தேன். அவர் ஒரு நான்கு மணிநேரக் கருத்தரங்கிற்குத் திட்டமிட்டுக் கொண்டிருந்தார். பொதுவாக இதுபோன்ற கருத்தரங்குகளில், அவற்றின் முடிவில், பார்வையாளர்கள் தங்களுடைய சந்தேகங்களைத் தீர்த்துக் கொள்வதற்காகப் பத்து நிமிடங்கள் ஒதுக்கப்படும். ஆனால், அவர் அதற்கு ஒரு மணிநேரம் ஒதுக்க விரும்பினார். "திடீரென்று எதிர்பாராத விதமாகச் சில விஷயங்கள் நீளக்கூடும், புதிதாகச் சில விஷயங்களை நான்

கூறக்கூடும்," என்று அவர் குறிப்பிட்டார். அதை ஏற்பாடு செய்திருந்தவர்கள் அதற்கு ஒப்புக் கொள்ளவில்லை. பத்து நிமிடங்கள் போதும் என்று அவர்கள் சொல்லிவிட்டனர். ஆனால், குறிப்பிட்ட நேரத்தில் அவரால் அந்தக் கருத்தரங்கை முடிக்க முடியவில்லை. அதனால், பார்வையாளர்கள் தங்களுடைய சந்தேகங்களைத் தெளிவுபடுத்திக் கொள்ளவும் முடியாமல் போனது. அதனால், அடுத்த முறையிலிருந்து, அக்கருத்தரங்கை நடத்தியவர் கேட்டுக் கொண்டபடி, கருத்தரங்கின் முடிவில் ஒரு மணிநேரம் ஒதுக்கப்பட்டது. அதனால், அதை நடத்தியவரும் நிதானமாக அதை நடத்த முடிந்தது, பார்வையாளர்களும் தங்களுடைய சந்தேகங்களைப் போக்கிக் கொள்ள முடிந்தது.

இதே போன்ற ஒரு படிப்பினையை, எனக்குத் தெரிந்த பெண்மணி ஒருவர் தன் குழந்தைகளுடன் ஒரு சுற்றுலா செல்வதற்குத் தயாராகிக் கொண்டிருந்தபோது கற்றுக் கொண்டார். பொதுவாக, விடுமுறையில் செல்வதற்கு முந்தைய நாள் இரவில்தான் அவர் தனக்குத் தேவையான பொருட்களைப் பெட்டியில் எடுத்து வைக்கத் துவங்குவார். இதனால், அன்றிரவு அவர் வெகுநேரம் கண்விழிக்க நேரிடும்; அவசர அவசரமாக எல்லாவற்றையும் செய்வதால், சில நேரங்களில் முக்கியமானவற்றை அவர் மறந்து போக நேரிடும்; அவர் எரிச்சலும் கோபமும் அடைய நேரிடும்; தாமதமாகக் கிளம்ப நேரிடும்; அதன் விளைவாகக் காரில் வேகமாகப் பயணிக்க வேண்டியிருக்கும். அதனால், இம்முறை, தன்னுடைய சுற்றுலாவுக்கு எடுத்துச் செல்ல வேண்டிய அனைத்தையும் ஒரு வாரத்திற்கு முன்பே அவர் எடுத்து வைக்கத் துவங்கினார். பயண நாளுக்கு முந்தைய நாள் இரவிலேயே அவர் தன்னுடைய பயணப் பெட்டிகளையும் பிறவற்றையும் தன் காருக்குள் வைத்துவிட்டார். அதனால், அன்றிரவு அவரால் நன்றாகத் தூங்க முடிந்தது, காலையில் சரியான நேரத்திற்குக் கிளம்ப முடிந்தது, நிதானமாகக் காரை ஓட்டிச் செல்லவும் முடிந்தது.

அத்தியாவசியவாதிகளாக இல்லாதவர்கள் எப்போதுமே எல்லாம் சிறப்பாகச் சென்று கொண்டிருக்கும் என்ற ஊகத்தின் அடிப்படையில் காரியங்களை மேற்கொள்வர். ஒரு விஷயத்திற்கு எவ்வளவு நேரம் தேவைப்படும் என்பதைப் பொதுவாகக் குறைத்து மதிப்பிடும் பழக்கம் நம்மில் பலருக்கும் இருக்கிறது. "இதற்கு வெறும் ஐந்து நிமிடங்கள்தாம் ஆகும்," என்றோ, "நீங்கள் கொடுத்துள்ள வேலையை நான் வெள்ளிக்கிழமைக்குள் முடித்துக் கொடுத்துவிடுகிறேன்,"

என்றோ, அல்லது "மிகச் சிறந்த ஒரு நூலை எழுத எனக்கு ஓராண்டு போதும்," என்றோ நாம் முழங்குவோம். ஆனால், நடைமுறையில் அவற்றைச் செய்து முடிப்பதற்கு நாம் கூறியிருந்ததைவிடக் கூடுதல் காலம் ஆகும். எதிர்பாராத ஏதாவது ஒன்று திடீரென்று முளைக்கக்கூடும். அல்லது, முதலில் கணித்திருந்ததைவிட அதற்குக் கூடுதல் வளங்களும் ஆட்களும் தேவைப்படக்கூடும். அல்லது, முதலில் மேற்கொள்ளப்பட்டிருந்த கணிப்பு அளவுக்கதிகமான நன்னம்பிக்கையுடன் மேற்கொள்ளப்பட்டிருந்திருக்கலாம். இப்படி நேர்கின்றபோது, விளைவுகள் அதனால் பாதிப்படைகின்றன. அதனால் அவர்கள் ஒரு நாள் இரவு முழுவதும் வேலை செய்ய வேண்டியிருக்கலாம். அல்லது தரத்தைக் குறைத்துக் கொள்ள வேண்டியிருக்கலாம். இன்னும் மோசமாக, அது செய்து முடிக்கப்படாமல்கூடப் போகலாம்.

ஆனால் அத்தியாவசியவாதிகளின் வழி வித்தியாசமானது. ஓர் அத்தியாவசியவாதி முன்னோக்கிப் பார்க்கிறார், திட்டமிடுகிறார், எதிர்பாராத நிகழ்வுகளை எதிர்பார்த்து அதற்கு ஏற்றாற்போல முதலிலேயே திட்டமிட்டுக் கொள்கிறார், இடையகப் பகுதி ஒன்றை உருவாக்கிக் கொள்கிறார். அதன் மூலம், எதிர்பாராதவற்றைச் சமாளிக்க அவர் தனக்குச் சிறிதளவு இடத்தை ஒதுக்கிக் கொள்கிறார்.

அத்தியாவசியவாதி அல்லாதவர்	அத்தியாவசியவாதி
எப்போதுமே எல்லாம் சிறப்பாகச் சென்று கொண்டிருக்கும் என்ற ஊகித்துக் கொள்கிறார்.	எதிர்பாராத நிகழ்வுகளை எதிர்பார்த்து இடையகப் பகுதி ஒன்றை உருவாக்கிக் கொள்கிறார்.
கடைசித் தருணத்தில் செயல்நடவடிக்கைகளில் ஈடுபடுகிறார்.	வெகு முன்னதாகவே முன்தயாரிப்பில் தீவிரமாக இறங்கிவிடுகிறார்.

அதிர்ஷ்டவசமாகப் பெரும் பணம் கிடைத்தால், அத்தியாவசியவாதியாக இல்லாதிருப்பவர், அப்பணம் பின்னொரு காலத்தில் உதவும் என்று அதைச் சேமித்து

வைக்காமல் உடனே அதைக் காலி செய்துவிடுகிறார். பெட்ரோலைக் கண்டுபிடிப்பதில் நாடுகள் இந்தப் போக்கைத்தான் கடைபிடித்தன. எடுத்துக்காட்டாக, 1980களில் பிரிட்டனின் வடக்குக் கடல் பகுதியில் எதிர்பாராத விதமாகக் கச்சா எண்ணெய் பெருமளவுக்குக் கிடைத்தது. அதன் விளைவாக, அடுத்தப் பத்து ஆண்டுகளில் சுமார் 250 பில்லியன் டாலர்கள் பணம் அவர்களுக்குக் கிடைத்தது. இந்தப் பணம் எப்படிப் பயன்படுத்தப்பட்டிருக்க வேண்டும் என்பது குறித்து ஏகப்பட்ட வாதப் பிரதிவாதங்களை நிகழ்த்த முடியும். ஆனால், ஒரு விஷயத்தை மறக்க முடியாது. அப்பணம் செலவழிக்கப்பட்டுவிட்டது என்ற எதார்த்தம்தான் அது. வருங்காலத்தில் நிகழ்வதற்குச் சாத்தியமிருந்த சில விஷயங்களுக்கு அப்பணத்தைப் பத்திரப்படுத்தி வைப்பதற்குப் பதிலாக, பிரிட்டிஷ் அரசு, அதைப் பல்வேறு காரியங்களுக்காகச் செலவழித்துவிட்டது. இப்போது அக்காலகட்டத்தைத் திரும்பிப் பார்க்கின்றபோது, அதைத் தொடர்ந்து வந்த பணவாட்டம் நினைவுக்கு வருகிறது.

அத்தியாவசியவாதியாக இருப்பது என்பது, நேரம் நன்றாக இருக்கும்போதே மோசமான காலத்திற்காக ஓர் இடையகத்தை உருவாக்கிக் கொள்வதாகும். பெட்ரோலியம் கண்டுபிடிக்கப்பட்டதால் நார்வேயும் பிரம்மாண்டமான விதத்தில் பயனடைந்தது. ஆனால், பிரிட்டனைப்போல அல்லாமல், நார்வே, தனக்குத் திடீரென்று கிடைத்த அதிர்ஷ்டப் பணத்தில் ஒரு பெரும் பகுதியை வருங்காலத்திற்காக ஒதுக்கி வைத்தது. அந்தப் பணம் வட்டியும் முதலுமாகப் பெருகி இன்று 720 பில்லியன் டாலர்களாக வானுயர்ந்து நிற்கிறது. இதுபோன்ற நிதிகளிலேயே இதுதான் உலகிலேயே மிகப் பெரியது.

இந்நாட்களில் நம்முடைய வாழ்க்கையின் வேகம் மேன்மேலும் அதிகரித்துக் கொண்டே இருக்கிறது. அதாவது, நாம் நம்முடைய காரை முன்னாலுள்ள காரிலிருந்து ஓர் அங்குல இடைவெளியில் மணிக்கு நூறு மைல் வேகத்தில் ஓட்டிக் கொண்டிருப்பதைப் போன்றது இது. முன்னால் சென்று கொண்டிருக்கின்ற காரின் ஓட்டுநர் திடீரென்று தன் காரைத் திருப்பினாலோ, அல்லது திடீரென்று தன் வேகத்தைக் குறைத்தாலோ, நாம் நம்முடைய காரை அதன்மீது இடித்துவிடுவோம். இங்குத் தவறுகளுக்கு இடமே கிடையாது. அதன் விளைவாக, செயலாக்கம் எப்போதும் மனஅழுத்தம் ஏற்படுத்துகின்ற, விரக்தி அளிக்கின்ற, வலுக்கட்டாயமாக நம்மீது திணிக்கப்படுகின்ற ஒன்றாகவே இருந்து வரும்.

உங்களுடைய தொழில்வாழ்க்கையிலும் தனிப்பட்ட வாழ்க்கையிலும் உங்களுக்குப் பித்துப் பிடிக்காமல் இருப்பதற்கு ஓர் இடையகத்தை உருவாக்கிக் கொள்வதற்கான சில உத்திகள் இதோ:

தீவிரமான முன்தயாரிப்புகளை மேற்கொள்ளுங்கள்

நான் ஸ்டேன்ஃபோர்டு பல்கலைக்கழகத்தில் பட்டப்படிப்பு படித்துக் கொண்டிருந்தபோது, சிறந்த மதிப்பெண்களைப் பெறுவதற்குத் தீவிரமான முன்தயாரிப்புகள் தேவை என்பதைத் தெரிந்து கொண்டேன். ஒரு செமஸ்டருக்கான பாடத்திட்டம் கொடுக்கப்பட்ட மறுநிமிடம், நான் அந்த செமஸ்டருக்கான கால அட்டவணையை உருவாக்கிக் கொள்வேன். வகுப்பு தொடங்குவதற்கு முன்பாகவே, அந்த செமஸ்டரில் இடம் பெறவிருக்கின்ற பெரிய திட்டங்களில் நான் ஈடுபடத் துவங்கிவிடுவேன். அந்தச் சிறிய முதலீடு என்னுடைய மனஅழுத்தத்தைக் கணிசமாகக் குறைத்துவிடும். ஏனெனில், நான் சமர்ப்பிக்க வேண்டியிருக்கும் சிறப்புத் திட்டங்களைச் செய்து முடிப்பதற்கு எனக்கு ஏகப்பட்ட நேரம் இருக்கும். திடீரென்று என் வேலைப்பளு அதிகரித்தால்கூட அதை என்னால் சமாளித்துவிட முடியும். அல்லது, ஏதோ ஓர் அவசர வேலையாக நான் என் வீட்டுக்குச் செல்ல வேண்டியிருந்தால்கூட அதையும் என்னால் சமாளித்துவிட முடியும்.

பிரம்மாண்டமான விதத்தில் மேற்கொள்ளப்படுகின்ற தீவிரமான முன்தயாரிப்பின் மகிமையை, பூமியின் தென் துருவத்தை யார் முதலில் அடைவது என்று ரோல்ட் அமுன்ட்செனும் ராபர்ட் ஃபால்கன் ஸ்காட்டும் ஈடுபட்டிருந்த போட்டியின் முடிவிலிருந்து தெரிந்து கொள்ளலாம். இரண்டு ஜாம்பவான்களும் ஒரே இலக்கைக் கொண்டிருந்தபோதிலும், இருவரின் அணுகுமுறைகளும் முற்றிலும் வேறுபட்டு இருந்தன. எவையெல்லாம் தவறாகப் போக வாய்ப்பிருந்ததோ அவற்றையெல்லாம் எப்படிக் கையாள்வது என்பது குறித்து அமுன்ட்சென் முன்கூட்டியே திட்டமிட்டிருந்தார். ஆனால், எல்லாம் சிறப்பாகச் செல்லும் என்று எதிர்பார்த்து ஸ்காட் அதற்காகத் தன்னைத் தயார்படுத்திக் கொண்டிருந்தார். ஸ்காட் அந்தப் பயணத்திற்கு ஒரே ஒரு வெப்பமானியை மட்டும் எடுத்துச் சென்றிருந்தார். அது உடைந்து போனபோது, அவர் கடும் சீற்றம் அடைந்தார். அமுன்ட்சென் நான்கு

வெப்பமானிகளை எடுத்துச் சென்றிருந்தார். ஸ்காட், 17 பேர் அடங்கிய தன் குழுவிற்கு ஒரு டன் உணவை எடுத்துச் சென்றிருந்தார். அமுன்ட்சென் மூன்று டன்கள் எடுத்துச் சென்றிருந்தார். திரும்பி வரும்போது பயன்படுத்திக் கொள்வதற்காக ஸ்காட் உணவுப் பொருட்களை ஓரிடத்தில் பதுக்கி வைத்துவிட்டு, அதற்கு அடையாளமாக ஒரு கொடியை நட்டு வைத்தார். அமுன்ட்சென் இருபது அடையாளங்களைப் பல மைல் இடைவெளியில் வைத்தார். அமுன்ட்சென் தன் பயணத்திற்காகச் சிறப்பான முன்தயாரிப்புகளை மேற்கொண்டிருந்தார். ஸ்காட் குறைந்தபட்சத் தேவைகளை மட்டுமே நிறைவேற்றியிருந்தார்.

அமுன்ட்சென் வேண்டுமென்றே ஏராளமான உபரி நாட்களைத் திட்டத்தில் சேர்த்திருந்தார். ஸ்காட், சந்தர்ப்பம் தனக்குச் சாதகமாக இருக்கும் என்று நம்பிக் கொண்டிருந்தார். ஸ்காட்டின் குழுவினர் அதீதக் களைப்பாலும் பசியாலும் பனிக்காயங்களாலும் அவதிப்பட்டனர். ஒப்பீட்டு நோக்கில், அமுன்ட்செனின் பயணத்தில் பிரச்சனைகள் குறைவாக இருந்தன. அமுன்ட்சென் தன் பயணத்தை வெற்றிகரமாக முடித்தார். துரதிர்ஷ்டவசமாக, ஸ்காட்டும் அவருடைய குழுவினர் அனைவரும் இறந்துவிட்டனர்.

நம்முடைய தொழில்வாழ்க்கையிலும் தீவிரமான முன்தயாரிப்பு நமக்கு வெகுவாகக் கைகொடுக்கும் என்பது உண்மைதான். கடினமான சூழல்களை எதிர்கொள்கின்றபோது சில நிறுவனங்கள் தோற்றுப் போகின்றபோது, ஏன் வேறு சில நிறுவனங்கள் கொழிக்கின்றன என்பதை விளக்குவதற்கு, நூலாசிரியர்கள் ஜிம் காலின்ஸும் மேர்ட்டன் ஹான்சனும், மேலே குறிப்பிடப்பட்டுள்ள அமுன்ட்சென்-ஸ்காட் எடுத்துக்காட்டைத்தான் பயன்படுத்தியிருந்தனர். 20,400 நிறுவனங்களிலிருந்து, பிரம்மாண்டமான வெற்றி அடைந்திருந்த 7 நிறுவனங்களை அவர்கள் தேர்ந்தெடுத்தனர். அந்த நிறுவனங்களின் அளவுக்கு வெற்றி பெற்றிருக்காத நிறுவனங்களோடு ஒப்பிடுகையில், அவற்றுக்கும் எதிர்காலத்தைத் துல்லியமாகக் கணிப்பதற்கான சிறப்புத் திறன் எதுவும் இருக்கவில்லை. இன்னும் சொல்லப் போனால், தங்களால் எதிர்காலத்தைக் கணிக்க முடியாது என்பதை அவர்கள் ஒப்புக் கொண்டிருந்தனர். அதனாலேயே அவற்றை எதிர்கொள்வதற்கு அவர்கள் தீவிரமான முன்தயாரிப்புகளில் ஈடுபட்டனர்.

உங்களுடைய நேரக் கணிப்போடு 50 சதவீதத்தைக் கூட்டிக் கொள்ளுங்கள்

என் நண்பர் ஒருவர், அவருடைய வீட்டுக்கு அருகில் இருந்த ஒரு கடைக்கு ஐந்து நிமிடங்களில் சென்றுவிட முடியும் என்று எப்போதும் நம்பினார். ஏனெனில், ஒரு முறை அவர் அப்படிச் செய்திருந்தார். அதற்குப் பத்திலிருந்து பதினைந்து நிமிடங்கள்வரை ஆகும் என்பதுதான் உண்மை. மேலோட்டமாகப் பார்த்தால் அதை ஒரு பெரிய பிரச்சனையாகக் கருத வேண்டியதில்லை. துரதிர்ஷ்டவசமாக, வாழ்க்கையில் அவருடைய பெரும்பாலான கணிப்புகள் இப்படித்தான் இருக்கின்றன. அதன் விளைவாக அவர் எப்போதும் தாமதமாகவே எல்லா இடங்களுக்கும் செல்கிறார். அதனால் அவர் எப்போதும் மனஅழுத்தத்தாலும் குற்றவுணர்வாலும் அவதிப்படுகிறார். அவர் இந்தச் சிக்கலான வட்டத்திற்குள் பல ஆண்டுகளாக மாட்டிக் கொண்டுள்ளதால், தான் எப்போதும் மனஅழுத்தத்துடனேயே வாழ்ந்து கொண்டிருக்கிறோம் என்ற பிரக்ஞைகூட அவருக்கு இப்போது இல்லை. ஆனாலும், தன்னால் பக்கத்துக் கடைக்கு ஐந்து நிமிடங்களில் சென்றுவிட முடியும் என்றோ, அலைபேசியில் மேற்கொள்ளப்படும் கூட்டு அழைப்பை ஓர் அரை மணிநேரத்தில் முடித்துவிட முடியும் என்றோ, அல்லது ஒரு முக்கியமான அறிக்கையை ஒரு வாரத்தில் தயாரித்துவிட முடியும் என்றோ அவர் தொடர்ந்து நம்பிக் கொண்டிருக்கிறார். ஆனால் அதற்கு அவர் கொடுக்கின்ற விலையும் சரி, அவரைச் சுற்றியுள்ளவர்கள் கொடுக்கின்ற விலையும் சரி, மிக மிக அதிகம். இவற்றுக்கு இடையகங்களை உருவாக்கிக் கொண்டாலே வாழ்க்கையில் அவருக்கு நிம்மதி கிடைக்கும்.

ஒரு வேலை எவ்வளவு நேரத்தில் முடியும் என்பதை நீங்கள் எப்போதாவது குறைத்து மதிப்பிட்டுள்ளீர்களா? அப்படிச் செய்திருந்தால், இதில் நீங்கள் மட்டும் தனியாக இல்லை என்பதை அறிந்து கொள்ளுங்கள். இது 'திட்டமிடுதலின் மயக்க வழு' என்று அழைக்கப்படுகிறது. 1979 இல் டேனியல் கானமேன் இச்சொற்றொடரை முதன்முதலாக உருவாக்கினார். மக்கள் ஒரு குறிப்பிட்ட வேலையை ஏற்கனவே செய்திருந்தாலும், அதைச் செய்து முடிக்கக் குறைவான நேரமே ஆகும் என்று அவர்கள் கொண்டிருக்கின்ற மனப்போக்கைக் குறிக்க அவர் இச்சொல்லைப் பயன்படுத்தினார். இதற்காக அவர் மேற்கொண்ட ஓர் ஆய்வில், ஒரு முக்கியமான

ஆய்வறிக்கையைத் தயாரித்துக் கொடுக்க எவ்வளவு நாட்கள் ஆகும் என்று 37 கல்லூரி மாணவர்களிடம் கேட்கப்பட்டது. அதற்கு, எல்லாம் நல்லபடியாகச் சென்றால் சராசரியாக 27.4 நாட்களும், விஷயங்கள் மோசமாகச் சென்றால் சராசரியாக 48.6 நாட்களும் ஆகும் என்ற கணிப்பை அவர்கள் வெளிப்படுத்தினர். இறுதியில், அதை முடிக்க அவர்கள் எடுத்துக் கொண்ட சராசரி நேரம் 55.5 மணிநேரம். தனிப்பட்ட முறையில் தங்களுக்கு எவ்வளவு நேரம் தேவைப்படும் என்று கணித்திருந்த மாணவர்களில் 30 சதவீதத்தினர் மட்டுமே அந்த நேரத்திற்குள் அதை முடித்திருந்தனர்.

ஒரு வேலைக்கு ஆகக்கூடிய நேரத்தை இப்படிக் குறைத்து மதிப்பிடுவதற்குப் பல காரணங்கள் இருந்தாலும், சமூக அழுத்தம்தான் இருப்பதிலேயே முக்கியமானது என்று நான் கருதுகிறேன். ஒரு வேலைக்கு எவ்வளவு நேரம் ஆகும் என்ற கணிப்பை மக்கள் அநாமதேயமாக வெளியிடுகின்றபோது, அவர்களிடம் 'திட்டமிடுதலின் மயக்க வழு' இருப்பதில்லை என்பதை ஓர் ஆய்வு வெளிப்படுத்தியது. அதாவது, ஒரு வேலையை நம்மால் ஒரு குறிப்பிட்ட நேரத்திற்குள் செய்து முடிக்க முடியாது என்பதை நாம் அறிந்திருந்தாலும், அதைப் பிறரிடம் ஒப்புக் கொள்ள நாம் விரும்புவதில்லை என்பதைத்தான் இது சுட்டிக்காட்டுகிறது.

காரணங்கள் எதுவாக இருந்தாலும், நாம் சந்திப்புக்கூட்டங்களுக்குத் தாமதமாகச் செல்கிறோம், அலுவலக வேலைகளைத் தாமதமாக முடித்துக் கொடுக்கிறோம், கட்டணங்களைத் தாமதமாகச் செலுத்துகிறோம் என்பதுதான் நடைமுறை. அதனால், சுமூகமாகச் சென்றிருக்க வேண்டிய ஒரு செயலாக்கம் விரக்தியளிக்கின்ற ஒன்றாக ஆகிவிடுகிறது.

இதைச் சமாளிப்பதற்கான ஒரு வழி, ஒரு வேலையைச் செய்து முடிக்க நீங்கள் கணித்துள்ள நேரத்தோடு 50 சதவீதத்தைக் கூட்டிக் கொள்வது. எடுத்துக்காட்டாக, அலைபேசியில் நடத்தப்படுகின்ற ஒரு கூட்டு அழைப்பிற்கு ஒரு மணிநேரம் ஆகும் என்று நீங்கள் கணித்திருந்தால், அதற்குக் கூடுதலாக ஓர் அரை மணிநேரத்தை ஒதுக்கிக் கொள்ளுங்கள். உங்களுடைய மகனைப் பள்ளியில் கொண்டுவிடுவதற்குப் பத்து நிமிடங்கள் ஆகும் என்று நீங்கள் கணக்குப் போட்டிருந்தால், வீட்டைவிட்டுப் பதினைந்து நிமிடங்கள் முன்னதாகக் கிளம்பிவிடுங்கள். இது உங்களுடைய மனஅழுத்தத்தைக் கணிசமான அளவு குறைக்கும் என்பதோடு, அந்த வேலையை நீங்கள் விரைவாகவும் எளிதாகவும் செய்து முடித்துள்ளதைப்போல நீங்கள் உணர்வீர்கள்.

ஒரு நிகழ்வுக்காகத் திட்டமிடுங்கள்

பென்சில்வேனியா பல்கலைக்கழகப் பேராசிரியரான எர்வான் மைக்கேல் கெர்ஜன், நாட்டின் தலைவர்களிலிருந்து சாதாரணமான நபர்கள்வரை அனைவருமே 'மறைஇடர் மேலாண்மையில்' ஈடுபடுகிறோம் என்று தெரிவிக்கிறார். உலகிலுள்ள நாடுகளில் அதிக இடர்பாடுகளுக்கு ஆளாகக்கூடிய நாடுகளை அடையாளம் காணும்படி அவர்கள் உலக வங்கியால் கேட்டுக் கொள்ளப்பட்டார். தரவுகளை அடிப்படையாகக் கொண்டு அவர் 85 நாடுகளை அடையாளம் கண்டார். அதில் மொரோக்கோ 58-வது இடத்தில் இருந்தது. அந்த நாடு தான் எதிர்கொண்டிருந்த இடர்களைச் சந்திக்க ஒரு செயல்திட்டத்தை வகுத்தது.

எர்வான், பல நாடுகளுக்கு மறைஇடர் மேலாண்மைக்கான உத்திகளை வகுத்துக் கொடுத்துள்ளார். அதை ஐந்து கேள்விகளுடன் துவக்குமாறு அவர் பரிந்துரைக்கிறார்: *(1)* நாம் எந்தவிதமான மறைஇடர்களை எங்கெல்லாம் எதிர்கொண்டுள்ளோம்? *(2)* இதனால் பாதிப்படையக்கூடிய சாத்தியமுள்ள மக்கள் மற்றும் சொத்துகள் எவையெவை? *(3)* மக்களும் பிற சொத்துகளும் இதனால் எந்த அளவுக்குப் பாதிப்படையக்கூடும்? *(4)* இந்த மறைஇடர்கள் தனிநபர்கள், தொழில்கள், மற்றும் நாட்டின் வரவு செலவுத் திட்டத்தின்மீது எந்த அளவு நிதிச் சுமையை ஏற்படுத்தும்? *(5)* இந்த மறைஇடர்களைக் குறைப்பதற்கும், பொருளாதாரத்தையும் சமூக மீண்டெழுதலையும் வலுவாக்குவதற்கும் நாம் மேற்கொள்ளக்கூடிய சிறந்த முதலீடுகள் எவை?

நம்முடைய வாழ்க்கையில் நாம் ஓர் இடையகத்தை உருவாக்கிக் கொள்ள முனைகின்றபோது, இந்த ஐந்து கேள்விகளை நமக்கு நாமே கேட்டுக் கொள்ளலாம். உங்களுடைய ஒரு முக்கியமான திட்டத்தைக் கையிலெடுத்துக் கொள்ளுங்கள். பின்னர் அது குறித்து இந்த ஐந்து கேள்விகளையும் கேளுங்கள்: *(1)* இத்திட்டத்தில் நீங்கள் எந்த மறைஇடர்களை எதிர்கொண்டுள்ளீர்கள்? *(2)* இது மிக மோசமாகச் சென்றால் என்னவாகும்? *(3)* இதன் சமூகத் தாக்கம் என்னவாக இருக்கும்? *(4)* இதன் நிதிரீதியான தாக்கம் எப்படிப்பட்டதாக இருக்கும்? *(5)* இந்த மறைஇடர்களைக் குறைப்பதற்கும், பொருளாதாரத்தையும் சமூக மீண்டெழுதலையும் வலுவாக்குவதற்கும் நீங்கள் மேற்கொள்ளக்கூடிய சிறந்த முதலீடுகள் எவை? ஐந்தாவது

கேள்விக்கு நீங்கள் அளிக்கின்ற பதில், உங்களுக்கு எந்த அளவுக்கு இடையகம் தேவைப்படும் என்பதைத் தீர்மானிக்கும். எடுத்துக்காட்டாக, உங்களுடைய திட்டத்தின் வரவுசெலவுத் திட்டத்திற்கு நீங்கள் கூடுதலாக 20 சதவீதம் நிதி ஒதுக்க வேண்டியிருக்கலாம். அல்லது உங்களுடைய திட்டத்தால் உருவாகச் சாத்தியமுள்ள எதிர்மறையான ஊடக விமர்சனங்களைச் சமாளிக்க நீங்கள் பிரத்யேகமாக மக்கள் தொடர்பு அதிகாரி ஒருவரை நியமிக்க வேண்டியிருக்கலாம். அல்லது, பங்குச்சந்தை முதலீட்டாளர்களின் எதிர்பார்ப்புகளைப் பூர்த்தி செய்வதற்காக நீங்கள் நிர்வாகிகளின் கூட்டம் ஒன்றைக் கூட்ட வேண்டியிருக்கலாம்.

* * *

வருங்காலம் என்பது துல்லியமாகக் கணிக்கப்பட முடியாத ஒன்றாக விளங்குவதால், நம்மால் எதையும் சரியாகக் கணிக்க முடியாது என்பதையும், ஒவ்வொரு சூழலையும் எதிர்கொள்வதற்கு நம்மைத் தயார் நிலையில் வைத்துக் கொள்ள முடியாது என்பதையும் அத்தியாவசியவாதிகள் ஏற்றுக் கொள்கின்றனர். அதனால், எதிர்பாராதவற்றால் ஏற்படுகின்ற உராய்வுகளைக் குறைப்பதற்கு அவர்கள் இடையகங்களை உருவாக்கிக் கொள்கின்றனர்.

அத்தியாயம் 16

நீக்குதல்

தடைகளை அகற்றுதல் மூலம் கூடுதலானவற்றைச் சாதித்தல்

"அறிவைப் பெறுவதற்குத் தினந்தோறும் விஷயங்களைக்
கூட்டிக் கொண்டே செல்லுங்கள்.
ஞானத்தைப் பெறுவதற்குத் தினந்தோறும்
விஷயங்களைக் குறைத்துக் கொண்டே செல்லுங்கள்."

- **லா சூ**

எலியாஹூ எம். கோல்ட்ராட் எழுதியுள்ள மிகப் பிரபலமான 'இலக்கு' என்ற உருவகக்கதை நூலில், அலெக்ஸ் ரோகோ என்ற கற்பனைப் பாத்திரம்தான் கதாநாயகர். அதில் அலெக்ஸ், தோல்வி முகத்தில் இருக்கின்ற உற்பத்தி ஆலை ஒன்றின் நிர்வாகியாக நியமிக்கப்படுகிறார். அதை வெற்றிகரமாக இயங்குகின்ற ஒன்றாக மாற்றுவதற்கு அவருக்கு மூன்று மாதங்கள் மட்டுமே கொடுக்கப்படுகின்றன. முதலில் அந்தக் குறுகிய கால அளவு அவரைத் திக்குமுக்காட வைக்கிறது. அது எப்படிச் சாத்தியம் என்று அவர் முதலில் மலைக்கிறார். பின்னர் ஒரு பேராசிரியரின் வழிகாட்டுதல் அவருக்குக் கிடைக்கிறது. அந்த ஆலையிலுள்ள 'இடையூறுகளை' அலெக்ஸால் அடையாளம் காண முடிந்தால், குறுகிய காலத்திலேயே நம்புதற்கரிய முன்னேற்றத்தை அடைய முடியும் என்று அவர் எடுத்துரைக்கிறார். ஒட்டுமொத்த அமைப்புமுறையை இழுத்துப் பிடித்து வைத்திருக்கின்ற

தடைகளே 'இடையூறுகள்' என்று அவர் வர்ணிக்கிறார். அந்த ஆலையிலுள்ள வேறு எதை மேம்படுத்தினாலும், அங்குள்ள இடையூறுகளைக் களைந்தெறியாவிட்டால், அதனால் எந்தப் பயனும் ஏற்படாது என்று அந்தப் பேராசிரியர் அலெக்ஸை எச்சரிக்கிறார்.

தனக்கு வழங்கப்பட்டிருந்த அறிவுரைகளை அசைபோட்டுக் கொண்டே, அலெக்ஸ், தன் மகன் மற்றும் அவனுடைய சில நண்பர்களுடன் ஒரு மலைநடைப்பயணத்தை மேற்கொள்கிறார். அவர்களை வழிநடத்திச் செல்பவர் என்ற முறையில், சூரிய அஸ்தமனத்திற்குள் அச்சிறுவர்களை அவர்களுடைய முகாமுக்குக் கொண்டு சேர்க்க வேண்டிய பொறுப்பு அவருக்கு இருந்தது. இது எவ்வளவு கடினமான பணி என்பது, சிறுவர்களை இதுபோன்ற பயணங்களுக்கு அழைத்துச் சென்றிருப்பவர்களுக்கு நன்றாகவே தெரியும். தன் பயணத்தில் அலெக்ஸும் பிரச்சனைகளை எதிர்கொண்டார். அச்சிறுவர்களில் சிலர் வேகமாகவும் சிலர் மிகவும் மெதுவாகவும் நடந்தனர். ஹெர்பி என்ற ஒரு பையன் எல்லோரையும்விட மிகவும் மெதுவாக நடந்து வந்தான். இதனால், முதலில் சென்றவர்களுக்கும் ஹெர்பிக்கும் இடையேயிருந்த இடைவெளி ஒரு மைல் தூரத்திற்கும் அதிகமாயிற்று.

இப்பிரச்சனையைச் சமாளிப்பதற்காக, அலெக்ஸ், முன்னால் சென்று கொண்டிருந்த சிறுவர்களை, பின்னால் வந்து கொண்டிருந்தவர்கள் வந்து சேரும்வரை நிறுத்தி வைக்க முயன்றார். இது, பின்னால் வந்து கொண்டிருந்தவர்கள் அவர்கள் நின்று கொண்டிருந்த இடத்திற்கு வந்து சேர்கின்றவரைதான் நீடித்தது. அவர்கள் மீண்டும் நடக்கத் துவங்கியதும், மீண்டும் அச்சிறுவர்களுக்கு இடையேயான இடைவெளி அதிகரித்தது.

அதனால், அலெக்ஸ் வேறு ஓர் அணுகுமுறையை முயன்று பார்க்கத் தீர்மானித்தார். அவர் ஹெர்பியை முதல் ஆளாக நிறுத்தினார். அவனுக்குப் பின்னால் அவனைவிடச் சிறிது வேகமாக நடந்த சிறுவனை நிறுத்தினார். இப்படிக் கூட்டிக் கொண்டே வந்து, இருப்பதிலேயே மிக வேகமாக நடந்த சிறுவனைக் கடைசியில் நிறுத்தினார். இப்போது அந்த மொத்தக் குழுவும் ஒன்றாகச் செல்லத் துவங்கியது. எல்லோராலும் முதலில் சென்று கொண்டிருந்த சிறுவர்களோடு ஈடுகொடுத்து நடக்க முடிந்தது. அதோடு, அவரால் எல்லோரையும் கண்காணிக்க முடிந்தது. இப்போது எல்லோரும் ஒரே நேரத்தில் முகாமை அடையக்கூடிய

சாத்தியம் உருவானது. இவை இந்த அணுகுமுறையின் சாதகமான அம்சங்கள். ஆனால், இதில் பாதகமான ஓர் அம்சமும் இருந்தது. இப்போது எல்லோரும் ஹெர்பியின் வேகத்தில் சென்றதால், முகாமை அவர்கள் தாமதமாக அடைய நேரிடும். இதற்கு என்ன தீர்வு என்று அலெக்ஸ் யோசித்தார்.

ஹெர்பிக்கு விஷயங்களை எளிதாக்குவதில்தான் எல்லாமே அடங்கியிருந்தது என்பதை அலெக்ஸ் கண்டறிந்தார். ஹெர்பியால் சற்று வேகமாக நடக்க முடிந்து, ஒரு மணிநேரத்திற்கு ஒரு மீட்டர் கூடுதலாகச் செல்ல முடிந்தால், மொத்தக் குழுவாலும் முகாமை விரைவாகச் சென்றடைய முடியும். அது ஒரு சிறந்த முன்னோக்காக இருந்ததாக அலெக்ஸ் கருதினார். ஹெர்பியின் வேகத்தில் முன்னேற்றம் ஏற்பட்டால், அது எவ்வளவு சிறிதாக இருந்தாலும் சரி, அதனால் மொத்தக் குழுவின் வேகமும் கூடும். அதனால், அவர் ஹெர்பியின் முதுகுப்பையில் இருந்த சில பொருட்களை வெளியே எடுத்து அவற்றை மற்றச் சிறுவர்களிடம் பிரித்துக் கொடுத்தார். ஹெர்பியின் சுமை குறைந்ததால் அவனால் வேகமாக நடக்க முடிந்தது. அதற்குப் பிறகு அவர்கள் முகாமை மிக விரைவாகச் சென்றடைந்தனர்.

அவர்கள் தங்களுடைய முகாமை அடைந்தபோது, தான் ஏன் இந்த உத்தியைத் தன்னுடைய ஆலையிலும் பயன்படுத்தக்கூடாது என்று அலெக்ஸ் யோசித்தார். தன் ஆலையிலுள்ள ஒவ்வோர் அம்சத்தையும் மேம்படுத்துவதற்குப் பதிலாக, அவர் அங்கிருந்த 'ஹெர்பி'யைக் கண்டுபிடிக்க வேண்டும், அவ்வளவுதான்: ஆலையின் செயல்முறையின் எந்தப் பகுதி, ஒப்பீட்டளவில் மற்றவற்றைவிட மெதுவாக இயங்கிக் கொண்டிருந்தது என்பதை அவர் கண்டுபிடிக்க வேண்டும். செயல்முறையின் எந்தப் பகுதியில் உற்பத்தியின் அடுத்த நிலைக்கு அனுப்பப்பட வேண்டிய பொருட்களின் காத்திருப்பு வரிசை அதிகமாக இருந்தது என்பதை அவர் அவதானித்தார். அதை மேம்படுத்துவதற்கு என்ன வழி என்று யோசித்து அவர் அதைச் செயல்படுத்தினார். அது, அதற்கு அடுத்து மெதுவான திறனுடன் இயங்கிக் கொண்டிருந்த செயல்முறையை மேம்படுத்தியது. பின்னர், இருப்பதிலேயே குறைவான திறனுடன் இயங்கிக் கொண்டிருந்த பகுதி எது என்று அவதானித்து அவர் அதைச் சரி செய்தார். அது, அதற்கு அடுத்ததை மேம்படுத்தியது. இப்படியே ஒவ்வொன்றாகச் சீரமைக்கப்பட்டபோது, இறுதியில் மொத்த உற்பத்தியும் மேம்பாடு அடைந்தது.

நான் இப்போது உங்கள் முன் வைக்கின்ற கேள்வி இதுதான்: உங்களுடைய வேலையில் அல்லது உங்களுடைய தனிப்பட்ட வாழ்க்கையில் இடம் பெற்றுள்ள 'ஹெர்பி' யார் அல்லது எது? உங்களுக்கு அர்த்தமுள்ளவையாகத் தோன்றுகின்ற விஷயங்களை நீங்கள் சாதிப்பதற்கு எந்தத் தடைக்கற்கள் உங்களைத் தடுத்துக் கொண்டிருக்கின்றன? அந்தத் தடைக்கற்களை நீங்கள் திட்டமிட்ட முறையில் அடையாளம் கண்டு நீக்கும்போது, அத்தியாவசியமானவற்றைச் செயல்படுத்துவதற்கான உங்களுடைய திறன் மேம்படும்.

ஆனால், இதை நீங்கள் ஒழுங்கற்ற முறையில் செய்ய முடியாது. சரி செய்யப்பட வேண்டிய விஷயங்களை இங்கொன்றும் அங்கொன்றுமாகக் கண்டுபிடித்து அவற்றைச் சீர் செய்வது, அதிகபட்சமாக, குறுகிய காலத்திற்கு வேண்டுமானால் ஓரளவு பலனளிக்கலாம். ஆனால், உங்களுக்கு அர்த்தம் வாய்ந்தவையாகத் தோன்றுகின்ற விஷயங்களில் அல்லாமல் பிறவற்றில் உங்களுடைய நேரமும் ஆற்றலும் வீணாகக்கூடும். உங்கள் ஆலையின் உற்பத்தி முறை, உங்கள் துறையின் ஒரு குறிப்பிட்டச் செயல்திட்டம் அல்லது உங்கள் வாழ்க்கையின் ஏதாவது ஓர் அன்றாடப் பழக்கம் போன்றவற்றில் மேம்பாடு ஏற்படுத்த நீங்கள் விரும்பினால், நீங்கள் உங்களுடைய 'ஹெர்பியை' அடையாளம் காண வேண்டியது கட்டாயம்.

அத்தியாவசியவாதியாக இல்லாதிருப்பவரின் செயலாக்கம், எடுத்தோம் கவிழ்த்தோம் என்ற விதத்திலும், ஒரு சீரற்ற முறையிலும் இருக்கும். பொதுவாக, அத்தியாவசியவாதிகளாக இல்லாதிருப்பவர்கள், நெருக்கடிகளை எதிர்பார்த்திருப்பதற்குப் பதிலாக, அவற்றை எதிர்கொள்கின்றபோது எதிர்வினையாற்றுபவர்களாக இருப்பதால், உடனடியான, குறுகியகாலத் தீர்வுகளைத் தேர்ந்தெடுக்க வேண்டிய கட்டாயத்திற்கு அவர்கள் ஆளாகின்றனர்.

அத்தியாவசியவாதிகளாக இருப்பவர்கள் 'பேன்ட்-எய்டு' தீர்வுகளை நம்புவதில்லை. வெளிப்படையாகத் தெரிகின்ற தடைகளைக் கண்டறிவதற்குப் பதிலாக, மொத்த அமைப்புமுறையையும் மந்தப்படுத்துகின்ற அம்சங்களைக் கண்டறிய அவர்கள் முயற்சிக்கின்றனர். "அத்தியாவசியமானவற்றை அடைவதற்கு எவை குறுக்கே நிற்கின்றன?" என்று அவர்கள் கேட்கின்றனர். அத்தியாவசியவாதிகளாக இல்லாதிருப்பவர்கள் மேன்மேலும் அழுத்தங்களைக் கொடுப்பதிலும், தீர்வுகளின்

எண்ணிக்கையை மேன்மேலும் அதிகரிப்பதிலும் மும்முரமாக இருப்பர். அத்தியாவசியவாதியோ, தடைகளைக் களைவதற்கு ஒரே ஒரு முறை மட்டுமே ஆற்றலைச் செலவிடுகிறார். இந்த அணுகுமுறை வெறுமனே பிரச்சனைகளைத் தீர்ப்பதற்கானது மட்டுமல்ல. குறைவான முயற்சியில் நிறைவான விளைவுகளைப் பெறுவதற்கான ஒரு வழிமுறை இது.

அத்தியாவசியவாதி அல்லாதவர்	அத்தியாவசியவாதி
ஏராளமான உடனடித் தீர்வுகளில் இறங்குவார்.	முன்னேற்றதிற்குத் தடையாக இருப்பவற்றை நீக்குவார்.
அதிகமானவற்றைச் செய்வார்.	அதிகமானவற்றை வெளியே கொண்டுவருவார்.

அதிகமானவற்றை நீக்குவதன் மூலம் அதிகமானவற்றை உருவாக்குதல்

அரிஸ்டாட்டில் மூன்று விதமான வேலைகளைப் பற்றிக் குறிப்பிட்டுள்ளார். நவீன காலத்தில் இரண்டே இரண்டு விதமான வேலைகளில் மட்டும் கவனத்தைக் குவிக்கின்ற போக்கு நிலவி வருகிறது. முதலாவது, கோட்பாட்டுரீதியான வேலை. உண்மைதான் அதன் இறுதி இலக்கு. இரண்டாவது, நடைமுறைச் செயல்பாட்டுரீதியான வேலை. செயல்பாடு அதன் இறுதி இலக்கு. மூன்றாவதாக ஒன்று இருக்கிறது. அது கவித்துவமான வேலை. உள்ளே இருப்பவற்றை வெளியே கொண்டுவருவதுதான் இது என்று மார்ட்டின் ஹைடெக்கர் என்ற ஜெர்மானிய தத்துவவியலாளர் குறிப்பிடுகிறார். இந்த மூன்றாவது வழி அத்தியாவசியவாதிகளின் செயலாக்கத்தின் அணுகுமுறையாகும்.

நம்முடைய எந்த முயற்சிகள் சிறப்பான விளைவுகளை ஏற்படுத்துகின்றன, எந்த முயற்சிகள் ஏற்படுத்துவதில்லை என்பது குறித்து நாம் நிதானமாக உட்கார்ந்து சிந்திப்பதில்லை. அப்படியே நாம் சிந்திக்க அமர்ந்தாலும், எவற்றைக் குறைக்கலாம் என்பதற்குப் பதிலாக, எவற்றைக் கூட்டலாம் என்று சிந்திப்பதே நமக்கு எளிதாக இருக்கிறது. நாம் அதிகமான

பொருட்களை விற்க வேண்டுமென்றால், நமக்கு அதிகமான விற்பனையாளர்கள் தேவை. நாம் அதிகமான பொருட்களைத் தயாரிக்க விரும்பினால், நாம் நம்முடைய உற்பத்திமுறையைப் பெருக்கிக் கொள்ள வேண்டும். இந்த அணுகுமுறைக்கு ஆதரவான சான்றுகள் ஏராளமாக இருக்கின்றன என்பது உண்மைதான். விளைவுகளை மேம்படுத்துவதற்கு வேறு ஒரு வழியும் இருக்கிறது. விளைவுகளை மேம்படுத்துவதற்கு எந்த வளங்களையும் முயற்சிகளையும் அதிகரிக்கலாம் என்று யோசிப்பதற்குப் பதிலாக, தூக்கி எறியப்பட வேண்டிய தடைக்கற்கள்மீது கவனத்தைக் குவிப்பதுதான் அது. அதை எப்படிச் செய்வதென்று இப்போது பார்க்கலாம்.

அத்தியாவசியவாதிகள் அதிகமானவற்றை நீக்குவதன் மூலம் அதிகமானவற்றை உருவாக்குகின்றனர்

1. அத்தியாவசிய நோக்கம் குறித்தத் தெளிவு உங்களுக்கு இருக்க வேண்டும்

நாம் எத்தகைய விளைவுகளை விரும்புகிறோம் என்பது குறித்தத் தெளிவு நம்மிடம் உருவாகாதவரை, எந்தத் தடைக்கற்களை நாம் அப்புறப்படுத்த வேண்டும் என்பதை நம்மால் அறிய முடியாது. நாம் எதைச் சாதிக்க விரும்புகிறோம் என்பதை உண்மையிலேயே அறிந்திராதவரை, மேற்கொள்ளப்படுகின்ற அனைத்து மாற்றங்களும் தாறுமாறாகவே இருக்கும். அதனால் உங்களிடம் இவ்வாறு கேளுங்கள்: “நாம் இலக்கை அடைந்துவிட்டோம் என்பதை எப்படி அறிவது?” இப்படிக் கற்பனை செய்து கொள்ளுங்கள்: வரும் வியாழன் மதியம் 2 மணிக்குள், 15 பக்க அறிக்கை ஒன்றைத் தயாரித்து, அதை மின்னஞ்சல் மூலமாக உங்களுடைய வாடிக்கையாளர் ஒருவருக்கு நீங்கள் அனுப்பி வைக்க வேண்டும். இது ஒரு பொத்தம் பொதுவான இலக்கு அல்ல, மாறாக, வரையறுக்கப்பட்ட ஓர் இலக்கு என்பதைக் குறித்துக் கொள்ளுங்கள்.

2. உங்களுடைய 'ஹெர்பியை' அடையாளம் காணுங்கள்

உடனடியாக இத்திட்டத்தில் குதிக்காமல், அதைப் பற்றிச் சிறிது யோசியுங்கள். உங்களிடம் இப்படிக் கேளுங்கள்: (1) "நான் இதை அடைவதற்குக் குறுக்கே நிற்கின்ற தடைக்கற்கள் எவை?" (2) "இதை முடிக்க விடாமல் என்னை எது தடுத்துக் கொண்டிருக்கிறது?" தடைக்கற்களின் பட்டியல் ஒன்றைத் தயாரியுங்கள். உங்களுக்குத் தேவையான தகவல்கள் இல்லாமை, உங்களுடைய ஆற்றல் அளவு, கச்சிதத்திற்கான உங்களுடைய ஆசை போன்றவை அவற்றுக்கான சில எடுத்துக்காட்டுகள். "எந்த ஒரு தடைக்கல்லை நான் நீக்கிவிட்டால், பிற பெரும்பாலான தடைகள் தாமாகவே நீங்கும்?" என்ற கேள்வியைக் கேட்டு, அந்தப் பட்டியலை முன்னுரிமைப்படுத்துங்கள்.

உங்களுடைய 'ஹெர்பியை' அடையாளம் காண்கின்ற முயற்சியில் நீங்கள் ஈடுபடுகின்றபோது, செயல்திறன் உடையவை என்று நீங்கள் கருதுகின்ற, ஆய்வுகளை மேற்கொள்ளுதல், தகவல்கள் வேண்டிப் பிறருக்கு மின்னஞ்சல்கள் அனுப்புதல், ஆய்வுக் கட்டுரையைச் செழுமைப்படுத்துவதற்காக அதை மீண்டும் முதலிலிருந்து எழுதுதல் போன்றவைகூட உங்களுடைய தடைக்கற்களாக விளங்கக்கூடும். அந்த அறிக்கையை அதற்கான காலக்கெடுவுக்குள் எழுதி முடிப்பதுதான் உங்கள் இலக்கு என்பதை மறக்காதீர்கள். அந்த இலக்கை அடைவதற்கு நீங்கள் தீட்டியுள்ள செயல்திட்டத்தைத் தாமதப்படுத்துகின்ற எதுவும் கேள்விக்கு உட்படுத்தப்பட வேண்டும்.

பெரும்பாலான சமயங்களில், ஒரு நோக்கத்தை அடைவதற்குப் பல தடைக்கற்கள் குறுக்கே வரக்கூடும். ஆனால் எக்கட்டத்திலும் ஒரே ஒரு முன்னுரிமைதான் உங்களுக்கு இருக்க வேண்டும். முக்கியமான தடைக்கல்லை உங்களால் அகற்ற முடியாவிட்டால், மற்றச் சிறிய தடைக்கற்களை அகற்றுவதால் எந்தப் பயனும் விளையாது. எடுத்துக்காட்டாக, நீங்கள் ஆய்வுகளை மேற்கொள்வதற்குப் பதிலாக வேறு ஒருவரிடம் அந்தப் பணியை ஒப்படைத்தாலும், வார்த்தைகளைக் காகிதத்தில் வடிப்பது உங்களுடைய முக்கியமான தடையாக இருந்தால், அந்த அறிக்கையை எழுதுதல் என்ற உங்களுடைய நோக்கத்தை நீங்கள் நெருங்கியிருக்க மாட்டீர்கள். அதனால், இருப்பதிலேயே மிக மிகக் குறைவான செயல்திறனுடன் இயங்கிக் கொண்டிருந்த

இயந்திரங்களிலிருந்து அலெக்ஸ் துவக்கியதைப்போல நீங்களும் துவக்கி, உங்களுடைய தடைக்கற்களை ஒவ்வொன்றாக நீக்குவதை நோக்கி நீங்கள் முன்னேறலாம்.

3. தடையை நீக்குங்கள்

அந்த அறிக்கையைக் கச்சிதமான ஒன்றாக உருவாக்க வேண்டும் என்ற உங்களுடைய ஆசைதான், உங்களுடைய 'ஹெர்பி' – அதாவது, அதுதான் நீங்கள் அந்த அறிக்கையை எழுதுவதை மற்ற அனைத்தையும்விட அதிகமாகத் தாமதப்படுத்துகிறது – என்று நீங்கள் அடையாளம் காண்கிறீர்கள் என்று வைத்துக் கொள்வோம். அந்த அறிக்கையை மேம்படுத்துவதற்கு உங்களிடம் ஏகப்பட்ட யோசனைகள் இருக்கலாம். ஆனால், இங்கு உங்களுடைய நோக்கம் ஒரு குறிப்பிட்டக் காலக்கெடுவுக்குள் அந்த அறிக்கையின் முதல் வடிவத்தை அனுப்பி வைப்பதுதான். அதனால், "இந்த அறிக்கை கச்சிதமானதாக இருக்க வேண்டும்," என்ற உங்களுடைய தடைக்கல்லை, "கச்சிதத்தைவிட, செய்து முடிப்பதே சிறப்பானது," என்ற யோசனையால் இட்டு நிரப்ப வேண்டும். அந்த அறிக்கையின் முதல் வடிவத்தைச் செழுமைப்படுத்தாமலேயே அனுப்பி வைக்க உங்களை நீங்கள் அனுமதிக்க வேண்டும். நீங்கள் இந்த முக்கியமான தடையை நீக்குகின்றபோது, உங்களுடைய வேலையை நீங்கள் எளிதாக்கிவிடுவீர்கள்.

உங்களுடைய 'ஹெர்பி' வேறொரு நபராகக்கூட இருக்கலாம். எடுத்துக்காட்டாக, அதைத் தொடங்கலாம் என்பதற்குப் பச்சைக் கொடி காட்டாத உங்களுடைய மேலதிகாரி, உங்களுடைய வரவுசெலவுத் திட்டத்தை அங்கீகரித்து அதற்கு நிதி வழங்காமல் இருக்கின்ற நிதித் துறை, நீங்கள் இழுத்த இழுப்புக்கு வர மறுக்கின்ற உங்களுடைய வாடிக்கையாளர் போன்றவர்கள் இதற்கான எடுத்துக்காட்டுகள். மற்றொருவரின் தாமதத்தால் உங்களுடைய வேலை பாதிக்கப்படுகின்றபோது, அதை நினைவுபடுத்தி அவருக்கு ஒரு மின்னஞ்சல் அனுப்புவதற்குப் பதிலாக, அவரை நேரில் சந்தித்து, அவருக்கு ஏதாவது பிரச்சனை இருக்கிறதா என்று விசாரித்து, அதைச் சீர் செய்ய அவருக்கு நீங்கள் உதவலாம். இங்கு நீங்கள் அவரை நச்சரிப்பதற்குப் பதிலாக அவரை ஆதரிப்பதால், அவர் உங்களுக்கு மனமுவந்து உதவுவார்.

எனக்குத் திருமணமாகி மூன்று குழந்தைகள் பிறந்த பிறகு நான் கல்லூரிக்குச் சென்று என் பட்டப்படிப்பைத் தொடர்ந்தேன். அதனால், வீட்டில் தனியாகப் பச்சிளம் குழந்தைகளைப் பார்த்துக் கொள்ள என் மனைவி சிரமப்பட்டார். அப்போது நான், இப்போது நாம் பார்த்துக் கொண்டிருக்கின்ற கொள்கைகளைப் பற்றிப் படித்துக் கொண்டிருந்தேன். அதை என் சொந்த வாழ்வில் பயன்படுத்த நான் தீர்மானித்தேன். நானும் என் மனைவியும் ஒன்றாக அமர்ந்து, குழந்தைகளைப் பார்த்துக் கொள்வதில் அவர் எதிர்கொண்ட பிரச்சனைகளில் தலையாய தடைக்கல் எது என்று ஆராய்ந்தோம். சிந்திக்கவும், திட்டமிடவும், முன்தயாரிப்பில் ஈடுபடவும் அவருக்கு நேரம் இருக்கவில்லை என்பதுதான் அது என்பதை நாங்கள் கண்டறிந்தோம். மூன்று குழந்தைகள் எந்நேரமும் கால்களைச் சுற்றிக் கொண்டிருக்கின்றபோது, பிக்கல் பிடுங்கல் இல்லாத நேரத்தைப் பெறுவது என்பது கிட்டத்தட்ட இயலாத காரியம். அதனால், அந்தத் தடைக்கல்லை நீக்குவது என்று நாங்கள் இருவரும் முடிவு செய்தோம். கல்லூரியில் நான் ஈடுபட்டிருந்த கல்விசாரா நடவடிக்கைகளிலிருந்து நான் என்னை விடுவித்துக் கொண்டு மாலை நேரங்களில் வீட்டில் அதிக நேரம் செலவழிக்கத் துவங்கினேன். தினமும் ஒரு சில மணிநேரம் எங்கள் குழந்தைகளைப் பார்த்துக் கொள்ள நாங்கள் ஒருவரை அமர்த்தினோம். இதன் விளைவாக, நாங்கள் இருவரும் குறைவான காரியங்களைச் செய்தும் அதிகமான பயன்களைப் பெற்றோம்.

* * *

தடைகளை நீக்குதல் என்பது கடினமானதாக இருக்க வேண்டியதில்லை. அதற்கு அசாதாரணமான முயற்சிகள் எதுவும் தேவையில்லை. சிறு முயற்சியிலிருந்து அதை நம்மால் துவக்க முடியும். இது ஒரு மலையின் உச்சியில் இருக்கின்ற ஒரு பாறாங்கல்லை உருட்டிவிடுவதைப் போன்றது. அதை ஆட்டி அசைப்பதற்கு முயற்சி தேவைப்படலாம். அதற்குப் பிறகு அது கீழ்நோக்கி உருண்டோடிக் கொண்டிருக்கின்றபோது, இயல்பாகவே அதிக வேகத்தையும் ஆற்றலையும் அது உருவாக்கிக் கொள்ளும்.

அத்தியாயம் 17

முன்னேற்றம்

சிறிய வெற்றிகளின் சக்தி

"ஒரு சிறப்பான நாளைய தினத்தை நோக்கி உங்களை அங்குலம் அங்குலமாக நகர்த்துவதற்குத் தினமும் ஏதேனும் செய்து கொண்டேயிருங்கள்."

- டக் ஃபயர்பாக்

கடந்த முறை நீங்கள் காரோட்டிச் சென்று கொண்டிருந்தபோது போக்குவரத்துக் காவலர் ஒருவரால் நீங்கள் தடுத்து நிறுத்தப்பட்டச் சம்பவத்தை நினைவுகூருங்கள். அப்போது நீங்கள், "அவர் நமக்கு அபராதம் போடப் போகிறாரா அல்லது பாராட்டுரை வழங்கப் போகிறாரா?" என்று யோசித்திருக்க வாய்ப்பிருக்கிறதா? கண்டிப்பாக இருந்திருக்காது. ஏனெனில், காவலர் ஒருவர் நம்மை நிறுத்தினால், அது அபராதம் போடுவதற்காக மட்டும்தான் இருக்கும். ஆனால், கனடாவின் ரிச்மான்ட் பகுதியிலுள்ள காவல்துறையினர், மக்களின் இந்த நம்பிக்கையை உடைத்தெறியத் தீர்மானித்தனர்.

குற்றங்களை ஒழிப்பதற்குப் பொதுவாக உலகெங்கும் ஒரே விதமான வழிமுறைகள்தாம் கையாளப்பட்டு வருகின்றன. கடுமையான புதிய விதிகளை இயற்றுதல், தண்டனைகளை அதிகரித்தல், எக்காரணம் கொண்டும் குற்றங்களைப் பொறுத்துக் கொள்ள முடியாது என்ற சூழலை உருவாக்குதல் போன்றவைதாம் அவை. வேறு வார்த்தைகளில் கூற வேண்டுமென்றால், ஏற்கனவே நீங்கள்

செய்து கொண்டிருக்கின்றவற்றை இன்னும் அதிகமாகவும் அதிக ஆற்றலுடனும் செய்வதுதான் அது. இதைத்தான் கனடாவின் ரிச்மான்ட் காவல்துறையினரும் செய்து கொண்டிருந்தனர். அதற்கு வழக்கமான விளைவுகளே ஏற்பட்டன என்பதில் வியப்பில்லை. குற்றம் புரிந்தவர்களிடம் மீண்டும் குற்றம் புரிகின்ற போக்கு 65 சதவீதமாக இருந்தது, இளம் குற்றவாளிகளின் எண்ணிக்கை கடுமையாக அதிகரித்துக் கொண்டிருந்தது. அப்போதுதான் வார்டு கிளாப்ஹாம் என்ற இளம் காவல் அதிகாரி, புதிய காவல்துறை கண்காணிப்பாளராகப் பொறுப்பேற்றார். அவர் வித்தியாசமாகச் சிந்தித்தார்: "ஏன் காவல்துறையின் அனைத்து நடவடிக்கைகளும் எதிர்மறையாகவும் எதிர்வினையாற்றுபவையாகவுமே இருக்கின்றன? ஒரு குற்றம் நிகழ்ந்த பின் குற்றவாளிகளைப் பிடிப்பதற்கு ஏகப்பட்ட வளங்களும் ஆற்றலும் செலவிடப்படுவதற்குப் பதிலாக, குற்ற நடத்தைகளை நீக்குவதற்கு அந்த வளங்களையும் ஆற்றலையும் செலவழித்தால் என்ன?" டோனி பிளேயரின் வார்த்தைகளில் கூற வேண்டுமென்றால், "குற்றங்கள் குறித்துக் கடுமையாக நடந்து கொள்கின்ற அதே வேளையில், குற்றங்களுக்கான காரணங்கள் குறித்தும் காவல்துறையினர் கடுமையாக நடந்து கொண்டால் எப்படியிருக்கும்?"

இச்சிந்தனையின் விளைவாக உதித்ததுதான் அபராதச் சீட்டுகளுக்கு நேர் எதிரான 'நேர்மறைச் சீட்டுகள்' வழங்குகின்ற யோசனையாகும். இளம் தலைமுறையினர் குற்றச் செயல்களில் ஈடுபடுகின்றபோது அவர்களைப் பிடிப்பதற்குப் பதிலாக, அவர்கள் நல்ல செயல்களில் ஈடுபடுகின்றபோது அவர்களைப் பிடிப்பதுதான் அந்த உத்தி. குப்பைகளைச் சாலையில் போடுவதற்குப் பதிலாகக் குப்பைத்தொட்டியில் போடுவது, இரண்டு சக்கர வாகனங்களில் பயணிக்கின்றபோது ஹெல்மெட் அணிந்து கொள்வது, சறுக்குப் பலகையில் சறுக்குவதற்கென்று ஒதுக்கப்பட்டுள்ள இடத்தில் மட்டும் அதைச் செய்வது, பள்ளிக்குச் சரியான நேரத்தில் செல்வது போன்ற நடவடிக்கைகளைப் பாராட்டுகின்ற விதமாகக் காவல்துறையினர் நேர்மறையான சீட்டுகளை வழங்கத் துவங்கினர். அந்தச் சீட்டில் ஒரு வெகுமதி இடம் பெற்றிருக்கும். ஒரு திரைப்படத்திற்கான இலவச நுழைவுச் சீட்டு, உள்ளூர் இளைஞர் அரங்கத்தில் நடைபெறுகின்ற ஒரு நிகழ்ச்சிக்கான அழைப்பிதழ் போன்றவை அவற்றுக்கான எடுத்துக்காட்டுகள். இதில் அவர்கள் ஒரு மறைமுகமான நோக்கத்தையும் கொண்டிருந்தனர். இதன் மூலம் சில மணிநேரத்திற்கு அந்த

இளைஞர்கள் சாலைகளிலிருந்து அப்புறப்படுத்தப்பட்டனர்.

அந்த முயற்சி மிகச் சிறப்பாகப் பலனளித்தது. அதன் விளைவுகளைக் கண்கூடாகக் காண்பதற்கு நீண்டகாலம் பிடித்தது. காவல் துறையினர் தொடர்ந்து பத்து ஆண்டுகள் இதை அமல்படுத்தியபோது, இளைஞர்களின் மறுகுற்ற நடத்தை 65 சதவீதத்திலிருந்து 8 சதவீதமாகக் குறைந்தது.

அத்தியாவசியவாதம் போன்ற கருத்தாக்கங்கள் காவல்துறை போன்ற இடங்களில் பயன்படுத்தப்படும் என்று நீங்கள் எதிர்பார்த்திருக்க மாட்டீர்கள். ஆனால், ரிச்மான்ட் காவல்துறையினரின் நேர்மறைச் சீட்டு வழங்குகின்ற உத்தி, குறைவான முயற்சியின் மூலம் அதிகமானவற்றைச் சாதிப்பதற்கான ஒரு முயற்சியே.

எல்லாவற்றையும் பிரம்மாண்டமாகச் செய்வது, எல்லாவற்றிலும் மூக்கை நுழைப்பது போன்றவை அத்தியாவசியவாதிகளாக இல்லாதிருப்பவர்களின் மனப்போக்கு. ஒருவர் எவ்வளவு அதிகக் கடினமாக முயற்சிக்கிறாரோ, அவ்வளவு அதிகமாக அவரால் சாதிக்க முடியும் என்ற தவறான கருத்தின் அடிப்படையில் அவர்கள் இயங்குகின்றனர். ஆனால், எதார்த்தத்தில் அதற்கு நேர் எதிரானவையே நிகழ்கின்றன.

அத்தியாவசியவாதிகளின் வழி வித்தியாசமானது. எல்லாவற்றையும் இழுத்துப் போட்டுக் கொண்டு செய்வதற்குப் பதிலாக, அவர்கள் அத்தியாவசியமானவற்றை ஒரு சிறிய அளவில் துவக்கிப் படிப்படியாக முன்னேறுகின்றனர். வழியில் தாங்கள் எதிர்கொள்கின்ற சிறு சிறு முன்னேற்றங்களை அவர்கள் கொண்டாடுகின்றனர்.

அத்தியாவசியவாதி அல்லாதவர்	அத்தியாவசியவாதி
பெரிதாகத் துவக்கிச் சிறிய விளைவுகளைப் பெறுகிறார்.	சிறியதாகத் துவக்கிப் பெரிய விளைவுகளைப் பெறுகிறார்.
மினுமினுக்கின்ற வெற்றியைத் துரத்துகிறார்.	சிறிய அளவில் ஏற்படுகின்ற முன்னேற்றங்களைக் கொண்டாடுகிறார்.

கனடா காவல்துறையினரின் உத்தி, சிறிய அளவில் ஏற்படுகின்ற முன்னேற்றங்களைக் கொண்டாடுகின்ற போக்கைக் கொண்டிருந்தது. ஒரு முறை, ரிச்மான்ட் பகுதியில் ஒரு பதின்ம வயதுச் சிறுவன், ஒரு காரால் மோதப்படவிருந்த ஒரு பெண்மணியைக் காப்பாற்றினான். அதைப் பாராட்டும் விதமாக ஒரு காவல்துறை அதிகாரி அச்சிறுவனுக்கு ஒரு நேர்மறைச் சீட்டை வழங்கிவிட்டு, "இன்று நீ ஒரு சிறப்பான காரியம் செய்துள்ளாய். இந்த உலகில் உன்னால் ஒரு வித்தியாசத்தை ஏற்படுத்த முடியும்," என்று கூறினார். அந்தப் பையன் தன் வீட்டுக்குச் சென்று அந்தச் சீட்டைத் தன் அறையில் ஒட்டி வைத்தான். அவனுடைய வளர்ப்புத் தாய், அவனிடம், "நீ இந்தச் சீட்டைக் கொடுத்து அதற்கான வெகுமதியை எப்போது பெற்றுக் கொள்ளப் போகிறாய்?" என்று கேட்டபோது, அதற்கு அவன், "நான் இதை ஒருபோதும் பண்டமாற்று செய்யப் போவதில்லை," என்று பதிலளித்தான். அவனால் இந்த உலகில் ஒரு வித்தியாசத்தை ஏற்படுத்த முடியும் என்று ஒரு காவல்துறை அதிகாரியே கூறியிருந்தார். அதை ஒரு பீட்சாவுக்கோ அல்லது ஒரு திரைப்படத்திற்கோ பண்டமாற்று செய்து கொள்ள அவன் விரும்பவில்லை.

ஆண்டுக்கு நாற்பதாயிரம் முறை என்ற விகிதத்தில் பத்து ஆண்டுகளுக்கு இப்படிப்பட்டச் சமூக உறவாடல்கள் நிகழ்ந்தது அச்சமூகத்தில் ஒரு மாபெரும் வித்தியாசத்தை ஏற்படுத்தியதில் வியப்பேதும் இல்லை. இளைய சமுதாயத்தைச் சேர்ந்தவர்கள், அவர்கள் செய்த நல்ல செயல்களுக்காக அடையாளம் காணப்பட்டுப் பாராட்டப்படுகின்றபோது, அப்படிப்பட்ட நல்ல காரியங்களைச் செய்ய அவர்கள் ஊக்குவிக்கப்படுகிறார்கள். அது தொடர்கின்றபோது, அவர்களுக்கு அது இயல்பானதாகவும் சிரமமின்றியும் கைகூடுகிறது.

பெரும் மாற்றங்களைக் கொண்டு வர வேண்டும் என்று நாம் விரும்புகின்றபோது, பெரும்பாலும் பிரம்மாண்டமான ஒன்றின் மூலம்தான் அது சாத்தியம் என்று நாம் நினைக்கிறோம். ஒரு பெருநிறுவனத்தில் ஓர் உயர்ந்த பதவியிலிருந்த, எனக்குத் தெரிந்த நபர் ஒருவர், தன் குழந்தைகள் பொம்மைகளை வைத்து விளையாடுவதற்காக ஆடம்பரமான ஏற்பாடு ஒன்றைச் செய்து தருவதாகப் படாடோபமாக அறிவித்தார். ஆனால், அத்திட்டம் அவருடைய கையை மீறிப் போய்க் கொண்டிருந்ததால், அவர் அதைத் தலைமுழுகிவிட்டார். இதில் ஒரு சுவாரசியமான விஷயம் இருக்கிறது. பெரிதான ஒன்றை நீங்கள் செய்ய வேண்டும் என்றால், அதன் துவக்கம்

பிரம்மாண்டமானதாக இருக்க வேண்டும் என்ற தர்க்கம்தான் அது. ஆனால், பெரும்பாலான நேரங்களில், அந்த உயரதிகாரியின் திட்டத்தைப்போல, பல நிறுவனங்களின் எண்ணற்றத் திட்டங்கள் அமர்க்களமாகத் தொடங்கப்பட்டுப் பாதியிலேயே நிறுத்தப்பட்டுள்ளதை நாம் அறிவோம்.

முன்னேற்றத்தைக் கண்கூடாகப் பார்ப்பதுதான் மற்ற அனைத்து ஊக்கங்களையும்விடச் சிறந்த ஊக்கமாகும். அதற்கு என்ன காரணம்? பார்வைக்குத் தெரிகின்ற சிறிய வெற்றிகள் நமக்கு உத்வேகமளித்து, நம்மால் மேலும் வெற்றிகளைக் குவிக்க முடியும் என்ற நம்பிக்கையை நமக்குள் விதைக்கின்றன. 1968 இல் 'ஹார்வர்டு பிசினஸ் ரிவ்யூ' இதழில் வெளியான மிகப் பிரபலமான, ஊழியர்களை ஊக்குவிப்பது தொடர்பான ஒரு கட்டுரையில், அதன் ஆசிரியர் ஃபிரெடரிக் ஹெர்ஸ்பர்க், "மக்களை உள்ளார்ந்தரீதியாக ஊக்குவிக்கின்ற இரண்டு முதன்மையான விஷயங்கள், சாதனைகளும் அவற்றுக்கான பாராட்டுகளும்," என்று ஆய்வுகளின் அடிப்படையில் கூறியிருந்தார். சமீபத்தில், தெரீசா அமாபைல், ஸ்டீவன் கிராமர் ஆகிய இரண்டு ஆய்வாளர்கள், ஆயிரக்கணக்கான பக்கங்களை உள்ளடக்கிய நூற்றுக்கணக்கான நாட்குறிப்புத் தகவல்களை அலசினர். அவர்களின் முடிவு இதுதான்: "சின்னஞ்சிறு வெற்றிகள் உட்பட அன்றாட முன்னேற்றங்கள், மக்கள் எப்படி உணர்கிறார்கள், எப்படிச் செயலாற்றுகிறார்கள் என்பதன்மீது ஒரு பெரும் வித்தியாசத்தை ஏற்படுத்துகின்றன."

அவர்கள் மேலும் இவ்வாறு தெரிவிக்கின்றனர்: "ஒரு வேலைநாளின்போது, ஒருவருடைய உணர்ச்சிகள், ஊக்குவிப்பு, கண்ணோட்டம் ஆகியவற்றின்மீது பெரும் தாக்கம் ஏற்படுத்துகின்ற விஷயங்களில் தலையாயது, வேலையில் அர்த்தமுள்ள விதத்தில் முன்னேறுவதுதான்."

சிறிய வெற்றிகளை உருவாக்குதல்

பிரம்மாண்டமாக ஒன்றைத்துவக்கிப் பின்னர் நேரத்தையும் ஆற்றலையும் வீணாக்கியதைத் தவிர வேறு பிரயோஜனம் இல்லாமல் போவதைவிட, அத்தியாவசியமானவற்றைச் சிறிய அளவில் துவக்கிப் படிப்படியாக முன்னேறுவதைத்தான் நாம் தேர்ந்தெடுக்க வேண்டும். முதலில் கிடைக்கின்ற வெற்றியின் உத்வேகத்தால், அடுத்த வெற்றியையும், அதற்கு அடுத்த வெற்றியையும் நம்மால் அடைய முடியும். இறுதியில், அது குறிப்பிடத்தக்கதொரு வெற்றியை ஈட்டித் தரும்.

இந்த இரண்டில் எதுவொன்றையும் நம்மால் தேர்ந்தெடுக்க முடியும். நல்லவற்றைச் செய்வதை எளிதாக்குகின்ற ஓர் அமைப்புமுறையை உருவாக்குவதற்கு நாம் நம்முடைய ஆற்றல்களைப் பயன்படுத்திக் கொள்ளலாம். அல்லது நல்லவற்றைச் செய்வதைக் கடினமானதாக ஆக்குகின்ற ஓர் அமைப்புமுறையிடம் நாம் சரணாகதி

அடையலாம். கனடா காவல்துறையினரின் உத்தி, முந்தைய வகையைச் சார்ந்தது. அது சிறப்பாக வேலை செய்தது. நம்முடைய தனிப்பட்ட வாழ்க்கையில் அமைப்புமுறைகளை வடிவமைத்துக் கொள்வதற்கான தேர்ந்தெடுப்புகளை நாம் மேற்கொள்ளவிருக்கின்றபோது, நாம் அதே கொள்கையை அமல்படுத்தலாம்.

நானும் என் மனைவி அன்னாவும் இந்த யோசனைகளைக் குழந்தை வளர்ப்புக்குப் பயன்படுத்த முயற்சி செய்தோம். ஒரு கட்டத்தில், ஒரு குடும்பம் என்ற முறையில் எந்த அளவுக்கு நாங்கள் 'திரைகளில்' எங்கள் நேரத்தைத் தொலைத்துக் கொண்டிருந்தோம் என்பதைக் கண்டு நாங்கள் கவலையடைந்தோம். தொலைக்காட்சித் திரை, கணினித் திரை, கைக்கணினித் திரை, அலைபேசித் திரை போன்றவை அவற்றில் அடங்கும். அத்தியாவசியமற்ற விஷயங்களில் குழந்தைகள் தங்களுடைய நேரத்தை வீணடித்துக் கொண்டிருந்தனர். அவர்களுடைய இந்தப் பழக்கங்களை மாற்ற நாங்கள் முயற்சிகள் மேற்கொண்டபோது, அது உரசல்களைத் தோற்றுவித்தது. நாங்கள் தொலைக்காட்சியை அணைத்தாலோ அல்லது அவர்களுடைய 'திரை நேரத்தை' மட்டுப்படுத்த முயற்சித்தாலோ, அவர்கள் அது குறித்துக் குறைகூறினர். நாங்கள் வீட்டுக்கு உள்ளேயே காவல்துறையினரைப்போலக் கண்காணிக்க வேண்டியிருந்தபோது, அத்தியாவசியமானவற்றைச் செய்வதற்கு எங்களுக்கு நேரமில்லாமல் போயிற்று.

அதனால் நாங்கள் ஒரு டோக்கன் முறையை உருவாக்கினோம். ஒவ்வொரு வாரத்தின் தொடக்கத்திலும், குழந்தைகளுக்கு ஆளுக்குப் பத்து டோக்கன்கள் கொடுக்கப்படும். அவற்றை அவர்கள் முப்பது நிமிடங்களுக்கு ஏதாவது ஒரு திரையைப் பார்ப்பதற்குப் பயன்படுத்திக் கொள்ளலாம். அல்லது, அந்த வார இறுதியில் ஐம்பது சென்ட் பணத்திற்கு அதைப் பண்டமாற்று செய்து கொள்ளலாம். அதாவது, ஒன்று, அவர்களுக்கு ஐந்து மணிநேரத் திரை நேரம் கிடைக்கும் அல்லது ஐந்து டாலர்கள் கிடைக்கும். குழந்தைகள் ஏதாவது ஒரு புத்தகத்தை அரை மணிநேரம் படித்தால் அவர்களுக்குக் கூடுதலாக ஒரு டோக்கன் வழங்கப்படும். அதையும் அவர்கள் திரைக்குப் பயன்படுத்திக் கொள்ளலாம் அல்லது பணமாக மாற்றிக் கொள்ளலாம். அதன் விளைவுகள் மூக்கின் மேல் விரல் வைக்கும் அளவுக்கு ஆச்சரியகரமாக இருந்தன. ஒரே நாளில் திரை நேரம் 90 சதவீதம் குறைந்தது. புத்தக வாசிப்பு நேரம் 90 சதவீதம் அதிகரித்தது. எங்களுடைய

கண்காணிப்பு நேரம் கணிசமாகக் குறைந்தது. வேறு வார்த்தைகளில் கூற வேண்டுமென்றால், அத்தியாவசியமற்ற நடவடிக்கைகள் குறைந்தன, அத்தியாவசியமான நடவடிக்கைகள் அதிகரித்தன. அந்த அமைப்புமுறையை உருவாக்குவதற்கு முதலில் நாங்கள் சிறிதளவு நேரம் செலவிட வேண்டியிருந்தது. ஆனால், சிறிது காலத்திலேயே எங்களுக்கு இடையேயான உரசல்கள் பெருமளவு குறைந்து அமைப்புமுறை சுமூகமாகச் செயல்படத் துவங்கியது.

இதுபோன்ற அமைப்புமுறைகளை எவரொருவராலும் தங்களுடைய வீட்டிலும் சரி, அலுவலகத்திலும் சரி உருவாக்கிக் கொள்ள முடியும். இங்கு நீங்கள் முக்கியமாக கவனத்தில் எடுத்துக் கொள்ள வேண்டியது, அதை நீங்கள் சிறிய அளவில் துவக்க வேண்டும், முன்னேற்றத்தை ஊக்குவிக்க வேண்டும், சிறு வெற்றிகளைக் கொண்டாட வேண்டும், அவ்வளவுதான். அதை உருவாக்குவதற்கான சில உத்திகள் இதோ:

சாத்தியமாகக்கூடிய குறைந்தபட்ச முன்னேற்றத்தில் கவனத்தைக் குவியுங்கள்

"செய்வதே கச்சிதத்தைவிட மேலானது," என்ற கூற்று சிலிக்கான் வேல்லியில் பரவலாக இருந்து வருகிறது. அதற்காக நாம் குப்பைகளை உற்பத்தி செய்து தள்ள வேண்டும் என்றில்லை. அத்தியாவசியமற்றவற்றில் நேரத்தை வீணாக்கிக் கொண்டிருக்காமல், காரியத்தில் இறங்க வேண்டும் என்பதுதான் இதற்குப் பின்னாலுள்ள கருத்து. 'சாத்தியமாகக்கூடிய குறைந்தபட்சத் தயாரிப்பு' மூலம் ஒரு பொருளை உருவாக்கிச் சந்தையில் இறக்குவது என்பது தொழிலதிபர்கள் மத்தியில் பிரபலமான ஒரு யோசனையாகும். "நான் குறி வைத்துள்ள வாடிக்கையாளர்களுக்குப் பலனளிக்கக்கூடிய விதத்தில் ஒரு பொருளைக் குறைந்தபட்ச முயற்சியில் என்னால் உருவாக்க முடியுமென்றால், அது என்னவாக இருக்கும்?" என்று யோசிப்பது இது.

நாமும் அதுபோலவே, 'சாத்தியமாகக்கூடிய குறைந்தபட்ச முன்னேற்றம்' என்ற முறையை சுவீகரித்துக் கொள்ளலாம். "இப்போது நாம் செய்ய முயன்று கொண்டிருக்கும் அத்தியாவசியமான வேலைக்குப் பலனளிக்கக்கூடிய விதத்தில் ஏற்படக்கூடிய சின்னஞ்சிறு முன்னேற்றம் எதுவாக இருக்கும்?" என்ற கேள்வியை நாம் கேட்கலாம். நான் இச்செயல்முறையை இப்புத்தகத்தை எழுதுவதற்குக் கடைபிடித்தேன். எடுத்துக்காட்டாக, நான் இப்புத்தகத்தைப்

பற்றி ஆய்வு செய்து கொண்டிருந்தபோது, திடீரென்று எனக்கு ஒரு சிறிய யோசனை உதித்தால், அதை எழுத்தில் வடிப்பதற்கு முன்பாக, அதை நான் என்னுடைய டுவிட்டரில் பகிர்ந்து கொள்வேன். அது மக்களுக்குப் பிடித்திருந்தால், அதை ஒரு கட்டுரையாக ஹார்வர்டு பிசினஸ் ரிவ்யூ இதழில் வெளியிடுவேன். பெரிய முயற்சிகள் எதுவும் தேவைப்படாத இந்தச் செயல்முறை மூலம், என் சிந்தனைக்கும் மக்கள் அதைப் பார்க்கின்ற விதத்திற்கும் இடையே ஒரு பிணைப்பு இருந்ததா என்பதை என்னால் அளவிட முடிந்தது.

பிக்ஸர் திரைப்பட நிறுவனம் தன் திரைப்படங்களில் இச்செயல்முறையைப் பயன்படுத்துகிறது. அவர்கள், வழக்கமாகத் திரைப்படங்களில் செய்வதுபோலன்றி, திரைக்கதையில் துவக்காமல், 'ஸ்டோரி போர்டில்' துவக்குகின்றனர். அதாவது, அந்தப் படத்தின் கதையை ஒரு காமிக்ஸ் புத்தகத்தின் வடிவில் அவர்கள் உருவாக்குகின்றனர். அதில் தங்களுடைய யோசனைகளை வெளிப்படுத்தி, அவற்றில் எது வேலை செய்தது என்று அவர்கள் பார்க்கின்றனர். தங்களுக்குக் கிடைக்கின்ற பின்னூட்டக்கருத்துகளின் அடிப்படையில் அவர்கள் அதை நூற்றுக்கணக்கான முறை மாற்றுகின்றனர். பின்னர் திரைப்படத்தைத் தயாரித்து அதை ஒரு சிறு குழுவினருக்குப் போட்டுக் காட்டி அவர்களுடைய பின்னூட்டக்கருத்துகளைப் பெறுகின்றனர். மிகக் குறைவான முயற்சியில் அவர்களால் விரைவாகக் கற்றுக் கொள்ள முடிகிறது.

சாத்தியமாகக்கூடிய குறைந்தபட்ச முன்தயாரிப்பை மேற்கொள்ளுங்கள்

ஒரு முக்கியமான இலக்கை அல்லது காலக்கெடுவுடன்கூடிய ஒரு திட்டத்தை அணுகுவதற்கு இரண்டு எதிரெதிர் வழிமுறைகள் இருக்கின்றன. ஒன்று, நீங்கள் சிறிய அளவில் முன்னதாகவே துவக்கி, படிப்படியாக முன்னேறலாம். அல்லது, ஒரு பெரிய அளவில் தாமதமாகத் துவக்கி, அதை முடிக்க முயற்சி செய்யலாம். இரண்டாவது வழி என்பது கடைசி நேரத்தில் ஒரு காரியத்தில் ஈடுபடுவதாகும். முடித்துக் கொடுக்க வேண்டிய நாளுக்கு முதல் நாள் இரவு முழுவதும் கண்விழித்து அமர்ந்து அதை நீங்கள் முடிக்க வேண்டியிருக்கலாம். முன்னதாகவே துவக்குகின்றபோது, அதில் நீங்கள் உங்கள் நேரத்தைக் குறைவாக முதலீடு செய்வீர்கள்.

நீங்கள் செய்து முடிக்க வேண்டிய, காலக்கெடுவுடன்கூடிய ஒரு வேலையைக் கையில் எடுத்துக் கொள்ளுங்கள். "இதற்கு என்னை நான் தயார்படுத்திக் கொள்வதற்கு இப்போது குறைந்தபட்சம் நான் என்ன செய்ய வேண்டும்?" என்று கேளுங்கள்.

எனக்குத் தெரிந்த மிகச் சிறந்த ஊக்குவிப்புப் பேச்சாளர் ஒருவர் முக்கியமான சொற்பொழிவுகளுக்கான தயாரிப்பை ஆறு மாதங்களுக்கு முன்பே துவக்கிவிடுவார். ஆனால் அவர் ஒட்டுமொத்தச் சொற்பொழிவையும் எழுத மாட்டார். அவர் அந்தச் சொற்பொழிவுக்கான வேலையைத் துவக்குவார், அவ்வளவுதான். அடுத்தச் சில வாரங்களில் அல்லது மாதங்களில் நீங்கள் செய்து முடிக்க வேண்டிய பெரிய திட்டம் ஏதேனும் உங்களிடம் இருந்தால், இப்போது அது தொடர்பான கோப்பு ஒன்றை உருவாக்கி வைத்துக் கொள்ளுங்கள். அத்திட்டம் பற்றி யோசித்து அந்த யோசனைகளை ஒரு தாளில் குறிப்பெடுத்துக் கொள்வதற்குத் தினமும் நான்கு நிமிடங்களைச் செலவிடுங்கள். பிறகு அந்தத் தாளை அந்தக் கோப்பில் சேர்த்துவிடுங்கள். வெறும் நான்கு நிமிடங்கள் போதும். ஆனால், நீங்கள் அதைத் துவக்க வேண்டும்.

எனக்குத் தெரிந்த ஒருவர் இந்த எளிய உத்தியைப் பயன்படுத்துகிறார்: ஏதாவது ஒரு தொலைபேசி அழைப்புக்குத் திட்டமிடுகின்றபோதே, அவர் வெறும் பதினைந்து நொடிகள் செலவிட்டு, அந்த அழைப்பின் நோக்கம் குறித்த முக்கியமான அம்சங்களை ஒரு காகிதத்தில் எழுதிக் கொள்வார். பின்னர் அவர் அந்த அழைப்பை விடுக்கின்றபோது, அவர் அந்தக் குறிப்புகளை ஒப்புநோக்கிக் கொள்வார். இதனால், அந்த அழைப்பின்போது பேசப்பட வேண்டிய அனைத்து விஷயங்களையும் அவர் முன்பே தயாரித்து வைத்துக் கொள்ள வேண்டிய அவசியம் இல்லாமல் போய்விடுகிறது. மிகக் குறைவான நேரத்தில் முன்கூட்டியே மேற்கொள்ளப்படுகின்ற முன்தயாரிப்புகள் சிறப்பான பலன்களைத் தரும்.

முன்னேற்றத்தின் காட்சிரீதியான வெளிப்பாடு

உங்கள் பள்ளியில் இப்படிப்பட்ட ஒரு நிதி திரட்டல் நிகழ்ச்சி நடந்திருக்கலாம். மாணவர்கள் எல்லோரும் பார்க்கும் விதமாக, பிரம்மாண்டமான தெர்மாமீட்டர் வடிவில் ஒரு காட்சிப் பலகை வைக்கப்பட்டிருக்கும். பள்ளிக்கு அளிக்கப்படுகின்ற நன்கொடையின் அளவு அதிகரிக்க அதிகரிக்க அந்தத் தெர்மாமீட்டர் காட்டும் அளவு கூடிக்

கொண்டேயிருக்கும். தினந்தோறும் அதன் அளவு அதிகரித்துக் கொண்டே போவதைப் பார்ப்பது எவ்வளவு சுவாரசியமாக இருக்கும் என்பதை எண்ணிப் பாருங்கள்.

ஓர் இலக்கை நோக்கி நகர்ந்து கொண்டிருக்கின்றபோது, அதைக் காட்சிரீதியாகப் பார்ப்பது ஒருவிதமான சக்தியை அளிக்கிறது. இதை ஏன் நீங்கள் உங்களுடைய தனிப்பட்ட வாழ்க்கைக்கும், உங்களுடைய தொழில்வாழ்க்கைக்கும், நீங்கள் வகுத்துள்ள இலக்குகளுக்கும் பயன்படுத்தக்கூடாது?

நாம் சிறிய அளவில் துவக்கி, முன்னேற்றத்திற்கு வெகுமதியளித்துப் படிப்படியாக முன்னேறும்போது, நடைமுறைச் சாத்தியமற்ற பிரம்மாண்டமான இலக்குகளை நிர்ணயிப்பதன் மூலம் அடைவதைவிட அதிக அளவு வெற்றியை நம்மால் அடைய முடியும். அதோடு, இந்தச் செயல்முறை அதிகத் திருப்தியும் மகிழ்ச்சியும் அளிப்பதாக இருக்கும்.

அத்தியாயம் 18

தடையற்ற ஓட்டம்

வழமைகளின் வியத்தகு சக்தி

"அறிவார்ந்த ஒருவனிடம் உள்ள வழமைகள்,
இலட்சியத்திற்கான ஓர் அறிகுறியாகும்."

- டபிள்யூ. எச். ஆடென்

2008 ஆம் ஆண்டு பீஜிங்கில் நடைபெற்ற ஒலிம்பிக் போட்டியில் நீச்சலில் தங்கப் பதக்கம் வாங்குவதற்கு முன்பாக, மைக்கேல் ஃபெல்ப்ஸ், பல ஆண்டுகளாக ஒவ்வொரு போட்டியிலும் வழமையான ஒரு முறையைக் கடைபிடித்து வந்தார். போட்டி நடப்பதற்கு இரண்டு மணிநேரத்திற்கு முன்பே அவர் அங்கு வந்துவிடுவார். கைகால்களை நீட்டி மடக்குதல், உடலை வளைத்து நிமிர்த்துதல், குனிந்து நிமிர்தல் போன்றவற்றை உள்ளடக்கிய பல பயிற்சிகளையும், உடலைத் தளர்த்திக் கொள்வதற்கான பல பயிற்சிகளையும் திட்டமிட்ட வரிசைப்படியும் ஒழுங்குமுறைப்படியும் அவர் செய்வார். பின்னர் தன் உடலில் உள்ள வியர்வையைத் துடைத்துவிட்டு, தன் காதுகளில் 'இயர்ஃபோனை' மாட்டிக் கொண்டு, அங்கிருக்கும் மசாஜ் மேசையில் உட்கார்ந்து கொள்வார். அதற்குப் பிறகு அவரும் அவருடைய பயிற்றுவிப்பாளரான பாப் பௌமேனும், அந்தப் போட்டி முடிகின்றவரை ஒருவரோடு ஒருவர் பேசிக் கொள்ள மாட்டார்கள்.

போட்டி துவங்குவதற்கு *45* நிமிடங்களுக்கு முன்பு, மைக்கேல் தன்னுடைய நீச்சல் உடையை அணிந்து கொள்வார். போட்டி துவங்குவதற்கு *30* நிமிடங்கள் இருக்கும்போது,

உடலைத் தயார் நிலைக்குக் கொண்டுவருவதற்குப் பயன்படுத்தப்படுகின்ற நீச்சல்குளத்திற்குள் இறங்கி, அறுநூறிலிருந்து எண்ணூறு மீட்டர் தூரம்வரை அவர் நீந்துவார். போட்டி துவங்குவதற்கு 10 நிமிடங்களுக்கு முன், போட்டியில் ஈடுபடுவோர் தங்களைத் தயார்படுத்திக் கொள்வதற்கான அறைக்குள் நுழைந்து, அங்கிருக்கும் ஒரு நாற்காலியில் அவர் உட்கார்ந்து கொள்வார். ஆனால் ஒருபோதும் எவருக்குப் பக்கத்திலும் அவர் அமர மாட்டார். தான் உட்கார்ந்திருக்கும் நாற்காலிக்கு ஒரு புறம் இருக்கும் நாற்காலியில் தன்னுடைய நீச்சல் கண்ணாடியையும், மறுபுறம் இருக்கும் நாற்காலியில் தன்னுடைய துண்டையும் அவர் வைப்பார். அவர் கலந்து கொள்ளவிருக்கின்ற போட்டி அறிவிக்கப்பட்டவுடன், அவர் எழுந்து அங்குச் சென்று, முதலில் தன்னுடைய கால்களை நீட்டி மடக்குவார். அதிலும் எப்போதும் இடது காலையே முதலில் நீட்டி மடக்குவார். அதைத் தொடர்ந்து அவர் தன் வலது காதில் செருகியிருக்கும் 'இயர்பட்'டை வெளியே எடுப்பார். அவருடைய பெயர் அழைக்கப்பட்டவுடன், இடது காதில் செருகியிருக்கும் 'இயர்பட்'டை வெளியே எடுப்பார். பிறகு, தனக்கு ஒதுக்கப்பட்டிருக்கும் சிறிய மேடைக்கு, இடது புறத்திலிருந்து செல்வார். அந்த மேடையைத் துடைப்பார். பின் தன் கைகளை நீட்டி மடக்குவார்.

அதைப் பற்றி மைக்கேல் இவ்வாறு கூறுகிறார்: "இது நான் கடைபிடிக்கின்ற வழமை. இது நான் என் வாழ்நாள் முழுவதும் கடைபிடித்து வருகின்ற ஒன்று. இதை நான் ஒருக்காலும் மாற்றப் போவதில்லை." இதை மைக்கேலுக்காக வடிவமைத்துக் கொடுத்தவர் அவருடைய பயிற்றுவிப்பாளர் பாப். அது மட்டுமல்லாமல், மைக்கேல் தூங்கப் போவதற்கு முன்பும், தூங்கி எழுந்த உடனேயும் எதைப் பற்றிச் சிந்திக்க வேண்டும் என்பதற்கும் பாப் ஒரு வழமையை உருவாக்கிக் கொடுத்துள்ளார். அதற்கு அவர், 'வீடியோ படத்தைப் பார்த்தல்' என்று பெயரிட்டுள்ளார். இங்கு உண்மையான வீடியோ படம் எதுவும் இருக்காது. அது கச்சிதமானதொரு போட்டிக்கான மனக்காட்சிப்படைப்பாகும். விலாவாரியான விபரங்களுடன் மெதுவாக அது அவருடைய மனத்தில் ஓடும். அவர் நீச்சல் மேடையில் போட்டி துவங்குவதற்காக நிற்பதில் தொடங்கி, நீரில் பாய்ந்து அவர் நீச்சலடிக்கின்ற ஒவ்வோர் அடியும் அதில் இடம் பெற்றிருக்கும். அதோடு, தான் தன்னுடைய முகத்திலிருந்து தண்ணீர் சொட்டச் சொட்ட வெற்றிகரமாக வெளியேறுகின்றவரை உள்ள காட்சிகளையும் அவர் அச்சசலாக அப்படியே தன் மனத்தில் கற்பனை செய்வார்.

மைக்கேல் இந்த மனக்காட்சிப்படைப்பை எப்போதாவது ஒரு முறை செய்யவில்லை. ஆண்டுக்கணக்கில், தினந்தோறும் படுக்கைக்குச் செல்வதற்கு முன்பும், படுக்கையிலிருந்து எழுந்த உடனேயும் அவர் அதைச் செய்தார். மைக்கேலை அவருடைய சக்திக்கு மீறிச் செயல்பட வைக்க பாப் விரும்பியபோதெல்லாம், அவரிடம், "வீடியோ படத்தை ஓடவிடு!" என்று கூறுவார். பல ஆண்டுகளாக எண்ணற்ற முறை அதை மைக்கேல் தன் மனத்தில் ஓடவிட்டிருந்ததால், அது அவருடைய ஆழ்மனத்தில் அப்படியே பதிந்து போயிருந்தது.

அதைப் பற்றி பாபிடம் கேட்கப்பட்டபோது, அதற்கு அவர் இவ்வாறு பதிலளித்தார்: "ஒரு போட்டிக்கு முன்பாக அவருடைய மனத்தில் என்ன ஓடிக் கொண்டிருந்தது என்று நீங்கள் மைக்கேலிடம் கேட்டால், தான் எதைப் பற்றியும் சிந்தித்துக் கொண்டிருக்கவில்லை என்றும், தான் வெறுமனே நாங்கள் உருவாக்கியிருந்த அமைப்புமுறையை அப்படியே பின்பற்றிக் கொண்டிருந்ததாகவும் தெரிவிப்பார். ஆனால், அது உண்மையல்ல. அவருடைய பழக்கங்கள் அவரை ஆட்கொண்டுவிட்டன என்று கூறுவது பொருத்தமாக இருக்கும். அவர் தன் மனத்தில் என்ன காட்சிப்படுத்திக் கொண்டிருந்தாரோ, அதன் நீட்சியாகவே அந்தப் போட்டி இருக்கும்."

2008 பீஜிங் ஒலிம்பிக் போட்டியில் நீச்சல் பிரிவில் மைக்கேல் எட்டுத் தங்கப் பதக்கங்களை வென்றார் என்பதை நாம் அறிவோம். மைக்கேலாலும் சரி, பிற ஒலிம்பிக் வீரர்களாலும் சரி, எப்படி இப்படி அனாயாசமாக அபாரமான சாதனைகளைப் படைக்க முடிந்தது என்று நான் யோசித்தேன். மற்ற அனைவரையும்விட ஒலிம்பிக் வீரர்கள் அதிகக் கடுமையாகப் பயிற்சி செய்கின்றனர் என்பதை நான் மறுக்கவில்லை. ஆனால், அவர்கள் ஒரு போட்டியில் கலந்து கொள்ளும்போது, அது சுலபமானதுபோலத் தோன்றச் செய்கின்றனர். அது அவர்களுடைய கடுமையான பயிற்சியின் இயல்பான நீட்சி என்று கூறுவதோடு நிறுத்திக் கொள்ள முடியாது. மாறாக, ஒரு செம்மையான வழமையைப் பின்பற்றும்போது நிகழ்கின்ற அற்புதத்திற்கான எடுத்துக்காட்டு அது.

அத்தியாவசியமான விஷயங்கள் கட்டாயத்தின் பெயரில் மட்டுமே செய்யப்படுவதாக அத்தியாவசியவாதியாக இல்லாதவர் நினைக்கிறார். செயலாக்கம் என்பது வெறும் முயற்சி மற்றும் கடின உழைப்பின் வெளிப்பாடு என்று அவர் நினைக்கிறார்.

ஆனால், அத்தியாவசியவாதியின் வழி வித்தியாசமானது. அத்தியாவசியமானவை என்று அடையாளம் காணப்பட்டவற்றை அடைவதற்கு அவர் ஒரு வழமையைத் திட்டமிட்டு உருவாக்குகிறார். இதன் காரணமாக, குறைவான முயற்சியில் அவரால் நிறைய விஷயங்களைச் சாதிக்க முடிகிறது.

அத்தியாவசியவாதி அல்லாதவர்	அத்தியாவசியவாதி
அத்தியாவசியமானவற்றைக் கடும் முயற்சியின் மூலமாகச் செய்ய முயல்கிறார்.	வழமையை உருவாக்கிக் கொள்வதன் மூலம் செயல்பாடுகளைச் சிரமமின்றிச் செய்வதைத் திட்டமிடுகிறார்.
அத்தியாவசியமற்றவற்றைச் செய்வதே அவருடைய நோக்கமாக இருக்கிறது.	அத்தியாவசியமானவற்றைச் செய்வதே அவருடைய நோக்கமாக இருக்கிறது.

பார்ப்பதற்கு எளிமையாக இருக்கும்படி செய்தல்

தடைகளை நீக்குவதற்கு வழமைகள் ஆற்றல்மிக்கக் கருவிகளாக விளங்குகின்றன. வழமைகள் இல்லாவிட்டால், அத்தியாவசியமற்றவற்றின் ஈர்ப்பால் நாம் திக்குமுக்காட நேரிடும். அத்தியாவசியமானவற்றை நிறைவேற்றுவதற்கு நாம் ஒரு வழமையை உருவாக்கிக் கொண்டால், அவற்றை நாம் தானியங்கி முறையில் செயலாற்ற வைத்துவிடலாம். அப்போது நாம் அத்தியாவசியமானவற்றைத் தொடர்ந்து தேடிக் கொண்டிருக்க வேண்டியிருக்காது. நம்முடைய சிந்தனை எதுவும் இல்லாமல் அது தானாகவே நிகழும். ஒவ்வொரு நாளும் விஷயங்களை முன்னுரிமைப்படுத்துவதற்கு நம்முடைய ஆற்றலை நாம் செலவழித்துக் கொண்டிருக்க வேண்டிய தேவையிருக்காது. வழமையை உருவாக்குவதற்குத் துவக்கத்தில் நாம் சிறிதளவு ஆற்றலைச் செலவழித்தால் மட்டும் போதும்.

வழமைகள் விஷயங்களை எளிதாக்கும் என்பதைப் பல ஆய்வுகள் நிரூபித்துள்ளன. குறிப்பிட்ட விஷயங்களை

நாம் மீண்டும் மீண்டும் செய்கின்றபோது, நம்முடைய மூளையிலுள்ள நரம்பணுக்கள் உருவாக்குகின்ற நரம்பிணைப்புகள் வலுவடைகின்றன. அப்போது அவற்றைச் செயல்படுத்துவது மூளைக்கு எளிதாகிவிடுகிறது.

நாம் தினமும் ஒரு குறிப்பிட்ட இடத்திலிருந்து மற்றொரு குறிப்பிட்ட இடத்திற்கு நம்முடைய காரை ஓட்டிச் சென்றால், ஒரு கட்டத்தில் நம்மால் பிரக்ஞையின்றி அந்த இடத்திற்குக் காரோட்டிச் செல்ல முடிவதற்கு இதுதான் காரணம். அதேபோல, நாம் ஒரு குறிப்பிட்ட உணவை மீண்டும் மீண்டும் சமைக்கும்போது, சமையல் குறிப்பைப் பார்க்காமலேயே அதை நம்மால் செய்துவிட முடிவதற்கும் இதுதான் காரணம். மீண்டும் மீண்டும் செய்யப்படுகின்றபோது வழமையை நாம் கைவசப்படுத்திக் கொள்கிறோம். அது நம்முடைய இரண்டாம் இயல்பாக மாறிவிடுகிறது.

மற்றத் திறன்களைப்போலவே, அத்தியாவசியமானவற்றைச் செயல்படுத்துவதற்கான நம்முடைய திறனும் பயிற்சியின் மூலம் மேம்படுகிறது. உங்களுடைய அலுவலகத்தில் நீங்கள் முதன்முதலாக முக்கியமானதொரு வேலையைச் செய்ய வேண்டியிருந்தபோது என்ன நடந்தது என்று நினைத்துப் பாருங்கள். முதலில் நீங்கள் ஒரு கற்றுக்குட்டியைப்போல உணர்ந்தீர்கள். அப்போது நீங்கள் ஒருவிதமான அசௌகரிய உணர்வைக்கூட அனுபவித்திருக்கக்கூடும். அந்த வேலையில் கவனத்தைக் குவிப்பதற்கு நீங்கள் மேற்கொண்ட முயற்சி உங்களுடைய மனஉறுதியை வற்றிப் போகச் செய்திருக்கும். தீர்மானங்கள் எடுக்க முடியாமல் தடுமாறுகின்ற நிலையை நீங்கள் அடைந்திருக்கக்கூடும். இவை அனைத்தும் இயல்பானதுதான். ஆனால், அந்தக் காரியத்தை நீங்கள் மீண்டும் மீண்டும் செய்கின்றபோது உங்களுக்குத் தன்னம்பிக்கை பிறக்கிறது. உங்களுக்கு இனியும் கவனச்சிதறல்கள் ஏற்படுவதில்லை. அந்த வேலையை அதிகமான முயற்சி இன்றி விரைவாகவும் சிறப்பாகவும் உங்களால் செய்ய முடிகிறது.

* * *

இதில் மற்றொரு நன்மையும் இருக்கிறது. கவனக்குவிப்புடன் செய்யப்பட வேண்டிய வேலை ஒரு வழமையாக மாறுகின்றபோது, கவனக்குவிப்புடன் இயங்க வேண்டியிருக்கின்ற மூளையின் அப்பகுதியில் கூடுதல் இடம் கிடைக்கிறது. அதை நீங்கள் புதிய விஷயங்களுக்குப்

பயன்படுத்திக் கொள்ளலாம். அத்தியாவசியமான விஷயங்கள் தானியங்கி முறையில் நடைபெற்றுக் கொண்டிருக்கின்ற அதே வேளையில், உங்களால் வேறொரு விஷயத்திலும் கவனம் செலுத்த முடியும். 'த பவர் ஆஃப் ஹேபிட்' நூலின் ஆசிரியரான சார்ல்ஸ் டஹிக், இது குறித்து இவ்வாறு கூறுகிறார்: "உண்மையில் மூளை குறைவாக வேலை செய்யத் துவங்குகிறது. இன்னும் சொல்லப் போனால், மூளையால் தன்னுடைய செயல்பாடுகளைக் கிட்டத்தட்ட முழுமையாக நிறுத்திவிட முடியும். இது ஒரு வரப்பிரசாதம். இதனால், உங்களுடைய மூளையின் ஆற்றலை வேறு காரியங்களுக்கு உங்களால் பயன்படுத்திக் கொள்ள முடியும்."

வழமை உள்ளே நுழைந்துவிட்டால், அங்குப் படைப்பாற்றலும் புதுமைப்புனைவும் செத்துவிடும், சலிப்பு தலைதூக்கிவிடும் என்று சிலர் நினைக்கின்றனர். வழமையையும் சலிப்பையும் ஒப்பிட்டுப் பேசுகின்ற நபர்கள் இருக்கின்றனர். தவறான வழமைகளுக்கு இந்த நிலைமை ஏற்படக்கூடும் என்பது உண்மைதான். ஆனால் சரியான வழமைகள் படைப்பாற்றலையும் புதுமைப்புனைவையும் வழங்குவதோடு, ஆற்றலைச் சேமிக்கவும் உதவுகின்றன.

ஹங்கேரியப் பேராசிரியரும், உலகப் புகழ்பெற்ற 'ஃபுளோ' என்ற நூலின் ஆசிரியருமான மிஹாலி சிக்செண்ட்மிஹாலி, தலைசிறந்த படைப்பாற்றலைக் கொண்டவர்கள் தங்களுடைய மனங்களை விடுவித்துக் கொள்ள வழமைகளை எப்படித் தீவிரத்துடன் கடைபிடித்து வருகின்றனர் என்பதைப் பற்றி இவ்வாறு கூறுகிறார்: "படைப்பாற்றலில் தலைசிறந்து விளங்குபவர்கள், தங்களுடைய வாழ்க்கையில் வெகு முன்னதாகவே, தூங்குவதற்கும், சாப்பிடுவதற்கும், வேலை செய்வதற்கும் சிறந்த வழமைகளைக் கண்டுபிடித்து அவற்றின்படி நடக்கின்றனர். அவர்கள் தங்களுக்கு சௌகரியமான ஆடைகளை அணிகின்றனர், தங்களுக்கு இணக்கமானவர்களோடு மட்டுமே உறவாடுகின்றனர், தங்களுக்கு முக்கியமானவையாகத் தோன்றுகின்ற விஷயங்களை மட்டுமே செய்கின்றனர். இவர்களுடன் உறவாட வேண்டிய நிலையில் இருப்பவர்கள் இவர்களின் இதுபோன்ற தனி ஆவர்த்தனங்களை இரசிப்பதில்லை என்பது வேறு விஷயம்."

சிலிக்கான் வேல்லியிலுள்ள ஒரு சிறந்த தொழில்நுட்ப நிறுவனத்தின் முதன்மை நிர்வாக அதிகாரி ஒருவரின் வழமையை மேலோட்டமாகப் பார்த்தால், அது சலிப்பான ஒன்றாகவும், படைப்பாற்றலைக் கொலை செய்கின்ற

ஒன்றாகவும் தோன்றலாம். ஒவ்வொரு திங்கட்கிழமையன்றும், மூன்று மணிநேரம் நீடிக்கின்ற சந்திப்புக்கூட்டம் ஒன்றை அவர் கூட்டுவார். அதை அவர் ஒருபோதும் தவறவிடுவதில்லை. அது வேறு நாளுக்கோ அல்லது வேறு நேரத்திற்கோ ஒருபோதும் மாற்றப்படுவதில்லை. அது அனைவரும் கட்டாயமாகக் கலந்து கொள்ள வேண்டிய ஒரு கூட்டம் என்பதால், அந்நிறுவனத்தில் உள்ளவர்கள் தங்களுடைய பயண நேரங்களைக்கூட அதற்கேற்ப மாற்றிக் கொள்வர். அந்த நேரத்தில் எல்லோரும் அங்கு இருப்பர். அது ஒழுங்கமைவுடன்கூடிய ஒரு கட்டுப்பாடு. மேலோட்டமாகப் பார்த்தால், இதில் அசாதாரணமாக என்ன இருக்கிறது என்று தோன்றலாம். ஆனால், அந்தக் கூட்டங்களில் வெளிப்படுகின்ற யோசனைகளின் தரம் அசாதாரணமானதாக இருக்கிறது. ஒரு கூட்டத்தை ஏற்பாடு செய்வது, அதில் யாரெல்லாம் கலந்து கொள்வது என்று தீர்மானிப்பது என்பன போன்ற விஷயங்களில் பொதுவாக ஏராளமான ஆற்றல் விரயம் செய்யப்படும். அதை வழமையான இந்தக் கூட்டம் தவிர்க்கிறது. அதன் காரணமாக, மக்கள் படைப்பாற்றல்ரீதியான யோசனைகளில் கவனத்தைக் குவிக்க வழி ஏற்படுகிறது. உண்மையிலேயே அந்தக் கூட்டத்தில் கலந்து கொள்கின்ற ஊழியர்கள் படைப்பாற்றல்மிக்க, உத்வேகமூட்டுகின்ற யோசனைகளையும் தீர்வுகளையும் முன்வைக்கின்றனர்.

செம்மையான வழமையின் ஆற்றல்

நம்முடைய தேர்ந்தெடுப்புகளில் 40 சதவீதம் ஆழ்மனரீதியாக எடுக்கப்படுவதாக, டியூக் பல்கலைக்கழகம் நடத்திய ஓர் ஆய்வு தெரிவிக்கிறது. அது குறித்து நாம் அதிகமாகச் சிந்திப்பதில்லை. இதில் வாய்ப்பும் இருக்கிறது, ஆபத்தும் இருக்கிறது. நம்மால் புதிய திறன்களை வளர்த்துக் கொள்ள முடியும் என்பதும், அது இறுதியில் நாம் உள்ளுணர்வுரீதியாகச் செயல்பட உதவும் என்பதும் இதிலுள்ள வாய்ப்பு. நாம் எதிர்பார்க்கின்ற விளைவுகளுக்கு நேரெதிரான விளைவுகளை உண்டாக்கக்கூடிய வழமைகளை நாம் உருவாக்கிக் கொள்ளக்கூடும் என்பது இதிலுள்ள ஆபத்து. பிரக்ஞையின்றி நாம் அத்தியாவசியமற்ற வழமைகளை உருவாக்கிக் கொள்ளக்கூடும். எடுத்துக்காட்டாக, காலையில் படுக்கையிலிருந்து எழுந்த அடுத்தக் கணத்தில் முதல் வேலையாக நம்முடைய மின்னஞ்சல்களைப் பார்ப்பது, அலுவலகத்திலிருந்து

வீட்டுக்கு வரும் வழியில் தினமும் ஒரு கேக் வாங்கி வருவது, மதிய உணவு வேளையை, மெதுவாகச் சாப்பிடுவதற்கும், ஆசுவாசப்படுத்திக் கொள்வதற்கும், நண்பர்கள் மற்றும் சக ஊழியர்களுடன் அரட்டையடிப்பதற்கும், யோசிப்பதற்கும், அசைபோடுவதற்கும் பயன்படுத்தாமல், இணையத்தில் மேய்வதற்குப் பயன்படுத்துவது போன்றவை இதற்கான சில எடுத்துக்காட்டுகள். அத்தியாவசியமற்றப் பழக்கங்களுக்குள் நம்மைச் சிக்க வைக்கின்ற வழமைகளைத் தூக்கி எறிந்துவிட்டு, அத்தியாவசியமான விஷயங்களைச் சிரமமின்றி செய்யக்கூடிய வழமைகளை அந்த இடத்தில் அமர்த்துவது எப்படி?

உங்களைத் தூண்டிவிடுகின்ற விஷயங்களைச் செப்பனிடுங்கள்

நம்மில் பெரும்பாலானோரிடம் நாம் மாற்றிக் கொள்ள விரும்புகின்ற பல பழக்கவழக்கங்கள் இருக்கின்றன. சத்தற்ற உணவை உட்கொள்வதைக் குறைத்துக் கொள்வது, நேரத்தை வீணாக்குவதைக் குறைத்துக் கொள்வது, கவலைப்படுவதைக் குறைத்துக் கொள்வது போன்றவை அவற்றில் அடங்கும். ஆனால், அவற்றை மாற்ற நாம் முயல்கின்றபோது, சின்னஞ்சிறிய பழக்கங்களை மாற்றுவதுகூட நமக்குக் கடினமாக இருப்பதைக் கண்டு நாம் அதிர்ச்சியடைகிறோம். அந்தச் சூடான உருளைக்கிழங்கு வறுவல்களுக்கும், அழகான படங்களுடன்கூடிய வலைத்தளங்களுக்கும், நம்மை ஆட்கொள்கின்ற கவலைகளுக்கும் ஏதோ ஒருவிதமான ஈர்ப்புச் சக்தி இருப்பதுபோலத் தோன்றுகிறது. இத்தகைய பழக்கவழக்கங்களின் ஆற்றல்மிக்கப் பிடியிலிருந்து எப்படித் தப்பிப்பது?

'த பவர் ஆஃப் ஹேபிட்' நூலின் ஆசிரியரான சார்ல்ஸ் டஹிக், அப்புத்தகம் குறித்து அளித்த ஒரு பேட்டியில் இவ்வாறு குறிப்பிட்டிருந்தார்: "கடந்த 15 ஆண்டுகளில், பழக்கங்கள் எப்படி உருவாகின்றன, அவற்றை எப்படி மாற்ற வேண்டும் ஆகியவற்றை நாம் கற்றுக் கொண்டுள்ளோம். ஒவ்வொரு பழக்கமும், ஒரு தூண்டுதல் காரணி, ஒரு வழமை, ஒரு வெகுமதி ஆகியவற்றால் ஆன ஒன்றாக இருக்கிறது என்று அறிவியலறிஞர்கள் கூறுகின்றனர். தானியங்கி முறையில் மூளையைச் செயல்பட வைத்து, இப்போது அந்தப் பழக்கத்தைப் பயன்படுத்த வேண்டும் என்று அதைத் தூண்டிவிடுவதுதான் தூண்டுதல் காரணியாகும். அடுத்து

வருவது வழமை. அதுதான் நடத்தை. அது உடல்ரீதியானதாக இருக்கலாம், மனரீதியானதாக இருக்கலாம் அல்லது உணர்ச்சிரீதியானதாக இருக்கலாம். இறுதியாக வருவது வெகுமதி. அப்பழக்கம் வருங்காலத்திற்காக நினைவில் வைத்துக் கொள்ளத்தக்க அளவு மதிப்புமிக்கதா என்ற முடிவுக்கு உங்களுடைய மூளை வருவதற்கு வெகுமதி அதற்கு உதவுகிறது. காலப்போக்கில், தூண்டுதல் காரணி, வழமை மற்றும் வெகுமதி அடங்கிய இந்தச் சுழற்சி வட்டம், தூண்டுதல் காரணியும் வெகுமதியும் மூளையின் நரம்பணுரீதியாகப் பின்னிப் பிணைகின்ற காரணத்தால் தானியங்கி முறையில் செயல்படுகின்ற ஒன்றாக மாறிவிடுகிறது.”

இதற்கு என்ன அர்த்தம்? நாம் நம்முடைய வழமையை மாற்றிக் கொள்ள விரும்பினால், நாம் நம்முடைய நடத்தையை மாற்றிக் கொள்ள வேண்டியதில்லை. மாறாக, முதலில், நம்முடைய அத்தியாவசியமற்ற நடத்தையைத் தூண்டிவிடுகின்ற தூண்டுதல் காரணியை நாம் அடையாளம் காண வேண்டும். அடுத்து, அதே தூண்டுதல் காரணியை, அத்தியாவசியமான நடத்தையோடு முடிச்சுப் போடுவதற்கு ஒரு வழியைக் கண்டுபிடிக்க வேண்டும். எடுத்துக்காட்டாக, நீங்கள் உங்களுடைய அலுவலகத்திலிருந்து திரும்பி வருகின்றபோது, மாலையில் வீட்டுக்கு வருகின்ற வழியில் நீங்கள் கடந்து வருகின்ற பேக்கரி உங்களுக்குக் கேக்கை நினைவுபடுத்துகின்ற தூண்டுதல் காரணியாக இருந்தால், அதே தூண்டுதல் காரணியை, அந்த பேக்கரிக்கு எதிரே இருக்கின்ற கடையிலிருந்து ஆரோக்கியமான ‘சாலட்’ ஒன்றை வாங்குவதற்கு நீங்கள் பயன்படுத்திக் கொள்ளலாம். அல்லது, உங்களுடைய கடிகாரத்தின் அலாரம் அடிப்பது மின்னஞ்சல்களைப் பார்ப்பதற்கான ஒரு தூண்டுதல் காரணியாக இருந்தால், அதே தூண்டுதல் காரணியை ஒரு புத்தகத்தைப் படிப்பதற்குப் பயன்படுத்தலாம். துவக்கத்தில் பேக்கரியைக் கடந்து வருகின்றபோது கேக்கை வாங்காமல் இருக்க முயல்வதும், மின்னஞ்சல்களைப் பார்க்காமல் இருக்க முயல்வதும் கடினமாக இருக்கலாம். ஆனால், ஒவ்வொரு முறையும் நீங்கள் மின்னஞ்சலைத் தவிர்த்துப் புத்தகத்தை நாடும்போதும், உங்களுடைய மூளை, உங்களுடைய தூண்டுதல் காரணிக்கும் உங்களுடைய புதிய நடத்தைக்கும் முடிச்சுப் போடத் தொடங்கிவிடும். அது தொடர்கின்றபோது, விரைவிலேயே அது உங்களுடைய புதிய வழமையாக மாறிவிடும்.

புதிய தூண்டுதல் காரணிகளை உருவாக்குங்கள்

நம்முடைய நோக்கம் புதிய நடத்தைகளை உருவாக்குவதாக இருந்தால், ஏற்கனவே நம்மிடம் இருந்து கொண்டிருக்கின்ற தூண்டுதல் காரணிகளோடு நாம் நிறுத்திவிடக்கூடாது. புதிய தூண்டுதல் காரணிகளை நாம் உருவாக்க வேண்டும். தினமும் குறிப்பேட்டில் எழுதுகின்ற வழமையை உருவாக்கிக் கொள்வதற்கு நான் இந்த உத்தியைப் பயன்படுத்தி வெற்றி கண்டேன். தினமும் குறிப்பேட்டில் எழுத வேண்டும் என்று நான் விரும்பி வந்திருந்தபோதிலும், நீண்டகாலமாக, அதை நான் தினமும் எழுதாமல் எப்போதாவது ஒரு முறைதான் எழுதினேன். நாள் முழுவதும் அதைத் தள்ளிப் போட்டுக் கொண்டே வருவேன். பிறகு இரவு வந்துவிடும். இரவில், "சரி, இனி நாளை காலையில் எழுதலாம்," என்று முடிவு செய்துவிட்டு நான் தூங்கிவிடுவேன். மறுநாள் அப்படி எதுவும் நிகழாது, முந்தைய நாளின் கதைதான் தொடரும். பின் யாரோ ஒருவர், தான் தினமும் ஒரு குறிப்பிட்ட நேரத்தில் சில வரிகளைக் குறிப்பேட்டில் எழுதுவதாக என்னிடம் கூறினார். அதை ஒரு வழமையாக ஆக்கிக் கொள்வது கடினமல்ல என்று எனக்குத் தோன்றியது. ஆனால், அதற்கு நான் தூண்டுதல் காரணி ஒன்றை உருவாக்கிக் கொள்ள விரும்பினேன். அதனால், என் குறிப்பேட்டை நான் என் பையில் அலைபேசிக்கு அடுத்து வைத்துக் கொண்டேன். தினமும் இரவில் என் அலைபேசியை 'சார்ஜ்' செய்கின்ற வழமை ஒன்றை நான் ஏற்கனவே உருவாக்கியிருந்தேன். அதனால், அதைச் செய்கின்றபோது, அதற்கு அருகே இருந்த என் குறிப்பேட்டை எடுத்து எழுதுவது எனக்கு எளிதாக இருந்தது. விரைவில் அது ஒரு வழமையாக மாறிப் போனது. கடந்த பத்து ஆண்டுகளாக நான் ஒரு நாள்கூட விடாமல் என் குறிப்பேட்டில் எழுதி வருகிறேன்.

கடினமான வேலைகளை முதலில் செய்யுங்கள்

கல்லூரிப் படிப்பைப் பாதியில் விட்டுவிட்டு வருகின்ற, இருபதுகளில் இருக்கின்ற இளைஞர்களைக் கொண்டாடுகின்ற இடமாக அறியப்படுகின்ற சிலிக்கான் வேல்லியில், குறைமின்கடத்தித் தொழிலில் ஈடுபட்டுள்ள மிக்ரெல் என்ற நிறுவனத்தின் எழுபத்தைந்து வயது நிறுவனரான ரே ஜின் தனித்து நிற்கிறார். 1978 இல் துவக்கப்பட்ட அந்த நிறுவனத்தில்

அவர் தொடர்ந்து முப்பத்தைந்து ஆண்டுகள் அதன் முதன்மை நிர்வாக அதிகாரியாகப் பணியாற்றி வந்துள்ளார். அந்நிறுவனம் தொடர்ந்து இலாபம் ஈட்டிக் கொண்டிருக்கிறது. கடந்த ஐம்பது ஆண்டுகளாக அவர் ஓர் அசாதாரணமான வழமையைப் பயன்படுத்தி வந்துள்ளார். சனி மற்றும் ஞாயிறு உட்பட அனைத்து நாட்களிலும் அவர் காலையில் 5.30 மணிக்கு எழுந்துவிடுவார். பின் ஒரு மணிநேரம் உடற்பயிற்சி செய்வார். காலை 7.30 மணிக்குக் காலை உணவை உட்கொள்வார். காலை 8.15 மணிக்கு வேலைக்கு வந்துவிடுவார். இரவு தினந்தோறும் தன் குடும்பத்தோடு 6.30 மணிக்கு உணவு உட்கொள்வார். 10 மணிக்குப் படுக்கச் சென்றுவிடுவார். இந்த வழமையை வெற்றிகரமாகச் செயல்படுத்த அவர் ஒரு விதியைப் பின்பற்றினார். 'கடினமான விஷயங்களில் முதலில் கவனத்தைக் குவித்தல்' என்பதுதான் அது. அதற்கு ரே என்னிடம் இவ்வாறு விளக்கமளித்தார்: "சிந்திப்பதற்கு நமக்கு ஏற்கனவே அளவுக்கதிகமான விஷயங்கள் இருக்கின்றன. வழமையை உருவாக்கிக் கொள்வதன் மூலம் அவற்றில் சிலவற்றை நாம் ஏன் குறைத்துக் கொள்ளக்கூடாது?"

நீங்களும் உங்களுடைய வாழ்க்கையில் தினமும் காலையில் முதலில் கடினமான வேலைகளைச் செய்கின்ற ஒரு பழக்கத்தை உருவாக்கிக் கொள்ளுங்கள். அதற்கு உங்களிடம் ஏற்கனவே இருக்கின்ற ஒரு தூண்டுதல் காரணியைப் பயன்படுத்திக் கொள்ளுங்கள். அல்லது ஒரு புதிய தூண்டுதல் காரணியை உருவாக்கிக் கொள்ளுங்கள்.

உங்களுடைய வழமைகள் கலவையானவையாக இருக்கட்டும்

தினந்தோறும் ஒரே விஷயத்தைச் செய்து கொண்டிருப்பது சலிப்பு ஏற்படுத்தக்கூடும் என்பது உண்மைதான். இதைத் தவிர்ப்பதற்கு ஒரு வழி இருக்கிறது. ஒவ்வொரு நாளுக்கும் ஒவ்வொரு வழமையை உருவாக்கிக் கொள்வதுதான் அது. தன்னுடைய வாராந்திர வழமைகளுக்கு ஒரு வித்தியாசமான அணுகுமுறையை டுவிட்டரின் நிறுவனரான ஜாக் டோர்சி கடைபிடிக்கிறார். அவர் தன் அலுவலகத்தில் ஐந்து வேலை நாட்களுக்கும் வெவ்வேறு விஷயங்களைத் தேர்ந்தெடுத்துக் கொண்டு அதன்படி இயங்கி வருகிறார். திங்கட்கிழமைகள் நிர்வாகக் கூட்டங்களுக்கானவை. செவ்வாய்க்கிழமைகள் உற்பத்திப் பொருட்களின் வளர்ச்சிக்கானவை. புதன்கிழமைகள்

சந்தை மற்றும் கருத்துப் பரிமாற்றத்திற்கானவை. வியாழக்கிழமைகள் பங்காளிகளுக்கானவை. வெள்ளிக்கிழமைகள் நிறுவனக் கலாச்சாரத்திற்கானவை. இந்த வழமை, அவர் அமைதியாக இயங்குவதற்கு அவருக்கு உதவுகிறது. ஒவ்வொரு நாளும் தன்னுடைய ஆற்றலை ஒரு குறிப்பிட்ட விஷயத்தில் குவிப்பதற்கு இது அவருக்கு உதவுகிறது. அவர் எந்தவிதமான விதிவிலக்குமின்றி அதைக் கடைபிடித்து வந்ததால், காலப்போக்கில் அவருடைய ஊழியர்கள் தங்களுடைய சந்திப்புக்கூட்டங்களையும் தாங்கள் முன்வைத்த வேண்டுகோள்களையும் அவருடைய நிகழ்ச்சி நிரல்களுக்கு ஏற்றாற்போல அமைத்துக் கொண்டனர்.

உங்களுடைய வழமைகளை ஒவ்வொன்றாகக் கையாளுங்கள்

வழமைகளின் நன்மைகளால் கவரப்பட்டு ஒரே நேரத்தில் பல வழமைகளை மாற்ற நீங்கள் முயலக்கூடும். ஆனால், அது உங்களைத் திக்குமுக்காடச் செய்துவிடும். பெரிய விஷயங்களைச் சாதிப்பதற்குச் சிறிதாகத் துவக்க வேண்டும் என்பதை நாம் ஏற்கனவே பார்த்தோம். அதனால், முதலில் ஒரே ஒரு விஷயத்தைத் தேர்ந்தெடுத்து அதை ஒரு வழமையாக ஆக்கிக் கொள்ளுங்கள். அதைத் தொடர்ந்து மற்றொன்று என்று விரிவுபடுத்திக் கொள்ளுங்கள்.

அதற்காக இவை எளிதாக இருக்கும் என்று நான் கூற வரவில்லை. ஏற்கனவே நாம் அன்றாடம் கடைபிடித்து வருகின்ற அத்தியாவசியமற்ற வழமைகள் நம்முள் ஆழமாக ஊறிப் போயிருக்கும். அவை பெரும்பாலும், உணர்ச்சி எனும் உலைக்கலனில் புடம் போடப்பட்டிருக்கும். ஒரு சொடுக்குப் போடுகின்ற நேரத்தில் அவற்றை மாற்றிவிட முடியும் என்று எண்ணுவது அறியாமை. புதிய திறன்களைக் கற்றுக் கொள்வது என்பது ஒருபோதும் எளிதானதல்ல. ஆனால், ஒன்றில் கைதேர்ந்தவராக ஆகி, அதைத் தன்னிச்சையாக இயங்குகின்ற ஒன்றாக ஆக்கிக் கொள்கின்றபோது, நாம் ஒரு பெரும் வெற்றியைக் கைவசப்படுத்தியிருப்போம். ஏனெனில், அந்தத் திறன் நம் வாழ்நாள் முழுவதும் நம்மிடம் இருக்கும். அது வழமைக்கும் பொருந்தும்.

அத்தியாயம் 19

கவனக்குவிப்பு

நிகழ்கணத்தில் எது முக்கியம் என்பதை அறிந்திருத்தல்

"வாழ்க்கை நிகழ்கணத்தில் மட்டுமே நிகழ்கின்ற ஒன்று. நிகழ்கணத்தை நீங்கள் புறந்தள்ளினால், உங்களால் உங்களுடைய அன்றாட வாழ்க்கைக் கணங்களை ஆழமாக அனுபவிக்க முடியாது."

- திக் நட் ஹன்

லேரி கெல்விக்ஸ், ஹைலேன்ட்ஸ் உயர்நிலைப் பள்ளியின் ரக்பி விளையாட்டு அணியின் பயிற்றுவிப்பாளராக முப்பத்தாறு ஆண்டுகள் பணியாற்றினார். அவருடைய பயிற்றுவிப்பின் கீழ் அந்த அணி 418 வெற்றிகளைக் குவித்தது. அவர்கள் 10 போட்டிகளில் மட்டுமே தோற்றிருந்தனர். இருபது முறை தேசிய சாம்பியன்களாகவும் அவர்கள் திகழ்ந்தனர். லேரி தன்னுடைய வெற்றிகளை இவ்வாறு விவரிக்கிறார்: "நாங்கள் எப்போதும் வெல்கிறோம்." இவ்வளவு வெற்றிகளைக் குவித்துள்ள அவருக்கு அப்படிக் கூறுவதற்கு எல்லா விதமான தகுதிகளும் இருக்கின்றன.

அவர் தன்னுடைய ஆட்டக்காரர்களிடம், "இக்கணத்தில் எது முக்கியம்?" என்ற ஒற்றைக் கேள்வியைக் கேட்கிறார். அதற்கு அவர்களிடமிருந்து அவர் என்ன பதிலை எதிர்பார்க்கிறார் என்பதை அவர்கள் அறிவர். இக்கணத்தில் அவர்களுக்கு எது முக்கியமோ அதில் தங்களுடைய கவனத்தைக் குவிக்குமாறு

லேரி அவர்களிடம் வலியுறுத்துகிறார். அடுத்த வாரம் நடைபெறவிருக்கின்ற போட்டியைப் பற்றியோ அல்லது நாளை நடைபெறவிருக்கின்ற பயிற்சிகளைப் பற்றியோ அல்லாமல், அப்போது அவர்கள் விளையாடிக் கொண்டிருக்கும் ஆட்டத்தில் கவனம் செலுத்துமாறு அவர் கூறுகிறார். அவர்கள் சிரமமின்றி வெற்றி மேல் வெற்றியாகக் குவிக்க அவர் எப்படி உதவுகிறார் என்று இப்போது பார்க்கலாம்.

முதலில், அவருடைய ஆட்டக்காரரர்கள், விளையாட்டு முழுவதும் இக்கேள்வியைத் தங்களுக்குள் கேட்டுக் கொண்டே இருக்கின்றனர். தோல்வியில் முடிந்திருந்த அவர்களுடைய கடைசி விளையாட்டைப் பற்றியோ அல்லது இந்த விளையாட்டில் தோல்வி அடைவதற்கு அவர்களுக்கு இருக்கின்ற சாத்தியக்கூறுகளைப் பற்றியோ சிந்திப்பதில் அவர்கள் தங்களுடைய நேரத்தைச் செலவழிப்பதற்குப் பதிலாக, அக்கணத்தில் அவர்கள் ஈடுபட்டிருக்கின்ற விளையாட்டில் அவர்கள் தங்களுடைய கவனத்தைக் குவிக்க லேரி அவர்களை நிர்ப்பந்திக்கிறார்.

இரண்டாவதாக, "இக்கணத்தில் எது முக்கியம்?" என்ற கேள்வி, இப்போது தாங்கள் 'எப்படி' விளையாடிக் கொண்டிருக்கிறோம் என்பதில் அவர்கள் கவனம் செலுத்த அவர்களுக்கு உதவுகிறது. ஆட்டக்காரரர்கள் தங்களுடைய விளையாட்டில் கவனம் செலுத்துகிறார்களா அல்லது எதிராளியின் ஆட்டத்தில் கவனத்தைக் குவிக்கிறார்களா என்பது வெற்றியின் பெரும்பகுதியைத் தீர்மானிப்பதாக லேரி நம்புகிறார். ஆட்டக்காரரர்கள் தங்களுடைய எதிராளியின் ஆட்டத்தைப் பற்றி யோசித்துக் கொண்டிருந்தால், அவர்களுடைய கவனம் சிதறும். அப்படிச் செய்கின்றபோது, பிரக்ஞைபூர்வமாகவோ அல்லது அப்படி இல்லாமலோ, எதிராளி ஆடிக் கொண்டிருக்கின்ற விதத்தில் அவர்கள் விளையாடத் தொடங்கிவிடுவார்கள். அவர்களுக்குள் பிளவுகள் ஏற்படக்கூடும். அவர்கள் தங்களுடைய ஆட்டத்தில் கவனத்தைக் குவித்தால், ஒற்றை உத்தியைப் பின்பற்றி ஒருங்கிணைந்த முறையில் அவர்களால் செயல்பட முடியும்.

வெற்றி-தோல்வி குறித்து லேரி கொண்டிருந்த அணுகுமுறை, அடிப்படையில் ஓர் அத்தியாவசியவாதியின் அணுகுமுறைதான். அவர் தன் ஆட்டக்காரரர்களிடம் இவ்வாறு கூறுவார்: "தோற்பதற்கும் தோற்கடிக்கப்படுவதற்கும் இடையே ஒரு வேறுபாடு இருக்கிறது. நீங்கள் தோற்கடிக்கப்படும்போது, அவர்கள் உங்களைவிட மேம்பட்டவர்கள் என்று அர்த்தமாகிறது. அவர்கள் உங்களைவிட வலுவானவர்கள்,

உங்களைவிட விரைவானவர்கள், உங்களைவிடத் திறமையானவர்கள் என்று அர்த்தமாகிறது." லேரியைப் பொறுத்தவரை, தோற்பது என்பதன் அர்த்தம் வேறு. நீங்கள் கவனத்தை இழந்துள்ளீர்கள் என்பது அதற்கு அர்த்தம். எவை அத்தியாவசியமானவையோ அவற்றில் நீங்கள் கவனத்தைக் குவிக்கவில்லை என்று அர்த்தம். இக்கணத்தில் எது முக்கியம் என்று உணர்ந்து அதன்படி செயல்படுவதுதான் அதற்குப் பின்னாலுள்ள யோசனையாகும்.

இருப்பது நிகழ்கணம் மட்டும்தான்

இதை நீங்கள் உங்களுடைய வாழ்க்கையில் எப்படிப் பயன்படுத்தலாம் என்று யோசியுங்கள். நீங்கள் எப்போதாவது உங்களுடைய கடந்தகாலத் தவறுகளை மீண்டும் மீண்டும் ஒரு வீடியோ படம்போல ஓடவிட்டுக் கொண்டிருக்கிறீர்களா? உங்களுடைய நேரத்தையும் ஆற்றலையும் வருங்காலத்தைப் பற்றிக் கவலைப்படுவதில் செலவழித்துக் கொண்டிருக்கிறீர்களா? உங்களுடைய கட்டுப்பாட்டில் இருக்கின்ற விஷயங்களைப் பற்றிச் சிந்திக்காமல், உங்களுடைய கட்டுப்பாட்டில் இல்லாத விஷயங்கள் குறித்துச் சிந்திப்பதற்கு நீங்கள் அதிக நேரத்தைச் செலவிட்டுக் கொண்டிருக்கிறீர்களா? உங்களுடைய வாழ்க்கையின் நிகழ்கணத்தில் இருக்காமல், உங்களுடைய வாழ்க்கையில் அடுத்து மலரவிருக்கின்ற அத்தியாயத்தைக் குறித்தோ, அல்லது நீங்கள் கலந்து கொள்ளவிருக்கின்ற அடுத்தச் சந்திப்பைப் பற்றியோ, அல்லது நீங்கள் மேற்கொள்ளவிருக்கின்ற அடுத்தத் திட்டத்தைப் பற்றியோ எப்போதும் சிந்தித்துக் கொண்டிருக்கிறீர்களா? கடந்தகாலத்தைப் பற்றியும் வருங்காலத்தைப் பற்றியும் அளவுக்கதிகமாகச் சிந்திப்பது மனித இயல்புதான். ஆனால், எல்லா நேரங்களிலும் அப்படி இருப்பது என்பது, இக்கணத்தில் நமக்கு முக்கியமாகப் படுகின்ற காரியங்களில் நாம் ஈடுபட முடியாதபடி செய்துவிடும்.

நம்மால் வருங்காலத்தைக் கட்டுப்படுத்த முடியாமல் இருக்கலாம் என்றாலும், வருங்காலம் குறித்து நம்மால் கற்பனை செய்ய முடியும். அதேபோல, கடந்தகாலம் முடிந்து போனதாக இருந்தாலும், அதிலிருந்து நம்மால் பாடம் கற்றுக் கொள்ள முடியும். ஆனால், நிகழ்காலத்தில் மட்டும்தான் அர்த்தமுள்ள விஷயங்களை நம்மால் செயல்படுத்த முடியும்.

அத்தியாவசியவாதியாக இல்லாதிருப்பவர்கள், கடந்தகால வெற்றிகள் மற்றும் தோல்விகளிலும், வருங்கால

சவால்கள் மற்றும் வாய்ப்புகளிலும் மூழ்கியிருப்பர் என்பதால், நிகழ்கணத்தைத் தவறவிடுவர், கடும் கவனச்சிதறலோடு இருப்பர்.

அத்தியாவசியவாதிகளின் வழி, நிகழ்கணத்தோடு இயைந்திருப்பது. தங்கள் வாழ்க்கையில் எவை அவர்களுக்கு முக்கியமானவையோ, அவற்றில் அவர்கள் கவனம் செலுத்துவர். அது நேற்றைய தினமாகவோ அல்லது நாளைய தினமாகவோ இருக்காது. அது இன்றைய தினமாக இருக்கும்.

அத்தியாவசியவாதி அல்லாதவர்	அத்தியாவசியவாதி
இவருடைய மனம் கடந்தகாலத்தையும் எதிர்காலத்தையும் சுற்றியே வட்டமிட்டுக் கொண்டிருக்கும்.	இவருடைய மனம் நிகழ்கணத்தில் இலயித்திருக்கும்.
நேற்று எது முக்கியமானதாக இருந்தது அல்லது நாளை எது முக்கியமானதாக இருக்கும் என்பது பற்றிச் சிந்தித்துக் கொண்டிருப்பார்.	இப்போது எது முக்கியமோ அதில் இயைந்திருப்பார்.
கடந்தகாலத்தைப் பற்றிக் கவலைப்பட்டுக் கொண்டு அல்லது எதிர்காலத்தைப் பற்றிப் பதற்றப்பட்டுக் கொண்டிருப்பார்.	நிகழ்கணத்தை இரசிப்பார்.

சமீபத்தில் நானும் அன்னாவும், மும்முரமான வார நாள் ஒன்றின்போது, மதிய உணவுக்காக வெளியே சென்றிருந்தோம். பொதுவாக நாங்கள் ஒன்றாகச் சேர்ந்து சென்றால், அன்று காலையில் நடந்த விஷயங்களைப் பற்றியோ அல்லது மாலையில் நாங்கள் திட்டமிட்டுள்ள விஷயங்களைப் பற்றியோதான் நாங்கள் பேசிக் கொண்டிருப்போம். ஆனால், ஒன்றாகச் சேர்ந்து சாப்பிடுகின்ற அந்த நிகழ்வை இரசிக்கக்கூட மாட்டோம். அதனால் இம்முறை, உணவு வந்ததும், நாங்கள் ஒரு பரிசோதனையை மேற்கொள்ளலாம் என்று அன்னா

பரிந்துரைத்தார். நாங்கள் நிகழ்கணத்தில் மட்டுமே கவனம் கொள்ள வேண்டும் என்பதுதான் அது. காலையில் எங்கள் வேலையில் நடந்த சம்பவங்களைப் பற்றியோ அல்லது மாலையில் நாங்கள் எங்கள் குழந்தைகளுடன் செய்யத் திட்டமிட்டிருந்த விஷயங்கள் குறித்தோ நாங்கள் பேசாமல் இருக்க வேண்டும் என்று அன்னா கூறினார். நாங்கள் எங்கள் உணவில் மட்டுமே கவனம் செலுத்த வேண்டும் என்றும் முடிவானது.

நான் மெதுவாக என் உணவை எடுத்து வாயில் போட்டதும், திடீரென்று ஏதோ நிகழ்ந்தது. நான் என் சுவாசத்தை அவதானித்தேன். நேரம் திடீரென்று மெதுவாக நகரத் துவங்கியதுபோலத் தோன்றியது. வழக்கமாக, என் உடல் ஓரிடத்திலும் என் மனம் ஐந்தாறு இடங்களிலும் இருக்கும். ஆனால், அப்போது அப்படி நடைபெறவில்லை. என் உடலும் மனமும் அங்கு ஒன்றாக இருந்தன.

அந்த உணர்வு மதியம் முழுவதும் நீடித்தது. மற்றொரு விஷயம் நிகழ்ந்து கொண்டிருந்ததையும் நான் கவனித்தேன். என் வேலையில் என்னால் ஒருமித்தக் கவனம் செலுத்த முடிந்தது. நான் அமைதியாக இருந்ததால், அனைத்து வேலைகளும் இயல்பாக நகர்ந்தன. நான் என் வேலைகளை அதிகச் சிரமமின்றிச் செய்து முடித்ததோடு, அவை எனக்கு மகிழ்ச்சியையும் கொடுத்தன.

ஜிரோ ஓனோ என்பவர், ‘சூஷீ’ என்ற ஜப்பானிய உணவைச் சமைப்பதில் உலகிலேயே தலைசிறந்த சமையற்காரராகத் திகழ்பவர். அவருக்கு வயது எண்பத்தைந்து. அவர் பல பத்தாண்டுகளாக இதைச் செய்து வருகிறார். அதை ஒரு கலையாகச் செய்து வரும் அவர், அதை எந்தவிதமான முயற்சியும் இன்றிச் செய்வதுபோல இருக்கும். அதற்கு வெறும் பயிற்சியும் அனுபவமும் மட்டுமே காரணமல்ல. அவர் அந்த உணவைத் தயாரிப்பதில் ஈடுபட்டிருக்கும்போது நீங்கள் அவரைப் பார்த்தால், நிகழ்கணத்தில் மூழ்கியிருக்கின்ற ஒருவர் அவர் என்பதை உங்களால் எளிதில் உணர்ந்து கொள்ள முடியும்.

ஒரே நேரத்தில் பல வேலைகளும் ஒரே வேலையில் பலவிதமான கவனக்குவிப்பும்

ஸ்டேன்ஃபோர்டு பல்கலைக்கழகத்தில் என்னுடன் படித்த ஒருவனை நான் ஒன்பது ஆண்டுகள் கழித்துச்

சந்தித்தேன். அப்பல்கலைக்கழகத்திற்கு நான் ஒரு வேலையாகச் சென்றபோது நான் அவனைச் சந்தித்தேன். அப்போது, தான் வேலையில்லாமல் இருந்ததாகவும், என்னால் அவனுக்கு உதவி செய்ய முடியுமா என்றும் அவன் என்னிடம் கேட்டான். என்னால் அவனுக்கு எந்த விதத்தில் உதவ முடியும் என்பதைத் தெரிந்து கொள்வதற்காக நான் அவனிடம் சில கேள்விகளைக் கேட்டேன். எங்களுடைய உரையாடல் தொடங்கி இருபது நொடிகள்கூட ஆகியிருக்காது. அவனுடைய அலைபேசியில் அவனுக்கு ஒரு குறுஞ்செய்தி வந்தது. அவன் என்னிடம் ஒரு வார்த்தைகூடப் பேசாமல் அதைப் படித்தான். பின்னர் அதற்கான பதிலைத் தட்டச்சு செய்யத் துவங்கிவிட்டான். நான் பொறுமையாகக் காத்துக் கொண்டிருந்தேன்.

பத்து நொடிகள் கடந்தன. பின்னர் இருபது நொடிகள் கடந்தன. அவன் வேகவேகமாக பதிலனுப்பிக் கொண்டிருந்தான். நான் அங்கு இருந்ததையே அவன் மறந்துவிட்டிருந்ததுபோல இருந்தது அவனுடைய நடவடிக்கை. அவன் எவ்வளவு நேரம்தான் எடுத்துக் கொள்கிறான் என்று பார்க்க நான் முடிவு செய்தேன். இரண்டு நிமிடங்கள் கடந்த பிறகு, நான் என் இருக்கைக்குச் சென்று என் வேலையைத் தொடர்ந்தேன். ஐந்து நிமிடங்கள் கழித்து அவன் மீண்டும் என் இருக்கைக்கு வந்து இரண்டாவது முறையாக என் வேலையில் குறுக்கிட்டான். மீண்டும் தன் வேலை விஷயமாகப் பேச்சைத் தொடர அவன் ஆசைப்பட்டான். எனக்குத் தெரிந்த ஒரு வேலைக்கு அவனைப் பரிந்துரைக்கலாம் என்று முதலில் நான் நினைத்திருந்தேன். ஆனால், இப்போது எனக்குத் தயக்கம் ஏற்பட்டிருந்தது. அவன் உடல்ரீதியாக ஓரிடத்தில் இருந்தாலும், மனரீதியாக வேறு ஓர் இடத்தில் இருக்கக்கூடும் என்று எனக்குத் தோன்றியது.

அத்தியாவசியவாதியாக இருக்கின்ற ஒரு நபர் ஒரு நேரத்தில் ஒன்றுக்கு மேற்பட்ட வேலைகளில் கண்டிப்பாக ஈடுபட மாட்டார் என்றும், ஒரு நேரத்தில் ஒன்றுக்கு மேற்பட்ட வேலைகளில் ஈடுபடுவது எவ்வளவு மோசமானது என்றும் நான் பிரசங்கம் செய்வேன் என்று நீங்கள் எதிர்பார்த்திருக்கலாம். உண்மையில், நம்மால் ஒரு நேரத்தில் இரண்டு வேலைகளை எளிதாகச் செய்ய முடியும். பாட்டு கேட்டுக் கொண்டே துணி துவைத்தல், பேசிக் கொண்டே சாப்பிடுதல், மதியம் சாப்பிட எங்கே போகலாம் என்று யோசித்துக் கொண்டே மேசையை ஒழுங்குபடுத்துதல், தொலைக்காட்சி பார்த்துக் கொண்டே குறுஞ்செய்தி அனுப்புதல் போன்றவை அதற்கான எடுத்துக்காட்டுகளில் சில.

ஆனால், நம்மால் செய்ய முடியாத விஷயம், ஒரு நேரத்தில் இரண்டு விஷயங்களில் கவனத்தைக் குவிப்பது. நிகழ்கணத்தில் இருப்பது குறித்து நான் பேசுகின்றபோது, ஒரு நேரத்தில் ஒரே ஒரு வேலையைச் செய்வதைப் பற்றி நான் பேசவில்லை. ஒரு நேரத்தில் ஒரே ஒரு வேலையில் கவனத்தைக் குவிப்பதைப் பற்றித்தான் இங்கு நான் பேசிக் கொண்டிருக்கிறேன். ஒரு நேரத்தில் பல வேலைகளைச் செய்கின்ற காரியத்தை அத்தியாவசியவாதிகள் எதிர்ப்பதில்லை. நம்மால் ஒரு நேரத்தில் ஒன்றுக்கு மேற்பட்ட விஷயங்களில் கவனத்தைக் குவிக்க முடியும் என்று நடிப்பதைத்தான் அவர்கள் எதிர்க்கின்றனர்.

நிகழ்கணத்தில் இருப்பது எப்படி

நம் முன்னால் இருக்கின்ற காரியத்தில் நிகழ்கணத்தில் முழுமையாக மூழ்குவதற்கு நாம் என்ன செய்ய வேண்டும்? அதற்கான சில உத்திகள் இதோ:

இக்கணத்தில் எது முக்கியம் என்பதைக் கண்டறியுங்கள்

சமீபத்தில் நான் அத்தியாவசியவாதம் குறித்து நியூயார்க்கிலுள்ள உயரதிகாரிகள் குழு ஒன்றுக்கு ஒரு வகுப்பு எடுத்தேன். அந்த நாள் முழுவதையும் நான் வெகுவாக இரசித்தேன், அன்று முழுவதும் நிகழ்கணத்தில் இருந்தேன். ஆனால், அன்று இரவு நான் என் அறைக்குத் திரும்பியதும் என் கவனம் பல திசைகளில் சிதறி ஓடியது. மின்னஞ்சல்களைப் படிப்பது, குறுஞ்செய்திகளைப் பார்ப்பது, புத்தகம் படிப்பது, ஒரு சில வாரங்கள் கழித்து நான் வழங்கவிருந்த ஒரு விளக்கவுரைக்கான தயாரிப்புகளை மேற்கொள்வது, அன்றைய தினத்தின் அனுபவத்திலிருந்து உதித்த யோசனைகளை எழுதி வைத்துக் கொள்வது போன்றவை அவற்றில் அடக்கம். அவற்றின் எண்ணிக்கையால் மட்டும் நான் திக்குமுக்காடிப் போகவில்லை. ஒரே நேரத்தில் பல விஷயங்கள் உங்களுடைய கவனத்திற்காகப் போட்டி போடுகின்றபோது உங்களுக்கு ஏற்படுகின்ற மனஅழுத்தத்தாலும் நான் திணறிக் கொண்டிருந்தேன். என்னுள் பதற்றமும் மனஅழுத்தமும் உயர்ந்து கொண்டே போனதைக் கண்ட நான், திடீரென்று எல்லாவற்றையும் நிறுத்தினேன். "இன்று இரவு நான் அமைதியாகத் தூங்கச் செல்வதற்கு நான் என்ன செய்ய வேண்டும்?" என்று நான் யோசித்தேன்.

இப்போது அத்தியாவசியமானது, என் மனைவியையும் என் குழந்தைகளையும் தொடர்பு கொண்டு அவர்களோடு பேசுவதுதான் என்று எனக்குத் தோன்றியது. அதற்குப் பிறகு, அடுத்த நாள் என் காலைநேரத்தை எளிதாக்குகின்ற ஒரு சில வேலைகளை முடித்து வைக்கலாம். காலையில் என்னை எழுப்பிவிடுவதற்கு ஓட்டல் வரவேற்பாளரிடம் சொல்லி வைப்பது, அறையிலிருந்தே காலை உணவைச் சாப்பிடுவது, என் சட்டைக்கு இஸ்திரி போடுவது, கணினியில் விளக்கவுரைப் படங்களை ஏற்றுவது போன்ற விஷயங்கள் என் மனத்தில் தோன்றின. அவற்றில் முக்கியமானதாகப் படாத விஷயங்களை நான் உடனே நீக்கிவிட்டேன்.

கை நிறைய விஷயங்கள் இருந்து, அவற்றில் எதை முதலில் செய்வது என்று நீங்கள் குழம்பிக் கொண்டிருந்தால், உடனே எல்லாவற்றையும் நிறுத்துங்கள். ஆழமாக சுவாசியுங்கள். அக்கணத்தில் எது முக்கியம் என்று சிந்தியுங்கள். அது குறித்து உங்களால் தீர்மானிக்க முடியாவிட்டால், உங்கள் முன் உள்ள அனைத்து விஷயங்களையும் ஒரு பட்டியலிடுங்கள். பிறகு, இக்கணத்தில் முக்கியமானவையாக இல்லாதவற்றை அப்பட்டியலிலிருந்து நீக்கிவிடுங்கள்.

வருங்காலத்தை உங்களுடைய மண்டைக்குள்ளேயிருந்து தூக்கியெறிந்துவிடுங்கள்

வருங்காலத்தை நீங்கள் உங்களுடைய மண்டைக்குள்ளிருந்து தூக்கியெறிந்துவிட்டால், இக்கணத்தில் முக்கியமானது எதுவோ அதில் நீங்கள் கவனம் செலுத்தலாம். என் விஷயத்தில், எனக்கு அத்தியாவசியமானவையாகத் தோன்றிய விஷயங்களின் பட்டியல் ஒன்றைத் தயாரிக்க நான் முடிவு செய்தேன். இப்போது நான் என்னிடம், "இன்றைய தினத்தின் விளைவாக என்றாவது ஒரு நாள் நீ செய்ய விரும்புவது என்ன?" என்று கேட்டு அதற்கான விடையைக் குறித்துக் கொண்டேன். இது என் மனத்திலிருந்த யோசனைகளைக் காகிதத்தில் வடிப்பதற்கான ஓர் ஏற்பாடு. இதற்கு இரண்டு நோக்கங்கள் இருந்தன. ஒன்று, நான் இந்த யோசனைகளை மறந்து போகாமல் இருப்பதை அது உறுதி செய்தது. அந்த யோசனைகள் பின்னர் எனக்குப் பயனுள்ளவையாக இருக்கலாம். இரண்டாவது, இக்கணத்தில் நான் அவற்றின்மீது நடவடிக்கை எடுக்க வேண்டும் என்ற அழுத்தத்திலிருந்து இது என்னை விடுவித்தது.

முன்னுரிமைப்படுத்துங்கள்

அதற்கடுத்து, நான் என் பட்டியலில் இருந்த விஷயங்களை முன்னுரிமைப்படுத்தினேன். பின் அவற்றின் முன்னுரிமை வரிசைப்படி அவற்றை ஒவ்வொன்றாக எடுத்துக் கொண்டு, "இப்போது இது முக்கியமானதா?" என்று என்னை நானே கேட்டுக் கொண்டேன். நான் தூங்கச் சென்றபோது, அக்கணத்தில் நான் செய்ய வேண்டிய அனைத்து வேலைகளையும் நான் செய்து முடித்திருந்தேன். என்னிடம் கவனக்குவிப்பு கூடியிருந்ததால் நான் அவற்றை விரைவாகவும் சிறப்பாகவும் செய்து முடித்திருந்தேன்.

புத்துணர்ச்சிக்கு வழிவகுக்கின்ற தற்காலிக நிறுத்துதல்கள்

ஒரு பெரிய நிறுவனத்தில் அதன் துணை நிர்வாகத் தலைவராக இருக்கின்ற ஜெஃப்ரி ரோஜர்ஸ், புத்துணர்ச்சிக்கு வழிவகுக்கின்ற விதத்தில் விஷயங்களைத் தற்காலிகமாக நிறுத்தி வைத்தல் பற்றிக் குறிப்பிடுகிறார். அவர் தினமும் வேலையிலிருந்து வீட்டுக்குத் திரும்பிச் சென்றபோது, வேலை தொடர்பான விஷயங்களையே சிந்தித்துக் கொண்டிருந்தார். நாம் எல்லோருமே இதைத்தான் செய்து கொண்டிருக்கிறோம். நாம் உடலளவில் அலுவலகத்திலிருந்து வெளியேறியிருந்தாலும், மனத்தளவில் அங்கேதான் அடைபட்டுக் கிடக்கிறோம். நம்முடைய மனம் அன்றைய தினம் நடந்த விஷயங்களை அசைபோட்டுக் கொண்டிருக்கும் அல்லது அடுத்த நாள் செய்யப்பட வேண்டிய வேலைகளைப் பற்றி யோசித்துக் கொண்டிருக்கும்.

எனவே, இப்போதெல்லாம், ஜெஃப்ரி தன் வீட்டு வாசலை அடைந்ததும், 'புத்துணர்ச்சிக்கு வழிவகுக்கின்ற தற்காலிக நிறுத்துதல்கள்' என்ற விஷயத்தைச் செயல்படுத்துகிறார். இது ஓர் எளிதான உத்தி. அவர் ஒரு கணம் நிற்கிறார். அவர் தன் கண்களை மூடிக் கொள்கிறார். அவர் ஒரு முறை ஆழமாகவும் மெதுவாகவும் மூச்சை உள்ளிழுத்து வெளியே விடுகிறார். அப்படி வெளிவிடும்போது, வேலை தொடர்பான விஷயங்களையும் சேர்த்து அவர் வெளியேற்றுகிறார். இது, அவர் ஓர் ஒற்றை நோக்கத்துடன் தன் வீட்டிற்குள் அடியெடுத்து வைக்க உதவுகிறது. "தொழில்வாழ்க்கையைப் பொறுத்தவரை, நீங்கள் எதை இரசித்து அனுபவிப்பீர்களோ

அதைச் செய்யுங்கள். குடும்ப வாழ்க்கையைப் பொறுத்தவரை, அங்கு நிகழ்கணத்தில் இருங்கள்," என்ற லா சூவின் கூற்றை ஜெஃப்ரியின் செயல் அங்கீகரித்தது.

இதையே நிகழ்கணலயிப்பு என்று அழைக்கிறார் திக் நட் ஹன் என்ற வியட்நாமிய புத்தத் துறவி. தான் செய்கின்ற அனைத்திலும் அவர் நிகழ்கணலயிப்பைச் செயல்படுத்துகிறார். எடுத்துக்காட்டாக, அவர் தினமும் தேநீர் அருந்துவதற்கு ஒரு மணிநேரம் எடுத்துக் கொள்வார். அதை அவர் இவ்வாறு விளக்குகிறார்: "நீங்கள் ஒரு கோப்பை தேநீர் அருந்துவதாக வைத்துக் கொள்வோம். அந்தக் கோப்பையை நீங்கள் உங்கள் கையில் வைத்திருக்கும்போது, உங்களுடைய மனத்தை மீண்டும் உங்கள் உடலுக்குள் கொண்டுவருவதற்கு நீங்கள் மூச்சை உள்ளே இழுக்கலாம். இப்போது நீங்கள் முழுமையாக நிகழ்கணத்தில் இருக்கிறீர்கள். நீங்கள் உண்மையிலேயே அங்கு இருக்கின்றபோது, மற்றொன்றும் அங்கு இருக்கிறது. ஜீவன்தான் அது. தேநீரால் பிரதிநுதப்படுத்தப்படுகின்ற ஜீவன். அக்கணத்தில் நீங்கள் நிஜமானவராக இருக்கிறீர்கள். உங்களுடைய கோப்பையிலுள்ள தேநீரும் நிஜமானதாக இருக்கிறது. அக்கணத்தில் நீங்கள் கடந்தகாலத்திலோ அல்லது வருங்காலத்திலோ தொலைந்து போயிருக்க மாட்டீர்கள். அல்லது உங்களுடைய வேலைத் திட்டம் ஒன்றிலோ அல்லது உங்களுடைய கவலையிலோ தொலைந்து போயிருக்க மாட்டீர்கள். இதுபோன்ற இன்னல்களிலிருந்து நீங்கள் விடுதலை பெற்றிருப்பீர்கள். விடுதலை அடைந்துள்ள அந்த நிலையிலிருந்து நீங்கள் அந்தத் தேநீரை இரசித்துக் குடித்துக் கொண்டிருப்பீர்கள். அதுதான் மகிழ்ச்சியின் கணம், அதுதான் அமைதியின் கணம்."

ஒரு நாளின் ஊடாக நீங்கள் இப்படி அனுபவித்துள்ள உங்களுடைய நிகழ்கணங்கள் குறித்துக் கவனம் கொள்ளுங்கள். அவற்றை உங்களுடைய குறிப்பேட்டில் எழுதிக் கொள்ளுங்கள். எது உங்களை அக்கணத்திற்குள் நுழைவதற்குத் தூண்டியது, எது உங்களை அங்கிருந்து பிரித்தெடுத்தது என்பது குறித்துச் சிந்தியுங்கள். உங்களுடைய நிகழ்கணலயிப்பிற்கு எது தூண்டுதல் காரணியாக இருந்தது என்பதை இப்போது நீங்கள் அறிந்திருப்பதால், அதை மீண்டும் உருவாக்க முயலுங்கள்.

அத்தியாயம் 20

இருத்தல்

அத்தியாவசியவாதியின் வாழ்க்கை

"ஒரு மும்முரமான வாழ்க்கையின் வெறுமை குறித்து எச்சரிக்கையாக இருங்கள்."

- **சாக்ரடீஸ்**

அவர் இங்கிலாந்தில் சட்டப்படிப்பு படித்துக் கொண்டிருந்தபோதுதான் இது துவங்கியது. அவருடைய வளமையான குடும்பப் பின்புலம், சட்டத் தொழிலில் கொழிப்பதற்கான வாய்ப்பு ஆகியவற்றின் காரணமாக அவருடைய வருங்காலம் பிரகாசமாகத் தோன்றியது. ஒவ்வொரு நாளும் அவர் உறுதியான நம்பிக்கையுடன் காலையில் கண்விழித்தார். சட்டத் தொழிலில் சிறந்து விளங்க வேண்டும், ஒரு சௌகரியமான வாழ்க்கையை வாழ வேண்டும் என்பதே அவருடைய நோக்கமாக இருந்தது. பின் தென்னாப்பிரிக்காவுக்குச் செல்வதற்குக் கிடைத்த ஒரு வாய்ப்பை அவர் பயன்படுத்திக் கொண்டார். அது அனைத்தையும் மாற்றியது.

மோகன்தாஸ் கரம்சந்த் காந்தி தென்னாப்பிரிக்காவுக்குச் சென்றபோது, அங்கு அவர் அடக்குமுறையைக் கண்டார். திடீரென்று அவருடைய வாழ்வின் நோக்கம் அவருக்குப் புலனாகியது. உலகிலிருந்த ஒடுக்கப்பட்டவர்களின் விடுதலைக்காகப் பாடுபடுதல்தான் அது.

இந்தத் தெளிவான நோக்கத்தின் அடிப்படையில் அவர் தன் வாழ்விலிருந்து மற்ற அனைத்தையும் நீக்கினார். தன்னைப்

பூஜ்ஜிய நிலைக்குக் குறுக்கிக் கொள்வது என்று அவர் அதை அழைத்தார். அவர் தானே நெய்த ஆடைகளை அணிந்தார். தன்னைப் பின்பற்றியவர்களையும் அவர் அவ்வாறே செய்யச் சொன்னார். மூன்று ஆண்டுகள் அவர் எந்தவிதமான செய்திப் பத்திரிகைகளையும் படிக்காமல் இருந்தார். ஏனெனில், அவை அத்தியாவசியமற்ற விஷயங்களை மட்டுமே கொடுத்ததாக அவர் எண்ணினார். தன் உணவை எளிமைப்படுத்துவதற்காக அவர் முப்பத்தைந்து ஆண்டுகள் பரிசோதனைகள் மேற்கொண்டார். வாரத்தில் ஒரு நாள் அவர் மௌன விரதம் இருந்தார். அதீத நுகர்தலை அவர் அறவே வெறுத்தார். அவர் இறந்தபோது அவரிடம் பத்துக்கும் குறைவான பொருட்களே இருந்தன.

எல்லாவற்றையும்விட மேலாக, இந்திய மக்களின் சுதந்திரத்திற்காக அவர் தன் வாழ்க்கையை அர்ப்பணித்துக் கொண்டார். எந்த அரசியல் பதவியையும் வகிக்காதிருப்பதை அவர் தேர்ந்தெடுத்தார். ஆனாலும், அவர் இந்தியாவின் தேசத் தந்தை என்று கொண்டாடப்பட்டார். அவருடைய பங்களிப்பு இந்தியாவுக்கு அப்பாலும் நீண்டது. காந்தி இறந்தபோது, அமெரிக்க உள்துறைச் செயலாளர் ஜெனரல் ஜார்ஜ் சி மார்ஷல், “மகாத்மா காந்தி, மனிதகுலத்தின் மனசாட்சியின் பிரதிநிதியாக விளங்கினார். பெரும் சக்தி படைத்தப் பேரரசுகளைவிட அடக்கமும் எளிய உண்மையும் அதிக ஆற்றல்மிக்கவை என்பதை அவர் இவ்வுலகிற்குக் காட்டினார்,” என்று கூறினார். ஆல்பர்ட் ஐன்ஸ்டைன் இவ்வாறு குறிப்பிட்டார்: “இவரைப் போன்ற ஒரு நபர் உண்மையிலேயே இந்த உலகில் நடமாடினார் என்பதை நம்புவதற்கு வருங்காலத் தலைமுறையினர் சிரமப்படுவர்.”

காந்தி உண்மையிலேயே அர்த்தம் வாய்ந்த ஒரு வாழ்க்கையை வாழ்ந்திருந்தார் என்பதில் மாற்றுக் கருத்து இருக்க முடியாது. முழுமையாக ஓர் அத்தியாவசியவாதியாக வாழ்ந்த காந்தியின் எடுத்துக்காட்டை நாம் பிரதியெடுக்கத் தேவையில்லை. நமக்கே உரிய வழியில், நமக்கே உரிய அளவில், நமக்கே உரிய கால அளவில் அத்தியாவசியமற்ற விஷயங்களை நம்முடைய வாழ்க்கையிலிருந்து நீக்கிவிட்டு, ஓர் அத்தியாவசியவாதியின் வாழ்க்கையை சுவீகரித்துக் கொண்டாலே போதுமானது. நம் எல்லோராலுமே நம் வாழ்க்கையை ஓர் எளிமையான விதத்தில் மட்டுமல்லாமல், ஓர் அர்த்தமிக்க விதத்திலும், பங்களிக்கின்ற விதத்திலும் வாழ முடியும்.

அத்தியாவசியமான முறையிலான வாழ்க்கை

அத்தியாவசியவாதத்தைப் பற்றி நாம் இரண்டு விதமாகச் சிந்திக்கலாம். முதலாவது, அது நீங்கள் எப்போதாவது செய்கின்ற ஒரு விஷயம் என்று சிந்திப்பது. இரண்டாவது, அதுதான் நீங்கள் என்று சிந்திப்பது. முதலாவது விதத்தில், ஏற்கனவே நிரம்பி வழிகின்ற உங்களுடைய வாழ்க்கையில் கூடுதலாகச் சேர்க்கப்படுகின்ற ஒன்றுதான் அத்தியாவசியவாதம். இரண்டாவது விதத்தில், எல்லாவற்றையும் செய்வதற்கான ஒரு வித்தியாசமான, எளிய வழி அது. இங்கு அது ஒரு வாழ்க்கைமுறையாகிவிடுகிறது. நீங்கள் உண்மையில் யாரோ, அதன் சாரமாக அது ஆகிவிடுகிறது.

அத்தியாவசியவாதத்திற்கும், ஆன்மிக மற்றும் மதப் பாரம்பரியங்கள் பலவற்றுக்கும் இடையே ஓர் ஆழமான பிணைப்பு இருக்கிறது. கௌதம புத்தர் தன் அரண்மனை வாழ்க்கையைவிட்டு வெளியேறி, துறவு வாழ்க்கையைத் தேர்ந்தெடுத்தார். அவர் முக்தி அடைவதற்கும், புத்த மதத்தின் தோற்றத்திற்கும் அது இட்டுச் சென்றது. அதேபோல, யூத மதமும், செல்வந்தரான மோசஸ் தன் சுகபோக வாழ்க்கையைத் துறந்துவிட்டு ஒரு மேய்ப்பனாகத் தன் வாழ்க்கையை வாழ்ந்த கதையிலிருந்து பிறக்கிறது. அதேபோல, முகமது நபியும் ஓர் அத்தியாவசியவாத வாழ்க்கையைத்தான் வாழ்ந்தார். தன் காலணிகளையும் தன் ஆடைகளையும் தானே செப்பனிட்டுக் கொள்ளுதல், ஆட்டிலிருந்து தானே பால் கறத்தல் போன்றவை அதில் அடங்கும். ஏசு கிறிஸ்து ஓர் எளிய தச்சராக வாழ்க்கை நடத்தினார், பொருட்கள்மீதோ அல்லது பதவிகள்மீதோ அவர் நாட்டம் கொண்டிருக்கவில்லை. இதுபோல இன்னும் பற்பல மதப் பிரிவுகள் மற்றும் ஆன்மிகப் பிரிவுகளின் போதனைகளிலும் அத்தியாவசியவாதம் அடங்கியுள்ளது.

குறைவானவையே மேலானது என்ற தத்துவம் இன்னும் பற்பல ஆன்மிகத் தலைவர்கள் மற்றும் பிற தலைவர்களின் வாழ்க்கையில் பிரதிபலித்தது. தலாய் லாமா, அன்னை தெரசா, ஹென்ரி டேவிட் தோரோ, லியோ டால்ஸ்டாய் போன்றோர் அவர்களில் குறிப்பிடத்தக்கவர்கள்.

ஒவ்வொரு துறையிலும் வெற்றிகரமாக விளங்கிய நபர்களில் உங்களால் பல அத்தியாவசியவாதிகளைக் கண்டுபிடிக்க முடியும். அவர்களில், பத்திரிகையாளர்கள், வழக்கறிஞர்கள், மருத்துவர்கள், அரசியல்வாதிகள்,

விளையாட்டு வீரர்கள், முதலீட்டாளர்கள், நூலாசிரியர்கள், கலைஞர்கள் போன்றோர் அடங்குவர். இவர்கள் வெவ்வேறு விதங்களில் தங்களுடைய பங்களிப்புகளை நல்கியுள்ளனர். ஆனால், இவர்கள் அனைவரிடமும் பொதுவான ஓர் அம்சம் இருக்கிறது. இவர்கள் அனைவரும் தாங்களாகவே அத்தியாவசியவாத முறையைத் தேர்ந்தெடுத்துள்ளனர்.

நாம் எந்த வேலையில் இருந்தாலும், எந்தத் துறையில் இருந்தாலும், நம் அனைவராலும் அத்தியாவசியவாத வாழ்க்கைமுறையைத் தேர்ந்தெடுக்க முடியும்.

இதுவரை இந்நூலில், அத்தியாவசியவாதியாக இருப்பதற்கான அடிப்படைத் திறன்கள் குறித்து நாம் பார்த்தோம். இந்த இறுதி அத்தியாயத்தில், அத்திறன்களைப் பயன்படுத்தி எவ்வாறு ஓர் அத்தியாவசியவாதியாக ஆவது என்பதை நாம் பார்க்கலாம்.

சிறிய விஷயங்களில் ஆழமாக ஈடுபடுதல்

அத்தியாவசியவாதியாக இல்லாதிருக்கின்ற ஒரு நபராக இருந்து எப்போதாவது அத்தியாவசியவாத நடவடிக்கைகளில் ஈடுபடுவதற்கும், ஓர் அத்தியாவசியவாதியாக இருந்து எப்போதாவது தப்பித்தவறி அத்தியாவசியமற்ற நடவடிக்கைகளில் ஈடுபடுவதற்கும் இடையே நிறைய வித்தியாசங்கள் இருக்கின்றன. நம்மில் பெரும்பாலானோரிடம் இரண்டும் கலந்து இருக்கின்றன. அவற்றில் எது அதிகமாகவும் எது குறைவாகவும் இருக்கிறது என்பதும், எது அடிநாதமாக இருக்கிறது என்பதும்தான் முக்கியம்.

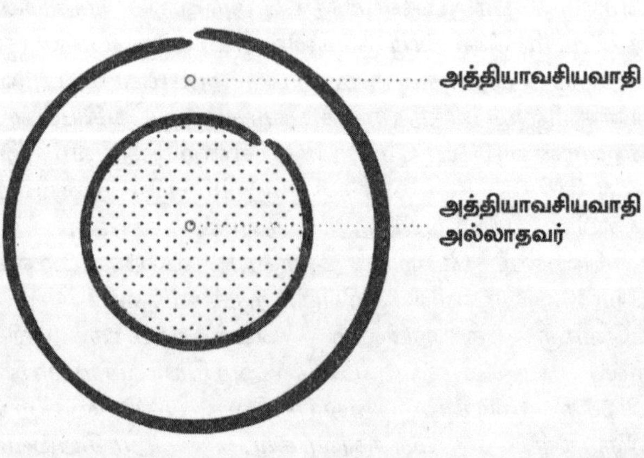

அடிப்படையில் அத்தியாவசியவாதிகளாக இருப்பவர்கள், அப்படி இல்லாதவர்களைவிட அதிக அளவில் அதிலிருந்து பயன் பெறுகின்றனர். அப்பயன்கள் தொடர்ந்து பெருகிக் கொண்டே போகும். அத்தியாவசியமற்ற விஷயங்களை நீக்கி, அத்தியாவசியமான விஷயங்களைத் தொடர்ந்து தேர்ந்தெடுத்துக் கொண்டே வருகின்றபோது, ஒரு கட்டத்தில் அது நம்முடைய இயல்பாகவே மாறிவிடுகிறது. அப்போது நம்முள் அடிநாதமாக இருக்கின்ற அத்தியாவசியவாதம் விரிவடைந்து, கிட்டத்தட்ட முழுவதுமாகப் பரவிவிடுகிறது.

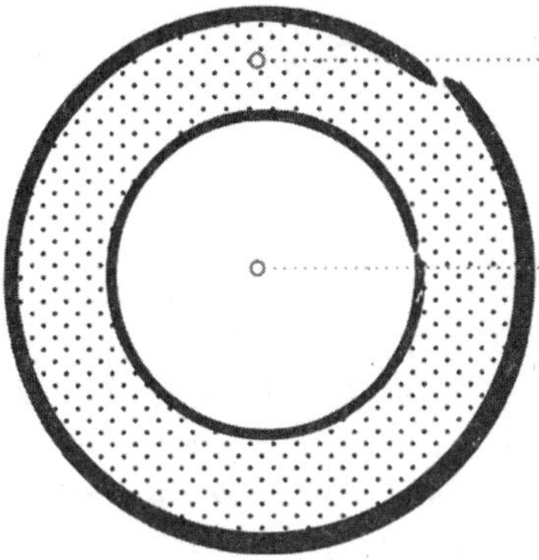

நாம் முதல் அத்தியாயத்தில் பார்த்திருந்த ‘வெற்றியின் முரண்பாடு’ என்ற அம்சம் உங்களுக்கு நினைவிருக்கிறதா? நம்மிடம் இருக்கின்ற நோக்கத் தெளிவு, வெற்றிக்கு நம்மைக் கூட்டிச் செல்கிறது. ஆனால், அந்த வெற்றி நமக்கு மேலும் பல வாய்ப்புகளையும் சாத்தியக்கூறுகளையும் பெற்றுத் தருகிறது. மேலோட்டமாகப் பார்க்கும்போது இது ஒரு நல்ல விஷயம்தானே என்று தோன்றும். ஆனால், அந்த வாய்ப்புகள் நம்முடைய கவனத்தைச் சிதறடித்து, நம்மை சபலப்படுத்தி, நம்முடைய நோக்கத்திலிருந்து நம்மை விலக்கிக் கூட்டிச் செல்லக்கூடும். அப்போது நம்முடைய நோக்கம் கலங்கலாகிவிடுகிறது. மீண்டும் பல விஷயங்களில் நம்முடைய கவனம் சிதறத் தொடங்குகிறது. இறுதியில், நம்முடைய வெற்றியே நம்முடைய தோல்விக்கான கிரியாவூக்கியாக ஆகிவிடுகிறது. இதிலிருந்து மீள்வதற்கான ஒரே வழி, ஓர் அத்தியாவசியவாதியாக இருப்பது மட்டும்தான்.

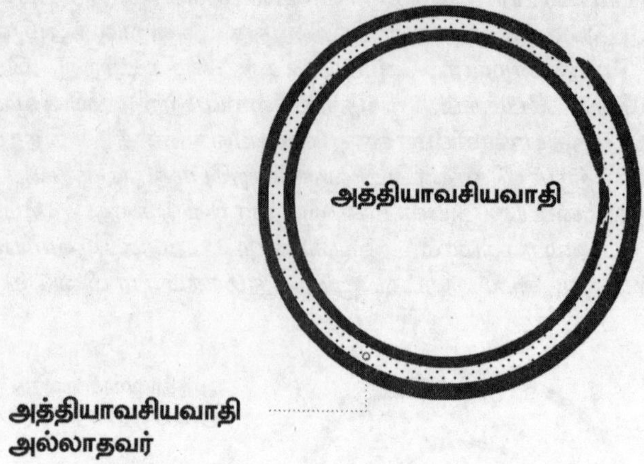

ஓர் அத்தியாவசியவாதியின் வழி வெறும் வெற்றி தொடர்பானது மட்டுமல்ல. அர்த்தமிக்க, நோக்கத்துடன்கூடிய ஒரு வாழ்க்கையை வாழ்வது தொடர்பானது அது. நாம் நம்முடைய வாழ்க்கையைத் திரும்பிப் பார்க்கின்றபோது எதைப் பார்க்க விரும்புவோம்? அர்த்தமற்ற விஷயங்கள் அடங்கிய ஒரு பெரிய சாதனைப் பட்டியலையா? அல்லது ஒரு சில முக்கியமான விஷயங்கள் அடங்கிய ஒரு பட்டியலையா?

இந்தக் கருத்துகள் உணர்ச்சிபூர்வமாக உண்மையாகின்றபோது, உங்களை மாற்றுகின்ற ஆற்றல் அவற்றுக்குக் கிடைக்கிறது.

மாற்றங்கள் மனத்தில் மட்டுமே வருமென்று நாம் நினைத்துக் கொண்டிருக்கிறோம். அவை இதயத்திலும் நிகழ வேண்டும். அப்படி அத்தியாவசியவாதத்தின் சாரம் நம் இதயத்திற்குள் நுழைகின்றபோது, நாம் நம்முடைய மேம்பட்ட வடிவமாக மாறிவிடுகிறோம்.

நீங்கள் ஓர் அத்தியாவசியவாதியாக ஆகின்றபோது, நீங்கள் மற்றவர்களைப்போல இல்லை என்பதை நீங்கள் உணர்வீர்கள். மற்றவர்கள் சரி என்று சொல்கின்ற விஷயங்களுக்கு நீங்கள் முடியாது என்று சொல்வதை நீங்கள்

காண்பீர்கள். மற்றவர்கள் பேசிக் கொண்டிருக்கின்றபோது, நீங்கள் கேட்டுக் கொண்டிருப்பீர்கள். மற்றவர்கள் விளம்பர ஒளி தங்கள்மீது படுவதற்குப் படாதபாடு பட்டுக் கொண்டிருக்கின்றபோது, நீங்கள் உங்கள் முறைக்காக அமைதியாக ஓர் ஓரமாகக் காத்துக் கொண்டிருப்பீர்கள். மற்றவர்கள் தங்களுடைய தொழில்வாழ்க்கையில் மேலே செல்வதற்கான முயற்சியில் ஈடுபட்டிருக்கின்றபோது, நீங்கள் அர்த்தமிக்க ஒரு வாழ்க்கையைக் கட்டமைப்பதற்கான முயற்சியில் தீவிரமாக ஈடுபட்டிருப்பீர்கள். மற்றவர்கள் குழப்பமான, மனஅழுத்தமிக்க ஒரு வாழ்க்கையை வாழ்ந்து கொண்டிருக்கின்றபோது, நீங்கள் மனநிறைவான ஒரு வாழ்க்கையை வாழ்ந்து கொண்டிருப்பீர்கள்.

முழுமையாக ஓர் அத்தியாவசியவாதியாக வாழ்வது அவ்வளவு எளிதானதல்ல. பல விதங்களில் நானே மிகவும் சிரமப்பட்டுக் கொண்டிருக்கிறேன். இப்போதும் தெரிந்தே பிறரைத் திருப்திப்படுத்துவதற்காக, அத்தியாவசியமற்ற விஷயங்களை நான் செய்து கொண்டுதான் இருக்கிறேன். நல்ல வாய்ப்புகள் என் முன்னால் வந்து குதிக்கின்றபோது, இருப்பதோடு அதையும் சேர்த்துச் செய்யலாமே என்ற சபலம் தோன்றுவதைத் தடுக்க முடியவில்லை. ஓர் அத்தியாவசியவாதியாக மாறுவது ஒரே இரவில் நிகழ்கின்ற ஒரு மாற்றம் அல்ல.

ஆனால், காலப்போக்கில், அது மேன்மேலும் எளிதாகிக் கொண்டு வருவதை நான் உணர்கிறேன். முடியாது என்று சொல்வது எனக்கு இனியும் அவ்வளவு அசௌகரியமாக இல்லை. என்னால் தீர்மானங்களைத் தெளிவாக மேற்கொள்ள முடிகிறது. அத்தியாவசியமற்றவற்றை நீக்குவது மேன்மேலும் அதிக எளிதாகிறது. அத்தியாவசியவாதத்தை நீங்கள் மனப்பூர்வமாகவும் இதயபூர்வமாகவும் சுவீகரித்துக் கொண்டால், உங்களுடைய வாழ்க்கை முற்றிலும் வித்தியாசமானதாக மாறிவிடும்.

இன்று என்னைப் பொறுத்தவரை, அத்தியாவசியவாதம் என்பது நான் செய்கின்ற ஒன்றல்ல. அதுதான் நான். முதலில் அது நான் மேற்கொண்ட சில தேர்ந்தெடுப்புகளாக இருந்தது. பின் அது ஒரு வாழ்க்கைமுறையாக உருமாறியது. பின் அது ஆணிவேர் சகிதமாக என்னை முற்றிலுமாக மாற்றிவிட்டது. அதிகமாகப் பங்களிப்பதற்கு நான் மேன்மேலும் குறைவான காரியங்களில் ஈடுபட்டாலே போதும் என்பதை நான் தினந்தோறும் கண்டுபிடித்துக் கொண்டிருக்கிறேன். **என்னைப்**

பொறுத்தவரை ஓர் அத்தியாவசியவாதியாக இருப்பது என்றால் என்ன என்பதைச் சிறு சிறு கணங்கள் சிறப்பாக வெளிப்படுத்துகின்றன. அவற்றில் கீழ்க்கண்டவையும் அடங்கும்:

- என் தொடர்பு வட்டத்தைப் பெருக்கிக் கொள்ள வாய்ப்புள்ள ஒரு நிகழ்ச்சிக்குச் செல்வதைவிட, வீட்டில் குழந்தைகளுடன் ஓடிப்பிடித்து விளையாடுவதைத் தேர்ந்தெடுத்தது.
- இப்புத்தகத்தை எழுதுவதற்காக, வெளிநாட்டு வாடிக்கையாளர் ஒருவரின் வேண்டுகோளை நிராகரிப்பதை நான் தேர்ந்தெடுத்தது.
- வீட்டில் இருக்கும்போது அங்கு முழுமையாக இருப்பதற்காக, வாரத்தில் ஒரு நாள் சமூக ஊடகங்களை முற்றிலுமாகத் தவிர்ப்பதைத் தேர்ந்தெடுத்தது.
- இப்புத்தகத்தை எழுதி முடிப்பதற்காகத் தினந்தோறும் காலையில் 5 மணிக்கு எழுந்து, பகல் 1 மணிவரை எழுதுவதைத் தேர்ந்தெடுத்தது.
- குழந்தைகளுடன் ஒரு முகாமிற்குச் செல்வதற்காக, வேலையில் ஒரு முக்கியமான காலக்கெடுவைத் தள்ளிப்போடுவதைத் தேர்ந்தெடுத்தது.
- தொழில் தொடர்பாக வெளியூருக்குச் சென்றபோது, சிந்திப்பதற்கும் ஓய்வெடுப்பதற்கும் நேரத்தைச் செலவழிக்க வேண்டும் என்பதற்காகத் திரைப்படங்கள் மற்றும் தொலைக்காட்சி நிகழ்ச்சிகளைப் பார்க்காமல் இருப்பதைத் தேர்ந்தெடுத்தது.
- ஒரு நாளில் முன்னுரிமைப்படுத்தப்பட்டிருந்த காரியங்களைச் செய்வதற்காக, தேவையெனில் மற்ற வேலைகளைச் செய்யாமல் இருப்பதைத் தேர்ந்தெடுத்தது.
- கடந்த பத்து ஆண்டுகளாக தினந்தோறும் குறிப்பேட்டில் எழுதுவதைத் தேர்ந்தெடுத்தது.
- என் மனைவியுடன் சேர்ந்து ஊர் சுற்றுவதற்காக ஒரு சொற்பொழிவு வாய்ப்பையே உதறித்தள்ளுவதைத் தேர்ந்தெடுத்தது.

- அத்தியாவசியவாதம் குறித்தக் கருத்தரங்குகளை நடத்த முடியாமல் போய்விடும் என்பதற்காகவும் என் குடும்பத்தோடு இருக்க முடியாமல் போய்விடும் என்பதற்காகவும், ஸ்டேன்ஃபோர்டு பல்கலைக்கழகத்தில் ஒரு விரிவுரையாளராகப் பணியாற்றுவதற்குக் கிடைத்த வாய்ப்பை உதறித்தள்ளியதைத் தேர்ந்தெடுத்தது.

இப்பட்டியல் நீண்டு கொண்டே போகும். ஆனால், நான் இங்குச் சொல்ல வந்தது இதுதான்: அத்தியாவசியங்களில் கவனத்தைக் குவித்தல் என்பது ஒரு தேர்ந்தெடுப்பு. அது உங்களுடைய தேர்ந்தெடுப்பு. உங்களால் அப்படி ஒன்றைத் தேர்ந்தெடுக்க முடியும் என்பதே உங்களுக்கு ஒருவிதமான விடுதலையுணர்வைக் கொடுக்கும்.

பல ஆண்டுகளுக்கு முன், நான் என்னுடைய சட்டப்படிப்பைப் பாதியில் நிறுத்தியபோது, அடுத்து என்ன செய்ய வேண்டும் என்று நான் யோசித்துக் கொண்டிருந்தேன். என் முன் இருந்த பல டஜன் சாத்தியக்கூறுகளைப் பற்றி நான் அன்னாவிடம் விவாதித்தேன். ஒரு நாள் நானும் அன்னாவும் காரில் வீடு திரும்பிக் கொண்டிருந்தபோது, நான் அவரிடம், "நான் ஸ்டேன்ஃபோர்டில் சேர்ந்து படித்தால் என்ன?" என்று கேட்டேன். இது போன்ற பல 'அதைச் செய்தால் என்ன?', 'இதைச் செய்தால் என்ன?' கேள்விகளை அதற்கு முன்பு நாங்கள் விவாதித்திருந்தோம். ஆனால், இம்முறை அக்கணத்தில் எனக்கு ஒரு தெளிவு ஏற்பட்டது. அந்த வார்த்தைகள் என் வாயிலிருந்து வெளியேறிக் கொண்டிருந்தபோதே, அதுதான் எனக்கான பாதை என்பதை நான் அறிந்தேன்.

நான் சரியான பாதையில்தான் போய்க் கொண்டிருந்தேன் என்பதை நான் உறுதியாக அறிந்திருந்ததற்குக் காரணம், நான் வேறு ஏதேனும் ஒரு கல்லூரிக்கு விண்ணப்பிக்கலாம் என்று யோசித்தபோது என்னுடைய தெளிவு மாயமாய் மறைந்து போனதுதான். பல முறை நான் விண்ணப்பப் படிவங்களைப் பூர்த்தி செய்ய உட்கார்ந்துவிட்டு, அது எனக்கு நல்லவிதமான உணர்வைக் கொடுக்காததால் ஒரு சில நிமிடங்களிலேயே நான் அதைப் பாதியிலேயே நிறுத்தியிருக்கிறேன். அதனால், நான் ஸ்டேன்ஃபோர்டில் மட்டும் என் கவனத்தைச் செலுத்தினேன். அவர்களிடமிருந்து பதில் வருவதற்காக நான் காத்துக் கொண்டிருந்தபோது, வேறு பல வாய்ப்புகள் வந்தன. அவற்றில் சில எனக்கு சபலம் ஏற்படுத்தின. ஆனால், அவை அனைத்தையும் நான் நிராகரித்துவிட்டேன்.

ஸ்டேன்ஃபோர்டிலிருந்து எத்தகைய பதில் வரும் என்பது உறுதியாகத் தெரியாமல் இருந்தபோதிலும், நான் பதற்றமோ அல்லது கவலையோ அடையவில்லை. நான் அமைதியாகவே இருந்தேன்.

இறுதியில் ஒருவழியாக அவர்களிடமிருந்து அழைப்பு வந்தபோது, அதுதான் நான் பின்பற்றிச் செல்ல வேண்டிய பாதை என்ற தெளிவு எனக்கு ஏற்பட்டது. நான் ஓர் அத்தியாவசியவாதியின் வழியைத் தேர்ந்தெடுக்காமல் இருந்திருந்தால், ஸ்டேன்ஃபோர்டுக்கு மட்டும் விண்ணப்பிக்கின்ற துணிவைப் பெற்றிருந்திருக்க மாட்டேன். அதேபோல, 'ஹார்வர்டு பிசினஸ் ரிவ்யூ' இதழுக்காக நான் எழுதியிருந்திருக்க மாட்டேன். எல்லாவற்றையும்விட முக்கியமாக, இப்போது உங்களுடைய கரங்களில் தவழ்ந்து கொண்டிருக்கின்ற இப்புத்தகத்தை நான் எழுதியிருந்திருக்க மாட்டேன்.

ஓர் அத்தியாவசியவாதியாக ஆவது என்பது ஒரு நீண்ட செயல்முறை. ஆனால், அதிலிருந்து கிடைக்கின்ற பலன்கள் அளப்பரியவை. அவற்றில் சில:

அதிகமான தெளிவு

முதல் அத்தியாயத்தில் நாம் பார்த்திருந்த ஆடை அலமாரி உருவகம் ஞாபகம் இருக்கிறதா? உங்கள் வாழ்க்கையெனும் ஆடை அலமாரியிலிருந்து அத்தியாவசியமற்றவற்றை நீங்கள் தொடர்ந்து தூக்கி எறிய எறிய, அதற்குப் பதிலாக நீங்கள் அர்த்தமுள்ள விஷயங்களை அந்த இடத்தில் இட்டு நிரப்பத் துவங்குவதை நீங்கள் காண்பீர்கள். வாழ்க்கை என்பது உங்களுடைய அன்றாடக் கால அட்டவணையில் இடம் பெற்றிருக்கின்ற விஷயங்களை ஒவ்வொன்றாகச் செய்து முடிப்பதாக இருக்காது. மாறாக, அந்த அட்டவணையில் இடம் பெற்றிருப்பவற்றை மாற்றுவதாக இருக்கும். ஒவ்வொரு நாளும் முந்தைய நாளைவிட அதிகத் தெளிவானதாக இருக்கும். அதன் விளைவாக, அத்தியாவசியங்களைச் செய்து முடிப்பது மேன்மேலும் சிரமமற்றதாக ஆகும்.

அதிகமான கட்டுப்பாடு

ஒரு விஷயத்திற்குள் அவசர அவசரமாகக் குதிக்காமல் நிதானமாக யோசிப்பதற்கான உங்கள் திறன்மீது உங்களுக்கு நம்பிக்கை அதிகரிக்கத் துவங்கும். மற்றவர்களின் தாளத்திற்கு

ஏற்ப ஆடுவதை நீங்கள் குறைத்துக் கொள்வீர்கள். உங்களுடைய வாழ்க்கையில் எந்த விஷயங்களுக்கு முன்னுரிமை கொடுக்கப்பட வேண்டும் என்பதை நீங்களே தீர்மானிப்பீர்கள்.

அதிகமான மகிழ்ச்சி

இக்கணத்தில் உண்மையிலேயே எது முக்கியமோ அதில் நீங்கள் கவனத்தைக் குவிக்கின்றபோது, நிகழ்கணத்தில் முழுமையாக வாழ்வதற்கான திறனையும் நீங்கள் பெறுவீர்கள். நிகழ்கணத்தில் முழுமையாக மூழ்குகின்றபோது, அது போற்றிப் பாதுகாக்கத்தக்க நினைவலைகளை உருவாக்குகிறது என்பதுதான் மற்ற அனைத்தையும்விட அதிகமாக என்னைக் கவர்கிறது. அதன் காரணமாக நான் அதிகமாகப் புன்னகைக்கிறேன், எளிமையை அதிகமாக மதிக்கிறேன். மொத்தத்தில், நான் அதிக மகிழ்ச்சியாக இருக்கிறேன்.

"ஒருவருடைய வாழ்க்கை எளிமையாக இருக்கும்பட்சத்தில் அங்கு மனநிறைவு வந்தாக வேண்டும். மகிழ்ச்சிக்கு எளிமை மிகவும் இன்றியமையாதது," என்று தலாய் லாமா கூறியிருக்கிறார்.

உண்மையிலேயே அர்த்தமுள்ள ஒரு வாழ்க்கைதான் அத்தியாவசியவாதியின் வாழ்க்கை

ஓர் அத்தியாவசியவாதியின் வாழ்க்கை அர்த்தமுள்ளதொரு வாழ்க்கை. அது உண்மையிலேயே முக்கியமானதொரு வாழ்க்கை.

இதை நான் எனக்கு நினைவுபடுத்திக் கொள்ள வேண்டியிருக்கின்றபோது, நான் ஒரு கதையை நினைத்துக் கொள்வேன். இது ஒரு மூன்று வயதுப் பெண் குழந்தையைப் பறிகொடுத்த ஒருவரின் கதை. அவர் அக்குழந்தையை வைத்து ஏகப்பட்ட வீடியோக்களை எடுத்திருந்தார். அச்சிறுமியின் நினைவுகளைப் பாதுகாப்பதற்காக, தான் எடுத்திருந்த வீடியோக்களின் சிறந்த காட்சிகளை வெட்டி ஒட்டி ஒரு வீடியோ தயாரிக்க அவர் முடிவு செய்தார். தான் எடுத்திருந்த வீடியோக்களை அவர் அலசியபோது, ஒன்றை மட்டும் அவரால் கண்டுபிடிக்க முடியவில்லை. அச்சிறுமியின் 'குளோசப்' காட்சிதான் அது. எங்குத் தேடியும் அவரால் அதைக் கண்டுபிடிக்க முடியவில்லை. அவர்கள்

இருவரும் சேர்ந்து சென்றிருந்த இடங்கள், அவர்கள் சேர்ந்து இரசித்திருந்த இயற்கைக் காட்சிகள், அவர்கள் சேர்ந்து இரசித்துச் சாப்பிட்ட உணவுப் பதார்த்தங்கள் போன்றவற்றை உள்ளடக்கிய வீடியோக்கள் எக்கச்சக்கமாக இருந்தன. ஆனால், அச்சிறுமியின் குளோசப் காட்சி மட்டும் அவரிடம் இருக்கவில்லை. சுற்றுப்புறங்களைத் தன் கேமராவில் பதிவு செய்வதில் அவர் மும்முரமாக இருந்திருந்ததால், அத்தியாவசியமான ஒன்றை அவர் கோட்டைவிட்டிருந்தார்.

இப்புத்தகத்தை எழுதும் நீண்ட பயணத்தில் தனிப்பட்ட முறையில் நான் கற்றுக் கொண்ட இரண்டு படிப்பினைகளை மேற்குறிப்பிடப்பட்டக் கதை அழகாகப் படம்பிடித்துள்ளது. முதலாவது, என் வாழ்க்கையில் என் குடும்பம் வகித்துக் கொண்டிருந்த முக்கியப் பாத்திரம். இறுதியில் மற்ற அனைத்தும் ஒப்பீட்டு நோக்கில் முக்கியத்துவமற்றவையாக மங்கி மறைந்துவிடும். இரண்டாவது, இந்த உலகில் நாம் வாழவிருக்கின்ற மிகக் குறுகிய நேரம் குறித்தப் பிரக்ஞை. என்னைப் பொறுத்தவரை இது மனச்சோர்வூட்டும் ஒரு விஷயமல்ல. மாறாக, இது எனக்கு உற்சாகமளிக்கிறது. தவறான ஒன்றைத் தேர்ந்தெடுத்துவிடுவோமோ என்ற பயத்தை அது நீக்குகிறது. இது என் எலும்புகளுக்குள் துணிவை ஊட்டுகிறது. நேரம் என்ற அரிய அம்சத்தைச் செம்மையாகப் பயன்படுத்துவதற்கு இன்னும் சிறப்பாகத் தேர்ந்தெடுக்கும்படி இது எனக்கு சவால்விடுகிறது. உலகெங்கும் பயணம் செய்கின்ற ஒருவரை எனக்குத் தெரியும். அவர் எங்குச் சென்றாலும், அங்குள்ள கல்லறைகளுக்கு விஜயம் செய்வது வழக்கம். அதைப் பற்றி நான் கேள்விப்பட்டபோது, அது எனக்கு ஒரு விநோதமான பழக்கமாகத் தோன்றியது. ஆனால், இது அவருடைய நிலையாமை குறித்து அவருக்கு எப்போதும் நினைவுபடுத்திக் கொண்டே இருந்தது என்பது எனக்குப் புரிந்தது.

ஓர் அத்தியாவசியவாதியின் வாழ்க்கை என்பது பின்வருத்தங்கள் ஏதும் இல்லாத ஒரு வாழ்க்கையாகும். உங்களுக்கு எது அர்த்தமுள்ளது என்பதை நீங்கள் சரியாக அடையாளம் கண்டுகொண்டு, உங்களுடைய ஆற்றலையும் நேரத்தையும் அதில் நீங்கள் முதலீடு செய்தால், உங்களுடைய தேர்ந்தெடுப்புகள் குறித்து நீங்கள் ஒருபோதும் பின்வருத்தம் கொள்ள வேண்டிய தேவை இருக்காது. நீங்கள் வாழத் தேர்ந்தெடுத்துள்ள வாழ்க்கை குறித்து நீங்கள் பெருமை கொள்வீர்கள்.

நீங்கள் என்ன செய்யப் போகிறீர்கள்? அர்த்தமும் நோக்கமும் உள்ள ஒரு வாழ்க்கையை வாழ்வதைத் தேர்ந்தெடுக்கப் போகிறீர்களா? அல்லது, உங்கள் வாழ்வின் இறுதியில், பின்வருத்தங்களோடு அதைத் திரும்பிப் பார்க்கப் போகிறீர்களா? நீங்கள் இந்தப் புத்தகத்திலிருந்து ஒரே ஒரு விஷயத்தை மட்டும் எடுத்துக் கொள்ளப் போகிறீர்கள் என்றால், அது இதுவாக இருக்க வேண்டும் என்று நான் விரும்புகிறேன்: உங்களுடைய வாழ்க்கையில் நீங்கள் ஒரு சவாலை எதிர்கொள்ளும்போது, அல்லது ஒரு தீர்மானத்தை எடுக்க வேண்டியிருக்கின்றபோது, அல்லது எந்தத் திசையில் செல்வது என்று புரியாமல் குழம்பி நிற்கின்றபோது, "எது அத்தியாவசியமானது?" என்று உங்களை நீங்களே கேட்டுக் கொள்ளுங்கள். மற்ற அனைத்தையும் நீக்கிவிடுங்கள்.

இக்கேள்விக்கான விடையை நீங்கள் உங்களுக்குள் தேடத் தயாராக இருந்தால், ஓர் அத்தியாவசியவாதியாக ஆவதற்கான வழியில் செல்வதற்கு நீங்கள் உங்களை அர்ப்பணித்துக் கொள்ளத் தயாராகிவிட்டீர்கள் என்று அர்த்தம்.

முடிவுரை

தலைமைத்துவத்தின் அத்தியாவசியங்கள்

“பிறர்மீது அக்கறை கொண்டுள்ள, அர்ப்பணிப்புள்ள ஒரு சில மனிதர்கள் அடங்கிய ஒரு குழுவால் இந்த உலகத்தை மாற்றிவிட முடியாது என்று எக்காலத்திலும் சந்தேகிக்காதீர்கள். உண்மையைச் சொல்ல வேண்டுமென்றால், அது ஒன்றுதான் இந்த உலகத்தை மாற்றியிருக்கிறது.”

- மார்கரெட் மீட்

லிங்க்ட்இன் நிறுவனத்தின் முதன்மை நிர்வாக அதிகாரியான ஜெஃப் வெய்னர், ‘குறைவான செயல்களைச் செம்மையாகச் செய்வது’ தலைமைத்துவத்தின் தலையாய அம்சம் என்று கூறுகிறார். அவர் அந்த நிறுவனத்தின் தலைமைப் பொறுப்பை ஏற்றுக் கொண்டபோது, சிலிக்கான் வேல்லியில் பொதுவாகக் கடைபிடிக்கப்பட்டு வருகின்ற வழக்கமான நடைமுறைகளை அவர் எளிதாகப் பின்பற்றியிருந்திருக்கலாம். ஆனால், அவர் அப்படிச் செய்யவில்லை. உண்மையிலேயே சிறப்பானவையாக விளங்கிய விஷயங்களை மட்டுமே அவர் தேர்ந்தெடுத்து நடைமுறைப்படுத்தினார். அவர் மூன்று விஷயங்களைத் தன்னுடைய ஊழியர்களுக்கு அறிமுகப்படுத்தினார். முதலாவது, நாம் மேலே பார்த்திருந்த ‘குறைவான செயல்களைச் செம்மையாகச் செய்வது.’ இரண்டாவது, ‘சரியான தகவல்களை, சரியான நேரத்தில், சரியான மக்களிடம் கொண்டு சேர்ப்பது.’ மூன்றாவது,

'தீர்மானம் எடுப்பதில் வேகமும் தரமும்.' அத்தியாவசியவாதத் தலைமைத்துவம் என்பது இதுதான்.

அத்தியாவசியவாதிகளின் குழு

அத்தியாவசியவாதம் என்பது வாழ்க்கைக்கு எந்த அளவுக்குப் பொருந்துகிறதோ, அதே அளவுக்கு நிறுவனங்களுக்கும் குழுக்களுக்கும் பொருந்துகிறது. இன்னும் சொல்லப் போனால், நான் இந்தப் புத்தகத்தில் உங்களோடு பகிர்ந்து கொண்டுள்ள யோசனைகளில் பல, நிர்வாகிகள் குழுவுடன் இணைந்து நான் பணியாற்றியபோது எனக்குத் தெளிவாயின.

அப்போதிருந்து, ஆயிரத்திற்கும் மேற்பட்டக் குழுவில் இணைந்து பணியாற்றியிருந்த ஐந்நூற்றுக்கும் மேற்பட்டத் தனிநபர்களிடமிருந்து நான் தரவுகளைத் திரட்டினேன். அவர்கள் ஓர் ஐக்கியமான குழுவாக இயங்கிக் கொண்டிருந்தபோது அவர்கள் எப்படி நடந்து கொண்டனர் என்பது குறித்து நான் அவர்களிடம் ஏராளமான கேள்விகள் கேட்டேன். அவர்களுடைய அந்த அனுபவம் எப்படி இருந்தது, அவர்களுடைய மேலாளர் எத்தகைய பாத்திரம் வகித்தார், அவர்கள் மேற்கொண்ட திட்டங்களின் இறுதி விளைவு எப்படிப்பட்டதாக இருந்தது போன்றவை அக்கேள்விகளில் அடங்கும். அடுத்து, அவர்களுடைய குழு ஓர் ஐக்கியமற்ற நிலையில் நடந்து கொண்டிருந்தபோது அது எப்படி இருந்தது, அவர்களுடைய மேலாளர் எத்தகைய பாத்திரம் வகித்தார், அது அவர்களுடைய இறுதி விளைவின்மீது எத்தகைய தாக்கம் ஏற்படுத்தியது போன்ற கேள்விகளை நான் அவர்களிடம் கேட்டேன்.

என்னுடைய இந்த ஆய்வின் முடிவு வியப்பூட்டுவதாக இருந்தது. தங்களுடைய நோக்கம் குறித்து உயர்ந்தபட்சத் தெளிவு அக்குழுவினரிடம் இருந்தபோது, அவர்களுடைய குழுவும் கொழித்தது, அவர்களும் கொழித்தனர். அதே நேரத்தில், குழுவினரிடம் தங்களுடைய இலக்கு குறித்தத் தெளிவு இல்லாமல் இருந்தபோது, அக்குழுவினரிடையே குழப்பம், பதற்றம், விரக்தி, மனஅழுத்தம், இறுதியில் தோல்வி ஆகியவை ஏற்பட்டன. ஒரு மூத்த நிர்வாகி இதை இரத்தினச்சுருக்கமாக இவ்வாறு கூறினார்: "தெளிவே வெற்றி".

இன்று குழுக்களுக்கு ஏகப்பட்ட வாய்ப்புகள் இருக்கின்றன. அதே நேரம், எல்லாமே விரைவாக நடந்தேறிக் கொண்டிருக்கின்றன. குழு உறுப்பினர்கள்

ஐக்கியமாக இருக்கும்போது, அதிகமான வாய்ப்புகள் ஒரு வரப்பிரசாதமாக அமையக்கூடும். அப்படி இல்லையென்றால், அந்த வாய்ப்புகளை அவர்களால் செம்மையாகப் பயன்படுத்திக் கொள்ள முடியாது. அத்தியாவசியவாதியாக இல்லாதிருக்கின்ற ஒருவர் மேலாளராக இருந்தால், தனிப்பட்ட முறையில் அவர் பல வேலைகளைச் செய்வதோடு, குழுவினரும் அப்படி நடந்து கொள்ள வேண்டும் என்று அவர் எதிர்பார்ப்பார். அது குழுவின் திறனை மட்டுப்படுத்தும். ஆனால், அத்தியாவசியவாதியாக இருக்கின்ற ஒரு தலைவர் வித்தியாசமான தேர்ந்தெடுப்புகளை மேற்கொள்கிறார். அவரிடம் நோக்கம் குறித்தத் தெளிவு இருக்கும் என்பதால், திறமையான நபர்களை வேலைக்கு எடுப்பது, அவர்களுக்குப் பொருத்தமான பாத்திரங்களைப் பகிர்ந்து அளிப்பது, அவர்களுடன் கருத்துப் பரிமாற்றம் மேற்கொள்வது, அவர்களை வழிநடத்துவது, அவர்களுடைய செயல்களுக்கு அவர்களைப் பொறுப்பேற்றுக் கொள்ள வைப்பது போன்ற அனைத்திலும் குறைவானவற்றைப் பயன்படுத்தி அதிகமானவற்றைப் பெறுகின்ற உத்தியை அவர் பயன்படுத்துவார். அதன் விளைவாக அவருடைய குழு ஐக்கியமாகச் செயல்பட்டுச் சிறப்பான விளைவுகளை வெளிப்படுத்தும்.

அத்தியாவசியவாதியாகத் திகழ்கின்ற தலைவரின் பண்புக்கூறுகள்

அத்தியாவசியவாதம் தனிப்பட்ட நபர்களோடு முடிந்துவிடுவதில்லை. நீங்கள் ஒரு சிறு குழுவின் தலைவராகச் செயல்பட்டாலும் சரி, அல்லது ஒரு பெரிய துறையின் தலைவராக இருந்தாலும் சரி, அல்லது உங்களுடைய சமூகத்தில் பலரை வழிநடத்துபவராக இருந்தாலும் சரி, ஓர் அத்தியாவசியவாதி என்ற முறையில் உங்களுடைய பயணத்தின் அடுத்தக் கட்டம், நீங்கள் கற்றுக் கொண்டுள்ள திறன்களையும் உங்களுடைய மனப்போக்கையும் உங்களுடைய தலைமைத்துவப் பண்பைப் மேம்படுத்துவதற்குப் பயன்படுத்துவதுதான்.

அடுத்தப் பக்கத்திலுள்ள அட்டவணையைப் பார்த்தால், தலைமைத்துவத்தின் ஒவ்வோர் அம்சத்திலும் அத்தியாவசியவாதத்தைப் பயன்படுத்துவதால் விளைகின்ற நன்மைகளை எளிதாகப் புரிந்து கொள்ளலாம். ஆனாலும், அவை ஒவ்வொன்றையும் இனி தனித்தனியாகப் பார்க்கலாம்.

	அத்தியாவசியவாதி அல்லாதவர்	அத்தியாவசியவாதி
மனப்போக்கு	எல்லோருக்கும் எல்லாம்	குறைவே நிறைவு
திறமை	ஏகப்பட்ட ஆட்களை வேலைக்கு எடுக்கிறார்.	கவனமாக ஆட்களைத் தேர்வு செய்கிறார். குழுவை இழுத்துப் பிடிக்கின்ற நபர்களைக் குழுவிலிருந்து நீக்குகிறார்.
உத்தி	அனைத்துக்கும் முக்கியத்துவம் அளிக்கின்ற போக்கைக் கடைபிடிக்கிறார்.	"நாம் ஒரே ஒரு விஷயத்தை மட்டும் செய்தால், அது என்னவாக இருக்கும்?" என்ற கேள்விக்கு விடை காண்பதன் மூலம் நோக்கத்தை வடிவமைக்கிறார்.
அதிகாரமளித்தல்	தீர்க்கத்திற்குப் பதிலாகத் தெளிவின்மை கோலோச்ச அனுமதிக்கிறார். தீர்மானங்கள் அடிக்கடி மாறுகின்றன.	குழுவின் உறுப்பினர்கள் ஒவ்வொருவரின் பாத்திரம் மற்றும் அவர்களுடைய பங்களிப்பில் கவனம் செலுத்துகிறார்.
கருத்துப் பரிமாற்றம்	பூடகமாகப் பேசுகிறார்.	அத்தியாவசியமானவற்றைப் பெறுவதற்காகக் காது கொடுத்துக் கேட்கிறார்.
பொறுப்புடைமை	அளவுக்கதிகமாகத் தலையிடுகிறார் அல்லது சுத்தமாகத் தலையிடாமல் இருந்துவிடுகிறார். இதனால் குழுவின் கவனம் சிதறுகிறது.	குழுவின் உறுப்பினர்கள் தடைகளைக் கடக்கிறார்களா, சிறிய வெற்றிகளை அடைகிறார்களா என்று நயமாகக் கண்காணிக்கிறார்.
விளைவு	குழுவில் கீறல்கள் விழுகின்றன. முன்னேற்றம் பல திசைகளில் அணுவணுவாக நிகழ்கிறது.	ஐக்கியத்தோடு செயல்படுகின்ற ஒரு குழு உருவாகிறது. குழு உறுப்பினர்களின் பங்களிப்பு குறிப்பிடத்தக்கதாக இருக்கிறது.

கவனமாக ஆட்களைத் தேர்வு செய்தல்

அத்தியாவசியவாதியாக இல்லாதிருப்பவர் தாறுமாறாக ஆட்களை வேலைக்கு எடுத்துவிட்டு, அவர்களுடைய திறமை போதுமானதாக இல்லை என்பதைக் கண்டுபிடிக்கின்றபோது, அவர்களுக்குப் பயிற்சியளிக்க வேண்டுமா அல்லது அவர்களை வேலையைவிட்டுத் துரத்த வேண்டுமா என்று அவர் குழம்புவார். வளர்ச்சியின் வேகத்திற்கு ஈடுகொடுப்பதற்கு அதிகமான ஆட்களை வேலைக்கு எடுத்தாகத்தானே

வேண்டும் என்று அவர் தன் செயலுக்கு நியாயம் கற்பிப்பார். ஆனால், நடைமுறையில் ஒரு தவறான நபரைக் குழுவுக்குள் கொண்டுவருவது என்பது, ஒரு நபர் குறைவாக இருப்பதைவிட மோசமானதாக இருக்கும். நிறைய தவறான நபர்கள் வேலைக்கு எடுக்கப்படுகின்றபோது, மொத்த நிறுவனமுமே சராசரித்தனத்திற்குக் கீழே சென்றுவிடும்.

மறுபுறம், ஓர் அத்தியாவசியவாதி, திறமையானவர்களைத் தேர்ந்தெடுப்பதில் குறியாக இருப்பார். அதற்காக எத்தனை பேரை வேண்டுமானாலும் நேர்முகத் தேர்வு செய்ய அவர் தயாராக இருப்பார். அப்படித் தப்பித்தவறி, குழுவிலுள்ள யாராவது குழுவின் வேலைகளைப் பின்னுக்கு இழுப்பதாக அவர் உணர்ந்தால், அந்த நபரை உடனடியாக வேலையிலிருந்து தூக்க அவர் தயங்க மாட்டார். இதன் விளைவாக, தலைசிறந்த நபர்கள் அடங்கிய ஒரு குழுவாக அது திகழும் என்பதால், அதன் செயல்திறனும் உச்சத்தில் இருக்கும்.

நோக்கத் தெளிவைப் பெறுதல்

நோக்கத் தெளிவு இல்லாதிருப்பதால், அத்தியாவசியவாதியாக இல்லாதிருப்பவர், பல நோக்கங்களைப் பின்தொடர முயல்வார், எண்ணற்ற விஷயங்களைச் செய்வதில் இறங்குவார். அதன் விளைவாக அவருடைய குழுவினரின் கவனம் பல திசைகளில் சிதறும், அவர்களுடைய முன்னேற்றமும் மிகக் குறைவாக இருக்கும். அவர்கள் அத்தியாவசியமற்ற விஷயங்களில் தங்களுடைய நேரத்தை வீணடித்துக் கொண்டிருப்பர், முக்கியமானவற்றை அலட்சியப்படுத்துவர். இப்போதெல்லாம் குழுவின் ஒத்திசைவு பற்றி அதிகமாகப் பேசப்படுகிறது. நோக்கத் தெளிவு இல்லாதிருந்தால், குழுவில் ஒத்திசைவு இருக்காது.

உச்சபட்ச அதிகாரம் அளியுங்கள்

அத்தியாவசியவாதியாக இல்லாதிருப்பவரின் குழுவில் இடம் பெற்றிருக்கும் நபர்களிடம் தங்களுடைய பாத்திரம் குறித்தத் தெளிவு இருக்காது. அதனால், அவர்களுக்குத் தங்களுடைய அதிகாரம் என்ன என்பது குறித்த சந்தேகம் இருக்கும். பெரும்பாலான சமயங்களில், குழுவின் நெகிழ்வுத்தன்மைக்கு இது முக்கியம் என்று இந்த யோசனை நியாயப்படுத்தப்படும். மக்களுக்குத் தங்களுடைய பொறுப்பு என்ன என்று தெரியாமல் இருக்கும்போது, எதை வைத்துத்

தாங்கள் எடைபோடப்படுவோம் என்பது தெரியாமல் இருக்கின்றபோது, அவர்கள் மேற்கொள்கின்ற தீர்மானங்கள் திட்டவட்டமானவையாக இருக்காது. தங்களுடைய பாத்திரம் என்ன என்பது தெரியாமல் இருக்கின்றபோது, குழு உறுப்பினர்கள், தாங்கள் மும்முரமாக இருப்பதாகக் காட்டிக் கொள்வதில்தான் குறியாக இருப்பர், அங்கு உண்மையான வேலை நடைபெறாது.

அதிகாரமளித்தலுக்குத் தெளிவே முதன்மையானது என்பதை அத்தியாவசியவாதி நன்றாகப் புரிந்து வைத்துள்ளார். குழுவிலுள்ள உறுப்பினர்களின் பாத்திரங்கள் தெளிவாக வரையறுக்கப்பட்டிருப்பதை அவர் உறுதி செய்கிறார். தங்களிடமிருந்து துல்லியமாக என்ன எதிர்பார்க்கப்படுகிறது என்பது குறித்தும், நிறுவனத்திற்குத் தங்களுடைய பங்களிப்பு என்ன என்பது குறித்தும் குழுவின் உறுப்பினர்களுக்குத் தெளிவு இருப்பதையும் அவர் உறுதி செய்கிறார்.

பிரபல தொழிலதிபரும் 'பே பால்' நிறுவனத்தின் நிறுவனருமான பீட்டர் தீல் தன் நிறுவனத்தில் ஒரு விநோதமான நடைமுறையைக் கடைபிடித்தார். அந்நிறுவனத்தின் ஊழியர்கள் ஒவ்வொருவரும் தாங்கள் வகிக்கின்ற பாத்திரம் தொடர்பான ஒரே ஒரு முன்னுரிமையைக் கட்டாயமாகத் தேர்ந்தெடுத்துக் கொள்ள வேண்டும். அதைப் பற்றி அந்நிறுவனத்தில் ஓர் உயரதிகாரியாகப் பணியாற்றிய கீத் ரபோயிஸ் இவ்வாறு கூறுகிறார்: "ஊழியர்கள் அனைவரும் ஒரே ஒரு முன்னுரிமையை மட்டும் கொண்டிருக்க வேண்டும் என்பதில் பீட்டர் குறியாக இருந்தார். அந்த நபர்களிடம் அதைத் தவிர வேறு எதையும் அவர் விவாதிக்க மாட்டார்." அதன் விளைவாக, ஊழியர்கள், தாங்கள் தேர்ந்தெடுத்திருந்த முன்னுரிமைகள் தொடர்பாக எதை வேண்டுமானாலும் செய்வதற்கான அதிகாரத்தைப் பெற்றனர். அதன் காரணமாக, நிறுவனத்திற்கான அவர்களுடைய பங்களிப்பு மகத்தானதாக இருந்தது.

சரியான நபர்களிடம், சரியான நேரத்தில், சரியான விஷயங்களை எடுத்துரைத்தல்

அத்தியாவசியவாதியாக இல்லாதிருப்பவரின் பேச்சு பூடகமாக இருக்கும் என்பதால், அவருடைய குழுவில் இடம் பெற்றுள்ளவர்கள், எவை உண்மையிலேயே அர்த்தம் வாய்ந்தவை என்பது தெரியாமல் குழம்புவர். அத்தியாவசியவாதியாக இல்லாதிருப்பவரின் கருத்துப்

பரிமாற்றம் பொத்தம் பொதுவானதாக இருப்பதால், அதை அடிப்படையாக வைத்து நடவடிக்கைகள் எடுப்பது ஊழியர்களுக்குச் சிரமமாக இருக்கும். அதோடு, அவர்கள் அடிக்கடித் தங்களுடைய தீர்மானங்களை மாற்றிக் கொண்டேயிருப்பர். ஆனால், ஓர் அத்தியாவசியவாதி, சரியான நபர்களிடம், சரியான நேரத்தில், சரியான விஷயங்களைத் தெரிவிப்பார். அவருடைய பேச்சு மிகவும் தெளிவாக இருக்கும். அர்த்தமற்ற வெற்று முழக்கங்கள் அதில் இருக்காது. அவருடைய கருத்துப் பரிமாற்றம் தொடர்ச்சியாக ஒரே சீராக இருக்கும்.

அர்த்தமுள்ள முன்னேற்றத்தை உறுதி செய்தல்

அத்தியாவசியவாதியாக இல்லாதிருப்பவர்களிடம் பெரிதாகப் பொறுப்புணர்வு இருக்காது. அவர்கள் பல விஷயங்களில் கவனத்தைச் சிதறடிப்பதால், ஒரு குறிப்பிட்ட விஷயத்தைத் தொடர்ந்து கண்காணித்து வருவது அவர்களுக்குக் கிட்டத்தட்ட இயலாத காரியமாக இருக்கும். அதை அவர்கள் தங்களை அறியாமலேயே தங்களுடைய குழுவினரிடமும் கடத்திவிடுவர். குழுவின் உறுப்பினர்கள், தாங்கள் தங்கள் வேலையில் தோற்றால் அதற்குப் பெரிய தண்டனைகள் எதுவும் இருக்காது என்பதை அறிந்து கொள்வர். அதன் விளைவாக, அவர்கள் முக்கியமான விஷயங்களுக்கு முன்னுரிமை கொடுப்பதற்குப் பதிலாக, எளிதாகச் செய்யப்படக்கூடிய விஷயங்களுக்கு முன்னுரிமை கொடுப்பர். தங்களுடைய தலைவரின் நோக்கம் அடிக்கடி மாறிக் கொண்டிருக்கும் என்பதை அவர்கள் அறிந்திருப்பதால், அவற்றுக்கு அவர்கள் பெரிதாக முக்கியத்துவம் அளிக்க மாட்டார்கள்.

அத்தியாவசியவாதிகள் தங்களுடைய நோக்கம் குறித்துத் தெளிவாக இருப்பதால், விஷயங்களைத் தொடர்ச்சியாகக் கண்காணிப்பது அவர்களுக்கு சுலபமானதாக இருக்கும். அத்தியாவசியவாதிகள் தங்கள் குழுவில் உள்ளவர்களின் சிறிய வெற்றிகளுக்கு வெகுமதியளிப்பர், குழு உறுப்பினர்கள் தங்களுடைய தடைகளிலிருந்து மீள்வதற்கு உதவுவர். இதன் காரணமாக, குழு உறுப்பினர்கள் பெரும் ஊக்கம் பெறுவர், அர்த்தமுள்ள முன்னேற்றங்களை அடைவதில் ஆர்வம் காட்டுவர்.

அத்தியாவசியவாத அடிப்படையில் நீங்கள் உங்களுடைய தலைமைத்துவத்தை அமைத்துக் கொண்டால், உங்களுடைய

குழு உறுப்பினர்களின் பங்களிப்பு சிறப்பானதாக இருக்கும், குறிப்பிடத்தக்கச் சாதனைகளை அடைவது அவர்களுக்கு எளிதாகக் கைகூடி வரும்.

உண்மையான அத்தியாவசியவாதியும், பெண்கள் உரிமைப் போராளியுமான எலா பட், சிறந்த முன்னோக்குடன் திகழ்ந்த ஒரு தலைவர். இந்தியாவில் ஏழைப் பெண்களின் உரிமையை மீட்டெடுப்பதற்காகப் பல அமைப்புகளை நிறுவியுள்ள அவர், எண்ணற்ற உலகளாவிய விருதுகளைப் பெற்றுள்ளார். தன்னுடைய தனிப்பட்டக் கதாநாயகிகளில் ஒருவர் அவர் என்று ஹிலாரி கிளின்டன் அவரை வர்ணித்துள்ளார். எலா பட்டை நான் தொலைபேசி மூலமாகப் பேட்டி கண்டபோது, அவர் என்னிடம் இவ்வாறு கூறினார்:

> *"அனைத்துப் பண்புநலன்களிலும் எனக்குப் பிடித்தமான பண்புநலன் எளிமைதான். தனிப்பட்ட மற்றும் உலகளாவிய பிரச்சனைகளில் பெரும்பாலானவற்றை எளிமையால் தீர்த்துவிட முடியும் என்று நம்புகின்ற அளவுக்கு நான் செல்வேன். வாழ்க்கை குறித்த ஒருவரின் அணுகுமுறை எளிமையானதாக இருக்கும்போது, அவர் அடிக்கடிப் பொய் சொல்ல வேண்டியிருக்காது, பிறரோடு சண்டை சச்சரவுகளில் ஈடுபட வேண்டியிருக்காது, திருட வேண்டியிருக்காது, பிறர்மீது பொறாமைப்படவோ அல்லது கோபப்படவோ வேண்டியிருக்காது, பிறரை மோசமாக நடத்தவோ அல்லது கொல்லவோ வேண்டியிருக்காது. ஒவ்வொருவருக்கும் எல்லாமே போதுமான அளவு இருக்கும் என்பதால், பதுக்குவதற்கு, சூதாடுவதற்கு, அல்லது வெறுப்பதற்கான தேவை அங்கு இருக்காது. உங்களுடைய குணாதிசயம் அழகாக இருந்தால், நீங்களும் அழகாக இருப்பீர்கள். அதுதான் எளிமையின் அழகு."*

உண்மையில் அதுதான் ஓர் அத்தியாவசியவாதியாகப் பிறரை வழிநடத்துவதிலுள்ள அழகு.

நன்றியுரை

கீழ்க்கண்ட நபர்களுக்கு நான் நன்றி கூறிக் கொள்கிறேன்:

அன்னா: பல ஆண்டுகளாக இத்திட்டத்தில் நம்பிக்கை வைத்தமைக்கு நன்றி. அதைவிட அதிகக் காலம் என்மீது நம்பிக்கை வைத்திருந்ததற்கு நன்றி. இதிலும் மற்ற அனைத்திலும் நீங்கள்தான் என்னுடைய நெருங்கிய தோழியாகவும் அறிவார்ந்த ஆலோசகராகவும் இருந்து வந்துள்ளீர்கள்.

தாலியா குரோன்: அத்தியாவசியமற்றவற்றை மிகத் திறமையாக நீக்கிவிட்டு, முக்கியமானவற்றை மட்டும் விட்டுவைத்து இந்நூலைச் செழுமைப்படுத்தியமைக்கு நன்றி.

டினா கான்ஸ்டபிள், தாரா கில்பிரைட், அய்லெட் குரூன்ஸ்பெக்ட் மற்றும் கியானி சான்ட்ரி: ஓர் உரையாடலையும் ஓர் இயக்கத்தையும் தோற்றுவித்தமைக்கு நன்றி.

வேட் லூகாஸ் மற்றும் ராபின் உல்ஃப்சன்: அத்தியாவசியவாதத்தைப் பல இடங்களுக்கு எடுத்துச் சென்றமைக்கு நன்றி.

ரஃபேப சகலின்: தலைசிறந்த இலக்கிய முகவர் என்ற முறையில் சிறப்பான சேவையை அளித்தமைக்கு நன்றி.

அம்மா மற்றும் அப்பா: எல்லாவற்றுக்கும் நன்றி.

பாட்டி மற்றும் தாத்தா: அத்தியாவசியமானதொரு வாழ்க்கை எப்படி இருக்கும் என்பதை எங்கள் அனைவருக்கும் காட்டியமைக்கு நன்றி.

திருமதி ஸ்வீட்: எனக்குக் கற்றுக் கொடுத்தமைக்கு நன்றி.

பாரஸ்ட்: எங்களுக்குச் சிந்திக்கக் கற்றுக் கொடுத்தமைக்கு நன்றி.

சாம், ஜேம்ஸ், ஜோசப், லூயிஸ் மற்றும் கிரெயிக்: நான் நானாக இருப்பதற்கு என்னை விடுவித்தமைக்கு நன்றி.

எமி ஹெய்ஸ்: மொத்தப் பயணத்தையும் 'உனக்கும் வெற்றி, எனக்கும் வெற்றி' என்று ஆக்கியமைக்கு நன்றி.

ஜஸ்டின்: இரவு பகலாக, என்னுடைய கையெழுத்துப் பிரதியின் பல வடிவங்களைப் படித்தமைக்கு நன்றி.

டேனியல், டெபோரா, எல்லே, லூயிஸ், மேக்ஸ், ஸ்பென்சர் மற்றும் ருத்: என் தேர்ந்தெடுப்புகளை எளிமையாக்கியமைக்கு நன்றி.

பிரிட்டன், ஜெசிக்கா, ஜான், ஜோசப், லின்ட்சே, மேகன் மற்றும் விட்னி: உங்களுடைய நிபந்தனையற்ற ஆதரவுக்கு நன்றி.

ராப் மற்றும் நடாலி மேய்ன்ஸ்: ஒளிவுமறைவற்ற உரையாடல்களை நிகழ்த்தியதற்கு நன்றி.

அலிசன் பெபோ, ஜெனிபர் பெய்லி, டிம் பிரவுன், பாப் கரோல் (ஜூனியர் மற்றும் சீனியர்), டக் கிரான்டால், அலிசா ஃபிரெட்ரிச், டாம் ஃப்ரைல், ராக்கி கார்ஃப், லாரி கெல்விக்ஸ், ஜொனாதன் ஹோய்ட், லிலா இப்ராஹிம், பிகே, ஜேட் கொய்ல், லிண்ட்சே லாகாஸ், லிண்ட்சே ஜாரெட் லாகாஸ் , ஜிம் மீக்ஸ், பிரையன் மில்லர், கிரெக் பால், ஜோயல் பொடோல்னி, பில் ரியெல்லி, ஆஷ் சோலார், ஆண்ட்ரூ சிப்க்ஸ், ஷான் வாண்டர்ஹோவன், ஜெஃப் வெய்னர், ஜேக் வைட், எரிக் வோங், டேவ் யிக், ரே ஜின், ஒய்ஜிஎல் குடும்பம் மற்றும் ஜிஎஸ்பி 2008 வகுப்பு மாணவர்கள்: வாழ்க்கைப் பயணத்தில் மகிழ்ச்சியைக் கொண்டு வந்தமைக்கு நன்றி.

ஸ்டீபன் கவி மற்றும் ஸ்டீவ் ஜாப்ஸ்: என்னுள் உத்வேகத்தைத் தூண்டியமைக்கு நன்றி.

கடவுள்: என்னுள் முடிவேயில்லாத ஆசைகளை விதைத்து, அவற்றை நிறைவேற்றியும் வைத்துக் கொண்டிருப்பதற்கு நன்றி.

21-நாள் அத்தியாவசியவாதச் சவால்

ஓர் அத்தியாவசியவாதியாக ஆக ஆசைப்படுகின்ற பலர், "நாங்கள் எங்கிருந்து துவக்க வேண்டும்?" என்ற கேள்வியை என்னிடம் அடிக்கடிக் கேட்கின்றனர். '21-நாள் அத்தியாவசியவாதச் சவாலில்' இருந்து துவக்குமாறு நான் அவர்களைக் கேட்டுக் கொள்கிறேன். இதில் இடம் பெற்றுள்ள ஒவ்வொரு நாளின் சவாலும் இப்புத்தகத்தின் ஏதோ ஓர் அத்தியாயத்தோடு ஒத்திசைவாக இருக்கும். நீங்கள் எடுத்து வைக்க வேண்டிய ஒரு சிறிய அடியைப் பற்றி அது பேசும். இதில் நீங்கள் தனியாகக் கலந்து கொள்ளாமல், உங்கள் நண்பர் அல்லது குடும்ப உறுப்பினர் யாருடனாவது சேர்ந்து கலந்து கொள்ளுமாறு நான் உங்களுக்குப் பரிந்துரைக்கிறேன். எது உங்களுக்குக் கடினமாக இருந்தது, எது உங்களுக்குத் தடையாக இருந்தது, எது உங்களுக்கு எளிமையாக இருந்தது, உங்களுடைய வெற்றி எந்த அளவுக்கு இருந்தது போன்ற உங்களுடைய அனுபவங்களை நீங்கள் அவர்களுடன் பகிர்ந்து கொள்ளுங்கள்.

நான் இந்தச் சவாலுக்காக, ஒவ்வொரு நாளுக்கும் ஒரு சிறிய காணொளியைத் தயார் செய்து அதை என்னுடைய வலைத்தளத்தில் தரவேற்றம் செய்துள்ளேன். இதைக் கண்டுகளிப்பதற்கு நீங்கள் *essentialism.flywheelsites.com/21-day-challenge/* என்ற வலைத்தள முகவரிக்குச் செல்லுங்கள். அங்கு, கீழ்க்கண்ட சங்கேத எண்களை இட்டு நிரப்பினால், அக்காணொளிகளை நீங்கள் இலவசமாகப் பார்க்கலாம்.

R s B 8 S 1 3 d @

ஓர் அத்தியாவசியவாதியாக ஆவது சில சமயங்களில் கடினமானதாகத் தோன்றலாம், உங்களைத் திக்குமுக்காட வைக்கலாம். ஆனால், அது அப்படி இருக்க வேண்டியதில்லை.

நாள் 1: பரஸ்பரம் ஒருவருக்கொருவர் ஆதரவாக நடந்து கொள்கின்ற, அதே நேரத்தில், தட்டிக் கேட்கின்ற, ஒரு பங்காளியை உங்களுடன் சேர்த்துக் கொள்ளுங்கள். இருவரும் சேர்ந்து இந்நூலின் முதலாம் அத்தியாயத்தைப் படியுங்கள். உங்களுடன் சேர்ந்து இந்த 21-நாள் அத்தியாவசியவாதச் சவாலை மேற்கொள்வதற்கு அவருக்கு அழைப்புவிடுங்கள்.

நாள் 2: "நான் இதைச் செய்தாக வேண்டியிருக்கிறது," என்று நீங்கள் சொல்வதை நீங்கள் உணர்ந்தால், அதற்குப் பதிலாக, "இதைச் செய்வதை நான் தேர்ந்தெடுக்கிறேன்," என்று கூறுங்கள்.

நாள் 3: "இன்று நான் செய்யக்கூடிய மிக முக்கியமான வேலை என்னவாக இருக்கும்?" என்று கேளுங்கள்.

நாள் 4: உங்கள் முன் இரண்டு வேலைகள் இருந்து, "அவை இரண்டையும் நான் செய்யப் போகிறேன்," என்ற எண்ணம் உங்கள் மனத்தில் தோன்றினால், உடனே சற்று நிதானித்து, அவற்றில் ஒன்றை மட்டும் தேர்ந்தெடுங்கள்.

நாள் 5: மூன்று மாதங்களுக்கு ஒரு முறை, உங்களுடைய வாழ்க்கையில் எது அத்தியாவசியம் என்பதை அலசுவதற்கு ஏற்ற ஓரிடத்திற்குத் தனியாகச் செல்லத் திட்டமிட்டுக் கொள்ளுங்கள்.

நாள் 6: அத்தியாவசியக் குறிப்பேடு ஒன்றில் எழுதத் தொடங்குங்கள். அதில், "இன்று நடந்த மிக முக்கியமான சம்பவம் எது?" என்ற கேள்விக்கான பதிலை ஓர் ஒற்றை வாக்கியத்தில் எழுதுங்கள்.

நாள் 7: ஒரு குழந்தையுடன் ஏதாவது ஒரு விளையாட்டை விளையாடுவதற்குப் பத்து நிமிடங்கள் செலவிடுங்கள். குழந்தைகளின் மாயாஜால உலகில் சிறிது நேரம் உங்களை மூழ்கடித்துக் கொள்ளுங்கள்.

நாள் 8: இருபது நிமிடக் குட்டித் தூக்கம் ஒன்று போடுங்கள்.

நாள் 9: இன்று ஏதாவது ஒரு காரியத்திற்கு உங்களால் தெளிவாகச் 'சரி' என்று கூற முடியாமல் இருந்தால், அதற்கு 'முடியாது' என்று கூறிவிடுங்கள்.

நாள் 10: காலையில் உங்களுடைய வழக்கமான சந்திப்புக்கூட்டத்திற்குச் செல்வதற்கு முன்பாக, ஒரு சிறு இடைவெளி கொடுத்து, "இந்தக் கூட்டத்தில் இன்று நான் உண்மையிலேயே சாதிக்க விரும்புகின்ற ஓர் 'ஒற்றை விஷயம்' எது?" என்று உங்களிடமே கேட்டுக் கொள்ளுங்கள்.

நாள் 11: இங்கிதமாக 'முடியாது' என்று கூறுவது எப்படி என்பதை எழுதிக் கொள்ளுங்கள். அவற்றுக்கான வார்த்தைகளைக் கவனமாகத் தேர்ந்தெடுங்கள், அவற்றைப் பழகிக் கொள்ளுங்கள்.

நாள் 12: உங்களுடைய அடுத்த வார நிகழ்ச்சி நிரலை அலசி, அதில் நீங்கள் ஒப்புக் கொண்டிருக்கின்ற ஒவ்வொரு விஷயத்தையும் நுணுக்கமாகப் பார்த்து, "இதில் நான் ஏற்கனவே ஈடுபட்டிருக்காவிட்டால், இதில் ஈடுபடுவதற்கு நான் எந்த அளவுக்கு மெனக்கெடுவேன்?" என்ற கேள்வியை உங்களிடம் கேட்டுக் கொள்ளுங்கள்.

நாள் 13: இப்புதிய விதியை இன்று ஒரு நாள் மட்டும் கடைபிடியுங்கள்: "நீங்கள் புதிதாக ஒரு நடவடிக்கையைச் சேர்த்துக் கொள்ள விரும்பினால், நீங்கள் ஏற்கனவே செய்து கொண்டிருக்கின்ற ஒரு நடவடிக்கையைக் கழற்றி விட்டுவிட வேண்டும்."

நாள் 14: அடுத்த முறை யாரேனும் உங்களிடம் ஏதோ ஒரு வேலையை ஒப்படைத்தால், அவர்களிடம், "ஒரு நிமிடம் பொறுங்கள். நான் என்னுடைய கால அட்டவணையைப் பார்த்துவிட்டு, என்னால் முடியுமா, முடியாதா என்பதைச் சொல்கிறேன்," என்று கூறுங்கள்.

நாள் 15: உங்களுடைய தினசரிக் கால அட்டவணையில் நான்கு 'அரை மணிநேரங்களைத்' தனியாக ஒதுக்கி வைத்துவிடுங்கள். எதிர்பாராத பிரச்சனைகளைச் சமாளிப்பதற்கும், புதிய வாய்ப்புகளைச் சோதித்துப் பார்ப்பதற்கும் அவற்றை நீங்கள் பயன்படுத்திக் கொள்ளலாம்.

நாள் 16: இன்று நீங்கள் ஒரு தடையை எதிர்கொண்டால், அதனோடு முட்டி மோதிக் கொண்டிருப்பதற்குப் பதிலாக, "இதை எப்படி என்னால் முழுமையாகத் தகர்த்தெறிய முடியும்?" என்று யோசியுங்கள்.

நாள் 17: ஒரு சந்திப்புக்கூட்டத்தைத் துவக்குவதற்கு முன், "கடந்தச் சந்திப்புக்கூட்டத்திற்குப் பிறகு எவை சரியாகப் போயிருக்கின்றன?" என்ற கேள்வியோடு துவக்குங்கள்.

நாள் 18: உங்களுடைய வாராந்திரக் கனவுக் கால அட்டவணை ஒன்றை வடிவமையுங்கள். அந்த வாரத்தில் உங்களுடைய ஒவ்வொரு மணி நேரத்தையும் எப்படிச் செலவழிப்பது என்பதை அதில் குறித்துக் கொள்ளுங்கள்.

நாள் 19: இன்று ஏதோ ஒரு சமயத்தில் சிறிது நேர இடைவேளை எடுத்துக் கொண்டு, "இக்கணத்தில் எது முக்கியம்?" என்று உங்களிடம் கேளுங்கள்.

நாள் 20: உங்கள் வாழ்க்கையை அலசுவதற்கும், கனவு காண்பதற்கும், திட்டமிடுவதற்கும் ஏற்ற ஓரிடத்திற்குச் செல்லத் திட்டமிடுங்கள்.

நாள் 21: உங்களுடைய குழுவில் உள்ளவர்கள் 'அத்தியாவசியவாதம்' நூலைப் படிப்பதற்குப் பரிந்துரையுங்கள். அத்தியாவசியமான விஷயங்களை நீங்கள் விவாதிக்கின்றபோது, உங்களுக்கு இடையே ஒரு பொதுவான பிணைப்பு ஏற்பட அது உதவும்.

PSV குமாரசாமி

மொழிபெயர்ப்பாளர்

இவர் ஒரு கவிஞர். மொழிபெயர்ப்பாளர். சுற்றுச்சூழல் ஆர்வலர். மலையேற்றப் பயிற்றுவிப்பாளர். புகைப்படம் எடுப்பதில் அலாதி ஆர்வம் உடையவர். ஊர் சுற்றுவதில் ஏக விருப்பமுடையவர். இவரது பல்லாண்டுகால மொழிபெயர்ப்பு அனுபவத்தில் எண்பதுக்கும் மேற்பட்ட நூல்கள், எண்ணற்றக் கட்டுரைகள் மற்றும் கவிதைகள் வெளிவந்துள்ளன. இலக்கியம், சுயமுன்னேற்றம், சுற்றுச்சூழல், பொருளாதாரம், அறிவியல் போன்ற பல்வேறு துறைகள் தொடர்பான நூல்கள் அவற்றில் அடங்கும்.

ரோன்டா பைர்னின் உலகப் புகழ்பெற்ற நூலான 'இரகசியம்', டோனி ஜோசஃபின் 'ஆதி இந்தியர்கள்', ஸ்டீபன் ஹாக்கிங்கின் 'ஆழமான கேள்விகள் அறிவார்ந்த பதில்கள்' போன்றவை இவருடைய மொழியாக்கத்தில் வெளிவந்துள்ள நூல்களில் குறிப்பிடத்தக்கவை.

இவர் தன் மனைவி திருமதி நாகலட்சுமி சண்முகம் அவர்களுடனும் தன் மகன்கள் இருவருடனும் தற்போது மும்பையில் வசித்து வருகிறார்.

கிரெக் மெக்யூன்

நூலாசிரியர்

கிரெக் மெக்யூன் ஒரு பிரபல பேச்சாளர், நூலாசிரியர் மற்றும் வலையொலிப்பதிவாளர். நியூயார்க் டைம்ஸ், ஃபாஸ்ட் கம்பெனி, ஃபார்ச்சூன், ஹஃப்போஸ்ட், பொலிட்டிகோ, இங்க் போன்ற பத்திரிகைகளில் அவரைப் பற்றிய கட்டுரைகளும் அவருடைய பேட்டிகளும் இடம்பெற்றுள்ளன. அவர் 'லிங்க்ட்இன்' தளத்தின் மிகப் பிரபலமான வலைப்பதிவாளராகத் திகழ்கிறார். என்பிஆர், என்பிசி, ஃபாக்ஸ் ஆகிய சேனல்களிலும், 'ஸ்டீவ் ஹார்வி ஷோ' போன்ற தொலைக்காட்சி நிகழ்ச்சிகளிலும் அவர் பேட்டி காணப்பட்டுள்ளார். உலகப் பொருளாதார மன்றத்தால் 'இளம் சர்வதேசத் தலைவராக' அவர் தேர்ந்தெடுக்கப்பட்டுள்ளார். இலண்டனில் பிறந்து வளர்ந்த அவர், தற்போது கலிபோர்னியாவில் தன் மனைவி மற்றும் நான்கு குழந்தைகளுடன் வசித்து வருகிறார்.